AF762603

INSIGHT PUBLICA®

INSIGHT PUBLICA
Kozhikode, Kerala, India 673011
www.insightpublica.com
e-mail: insightpublica@gmail.com
**Seershasanam**
(Malayalam)
M.N. Vijayan
First Insight Publica Edition: December 2020
Copyright©Reserved
All rights reserved. No part of this Publication may be reproduced, stored in a retrieval system, or transmitted, in any form, or by any means, electronic, mechanical, photocopying, recording or otherwise, without the prior permission of the publisher.
ISBN 978-93-90535-02-6
Published by
InsightinPublica Printers & Publishers Pvt. Ltd.
₹ 230

എം.എൻ.
വിജയൻ

# ശീർഷാസനം

INSIGHT PUBLICA

എം.എൻ.
വിജയൻ

കൊടുങ്ങല്ലൂരിനടുത്ത് ലോകമലേശ്വരത്ത് പതിയാശ്ശേരിൽ നാരായണമേനോന്റെയും മൂളിയിൽ കൊച്ചമ്മുഅമ്മയുടെയും മകനായി 1930 ജൂൺ 8-ന് ജനിച്ചു. പതിനെട്ടരയാളം എൽ.പി.സ്കൂളിലും കൊടുങ്ങല്ലൂർ ബോയ്സ് ഹൈസ്കൂളിലും എറണാകുളം മഹാരാജാസ് കോളേജിലും എറണാകുളം ഗവ. ലോ കോളേജിലും പഠിച്ചു. 1951-ൽ മദിരാശി സർവ്വകലാശാലയിൽ നിന്ന് പ്രൈവറ്റായി മലയാളം എം.എ. പാസ്സായി.

എം.എൻ.വിജയന്റെ രാഷ്ട്രീയബന്ധം സ്കൂൾ വിദ്യാഭ്യാസ കാലം മുതൽ ആരംഭിക്കുന്നുണ്ട്. കൊടുങ്ങല്ലൂർ ബോയ്സ് ഹൈസ്കൂളിലായിരുന്നപ്പോൾ വിദ്യാർത്ഥി കോൺഗ്രസിന്റെ സജീവപ്രവർത്തകനായിരുന്നു. മഹാരാജാസ് കോളേജ് വിദ്യാർത്ഥിയായിരിക്കെ സ്വാതന്ത്ര്യസമരത്തിലും ഉത്തരവാദഭരണത്തിനായുള്ള പ്രക്ഷോഭത്തിലും പങ്കെടുത്തു. 1947 ആഗസ്റ്റ്-14 ന് കോളേജിൽ ദേശീയപതാക ഉയർത്താൻ തീരുമാനിച്ച വിദ്യാർത്ഥികളുടെ മുൻനിരയിൽ എം.എൻ.വിജയനും ഉണ്ടായിരുന്നു.

ആനാപ്പുഴയിലെ കെ.പി.കറുപ്പൻ സ്മാരക വായനശാലയുടെ ഭാഗമായ ഗ്രന്ഥാലയത്തിലെ മതഗ്രന്ഥങ്ങളും ആധ്യാത്മിക ഗ്രന്ഥങ്ങളും ചെറുപ്രായത്തിൽതന്നെ വായിച്ച് സന്ന്യാസത്തിൽ താല്പര്യം തോന്നിയതു കാരണം സ്കൂൾ പരീക്ഷ കഴിഞ്ഞപ്പോൾ നേരത്തെ കത്തുവഴി പരിചയമുണ്ടായിരുന്ന ആഗമാനന്ദ സ്വാമികളെ കാണാനായി കാലടിയിലേക്കു പോയി. കാലടി ശ്രീകൃഷ്ണാശ്രമത്തിൽ ഏതാനുംനാൾ കഴിഞ്ഞ ശേഷം തിരികെവന്നു.

1946-ൽ യുക്തിവാദിയും മിശ്രവിവാഹസംഘം സ്ഥാപകനും പത്രപ്രവർത്തകനുമായ ചൊവ്വര പരമേശ്വരനുമായി പരിചയപ്പെട്ടു. ചൊവ്വരയുടെ പൊതുപ്രവർത്തനങ്ങളിലെല്ലാം അടുത്ത സഹചാരിയായിരുന്നു എം.എൻ.വിജയൻ. *കേരളപത്രിക*യുടെ പത്രാധിപരായിരുന്ന എബ്രഹാം മാടമാക്കലും ഇക്കാലത്ത് വലിയൊരു സ്വാധീനമായിരുന്നു. പതിനഞ്ചാം വയസ്സിൽ *കൊച്ചിൻ ടൈംസിൽ* പ്രസിദ്ധീകരിച്ച 'ആധ്യാത്മിക വിപ്ലവ'മായിരുന്നു എം.എൻ.വിജയന്റെ ആദ്യലേഖനം. *കേരളപത്രിക, തിലകം, സാഹിത്യപരിഷത്ത് മാസിക* എന്നീ പ്രസിദ്ധീകരണങ്ങളിലാണ് തുടർന്ന് എഴുതിയത്. 1948-'49 ൽ സിഗ്മണ്ട് ഫ്രോയ്ഡിനെക്കുറിച്ചുള്ള എട്ട് ലേഖനങ്ങൾ പ്രസിദ്ധപ്പെടുത്തി.

1952-ൽ മദിരാശി *ന്യൂ കോളേജി*ലെ മലയാളം അധ്യാപകനായാണ് എം.എൻ.വിജയൻ ഔദ്യോഗിക ജീവിതം ആരംഭിച്ചത്. 1959-ൽ തിരുവനന്തപുരം യൂണിവേഴ്സിറ്റി കോളേജിൽ അധ്യാപകനായി

നിയമനം ലഭിച്ചതോടെ കേരളത്തിലേക്ക് തിരിച്ചുവന്നു. യൂണിവേഴ്സിറ്റി കോളജിലെ ജോലി ഒരു മാസം കഴിഞ്ഞപ്പോൾ നഷ്ടപ്പെട്ടു. 1960 ഫെബ്രുവരിയിൽ തലശ്ശേരി ഗവ.ബ്രണ്ണൻ കോളേജിൽ നിയമിതനായി. 1985-ൽ അധ്യാപകവൃത്തിയിൽ നിന്നു വിരമിക്കുന്നതുവരെ അവിടെത്തന്നെ തുടർന്നു.

1957 ജൂൺ 9-ന് വിവാഹം. ഭാര്യ: ശാരദ. മക്കൾ: വി.എസ്.അനിൽകുമാർ, ഡോ. വി.എസ്. സുജാത, വി.എസ്. സുനീത. മരുമക്കൾ: രത്നമ്മ ടി., ഡോ. പി.വി. ബാലചന്ദ്രൻ, സി. രാജഗോപാലൻ. പേരക്കുട്ടികൾ: അപർണ, അശ്വതി, സിദ്ധാർത്ഥ്, സുകൃതി, പ്രകൃതി.

കേരള സാഹിത്യ സമിതിയുടെ പ്രധാന സംഘാടകരിൽ ഒരാളായിരുന്ന എം.എൻ. വിജയൻ പിന്നീട് നേതൃത്വപദവി ഏറ്റെടുത്തു പ്രവർത്തിക്കുന്നത് പുരോഗമന കലാ സാഹിത്യ സംഘത്തിലാണ്. 1987 ജനുവരി 4-ന് കോട്ടയത്തുവെച്ച് നടന്ന സമ്മേളനത്തിൽ പുരോഗമന കലാ സാഹിത്യ സംഘത്തിന്റെ വൈസ് പ്രസിഡണ്ടായി. 1992 ഏപ്രിൽ 21-ന് പെരുമ്പാവൂർ സമ്മേളനത്തിൽ വെച്ച് പുരോഗമന കലാ സാഹിത്യ സംഘത്തിന്റെ പ്രസിഡണ്ടായി. 1994 ജൂണിൽ *ദേശാഭിമാനി വാരിക*യുടെ പത്രാധിപരായി. 2000-ൽ *പാഠം മാസിക*യുടെകൂടി പത്രാധിപരായി. 2000 ജൂൺ 1-ന് പുരോഗമന കലാ സാഹിത്യ സംഘത്തിന്റെ പ്രസിഡണ്ട് സ്ഥാനം രാജിവെച്ചു. 2005 ഫെബ്രുവരി 23-ന് *ദേശാഭിമാനി വാരിക*യുടെ പത്രാധിപസ്ഥാനവും രാജിവെച്ചു.

അധ്യാപകൻ, നിരൂപകൻ, പ്രഭാഷകൻ, പത്രപ്രവർത്തകൻ എന്നീ നിലകളിൽ ദശാബ്ദങ്ങൾ പ്രൊഫ. എം.എൻ. വിജയൻ മലയാള സാംസ്കാരികരംഗത്ത് നിറഞ്ഞുനിന്നു. കേരളത്തിൽ അങ്ങോളമിങ്ങോളം ആയിരക്കണക്കിന് വേദികളിൽ വിവിധ വിഷയങ്ങളെക്കുറിച്ച് അദ്ദേഹം പ്രഭാഷണങ്ങൾ നടത്തിയിരുന്നു. 1945-ൽ ഉത്തരവാദപ്രക്ഷോഭത്തിന്റെ ഭാഗമായി കൊടുങ്ങല്ലൂർ കാവ് മൈതാനത്ത് തുടർച്ചയായി ചെയ്തവയാണ് ആദ്യ പ്രസംഗങ്ങൾ.

കൃതികൾ: *ചിതയിലെ വെളിച്ചം* (പൂർണ്ണ പബ്ലിക്കേഷൻസ് കോഴിക്കോട്, 1981) *ഫാഷിസത്തിന്റെ മനഃശാസ്ത്രം* (സമീക്ഷ, കുളപ്പുറം, 1986) *എം.എൻ. വിജയൻ പ്രഭാഷണങ്ങൾ* (സഹൃദയ സംഘം, കോഴിക്കോട്, 1986) *കവിതയും മനഃശാസ്ത്രവും* (മാതൃഭൂമി, കോഴിക്കോട്, 1987) *ശീർഷാസനം* (അകം സമിതി, തലശ്ശേരി, 1989) *അടയുന്ന വാതിൽ തുറക്കുന്ന വാതിൽ* (മൾബറി, കോഴിക്കോട്, 1990) *വർണ്ണങ്ങളുടെ സംഗീതം* (പെൻ ബുക്സ്, വടകര, 1987) *എം.എൻ. വിജയൻ പ്രബന്ധങ്ങൾ പ്രഭാഷണങ്ങൾ സ്മൃതിചിത്രങ്ങൾ* (ബോധി

പബ്ലിഷേഴ്സ്, കോഴിക്കോട്, 1993) *കാഴ്ചപ്പാട്* (ചിന്ത പബ്ലിഷേഴ്സ്, തിരുവനന്തപുരം,1992) *മരുഭൂമികൾ പൂക്കുമ്പോൾ* (കലാക്ഷേത്രം, കാസർകോട്, 1993) *വാക്കും മനസ്സും* (കലാക്ഷേത്രം, കാസർകോട്, 1994) *കലയിലെ സ്വാതന്ത്ര്യം* (പുരോഗമന കലാ സാഹിത്യ സംഘം, കണ്ണൂർ, 1994) *നൂതന ലോകങ്ങൾ* (കറന്റ് ബുക്സ്, തൃശ്ശൂർ, 1994) *പുതിയ വർത്തമാനങ്ങൾ* (ഇംപ്രിന്റ്, കൊല്ലം, 1995) *സംസ്കാരവും സ്വാതന്ത്ര്യവും* (ചിന്ത പബ്ലിഷേഴ്സ്, തിരുവനന്തപുരം, 1996) *അടയാളങ്ങൾ* (ചിന്ത പബ്ലിഷേഴ്സ്, തിരുവനന്തപുരം, 1997) *മനുഷ്യർ പാർക്കുന്ന ലോകങ്ങൾ* (പ്രവാസി ദോഹ, 1997) *കലയും ജീവിതവും* (ചിന്ത പബ്ലിഷേഴ്സ്, തിരുവനന്തപുരം, 1998) *കവിതയുടെ ലോകപദം* (സമീക്ഷ, കുളപ്പുറം, 2000) *അധിനിവേശത്തിന്റെ വഴികൾ* (ലഫ്റ്റ് വ്യൂസ്, കോഴിക്കോട്, 2000) *പ്രതിരോധങ്ങൾ* (ചിന്ത പബ്ലിഷേഴ്സ്, തിരുവനന്തപുരം, 2001) *ഭയവും അഭയവും* (ചിന്ത പബ്ലിഷേഴ്സ്, തിരുവനന്തപുരം, 2002) *ഫാസിസം സിദ്ധാന്തം, പ്രയോഗം, പ്രതിരോധം* (ചിന്ത പബ്ലിഷേഴ്സ്, തിരുവനന്തപുരം, 2003) *പ്രകൃതിപാഠങ്ങൾ* (സമയം പബ്ലിക്കേഷൻസ്, കണ്ണൂർ, 2003) *വിയോജിക്കാനുള്ള സ്വാതന്ത്ര്യം* (ലഫ്റ്റ് വ്യൂസ്, കോഴിക്കോട്, 2005) *ചുമരിൽ ചിത്രമെഴുതുമ്പോൾ* (ഗ്രീൻ ബുക്സ്, 2003) *കാലിഡോസ്കോപ്* (നിശാഗന്ധി പബ്ലിക്കേഷൻസ്, തൃശ്ശൂർ, 2006) *ഒളിച്ചുകടത്തിയ ആയുധങ്ങൾ* (കൈരളി ബുക്സ്, കണ്ണൂർ, 2006) *എഴുത്തും പ്രത്യയശാസ്ത്രവും* (നിശാഗന്ധി പബ്ലിക്കേഷൻസ്, ഇരിങ്ങാലക്കുട, 2007) *സ്വാതന്ത്ര്യത്തിന്റെ അർത്ഥം* (നിശാഗന്ധി പബ്ലിക്കേഷൻസ്, ഇരിങ്ങാലക്കുട, 2007)

ഇവയ്ക്ക് പുറമേ *സംഭാഷണങ്ങൾ* (മാങ്ങാട് രത്നാകരൻ, കറന്റ് ബുക്സ് തൃശ്ശൂർ, 2001) *അധികാരം അനുരാഗം ആത്മരഹസ്യങ്ങൾ* (എഡി. താഹമാടായി, ചിന്ത പബ്ലിഷേഴ്സ്, തിരുവനന്തപുരം, 2002) *കലാപത്തിന്റെ ഉത്തരങ്ങൾ* (എം.എസ്. ബനേഷ്, ഫാബിയൻ ബുക്സ്, നൂറനാട്, 2004) എന്നീ അഭിമുഖ സമാഹാരങ്ങളും.

എം.എൻ.വിജയൻ എഡിറ്റ് ചെയ്ത കൃതികൾ: *നമ്മുടെ സാഹിത്യം നമ്മുടെ സമൂഹം* (കേരള സാഹിത്യ അക്കാദമി, തൃശ്ശൂർ, 2000) *കേസരിയുടെ സാഹിത്യവിമർശനങ്ങൾ* (എസ്.പി.സി.എസ്, കോട്ടയം, 1984) *നവീന ചിത്രകല* (കേസരി ബാലകൃഷ്ണപ്പിള്ള, കേരള ലളിതകലാ അക്കാദമി, തൃശ്ശൂർ, 1990) *എം.ആർ.ബി, ജീവിതം, കൃതികൾ, ദർശനം* (കറന്റ് ബുക്സ്, തൃശ്ശൂർ, 2004) *കേസരിയുടെ ലോകങ്ങൾ* (അകം സമിതി, തലശ്ശേരി 1989), *കഥയുടെ നൂറ്റാണ്ട്*- രണ്ട് വാല്യം, *കവിതയുടെ നൂറ്റാണ്ട്*-രണ്ട് വാല്യം (എസ്.പി.സി.എസ്, കോട്ടയം, 2000-2001)

2007 ഒക്ടോബർ 3-ന് അന്തരിച്ചു.

# ഉള്ളടക്കം

# ആമുഖം

നാല്പതുവർഷംമുമ്പ് കല്ലൂരുള്ള വീട്ടിൽചെന്ന് കവിയെ കാണുമ്പോൾ അദ്ദേഹം കസേലയിൽ കാലേറ്റിവെച്ച് കുന്തിച്ചിരിക്കുകയായിരുന്നു. കുനിഞ്ഞ കഴുത്തിൽക്കൂടി ഒരു അല്പാക്ക് ചരട് ഇടംവലം വലിച്ചുകൊണ്ടുമിരുന്നു. മടിയിൽവെച്ച കടലാസ്സിൽ ശ്രദ്ധിച്ചുകൊണ്ട് ആടിയാടിയുള്ള ആ ഇരുപ്പിന് അമാനുഷമായ ഒരു സ്വഭാവം ഉണ്ടായിരുന്നു. ആവർത്തിക്കുന്ന ഒരു താളം ഉണ്ടായിരുന്നു. ഇതു കവിതയുടെ താളമാണ് എന്ന് അന്നു മനസ്സിലായിരുന്നില്ല.

> *"ഉയിരിൻ കൊലക്കുടുക്കാക്കാവും കയറിനെ-*
> *യുഴിഞ്ഞാലാക്കിത്തീർക്കാൻ കഴിഞ്ഞതല്ലേ ജയം."*

എന്ന കയറിന്റെ കാവ്യശാസ്ത്രം പിന്നീടാണ് നാം അറിയുന്നത്. പല വിതാനങ്ങളിൽ വിരിയുന്ന ഈ മൃത്യുഞ്ജയതന്ത്രത്തിന്റെ അനുശീലനം വൈലോപ്പിള്ളിക്കവിതയുടെ സ്വഭാവമായിത്തീരുന്നു. ആശാനെപ്പോലെ വിഷത്തെ അമൃതാക്കുന്ന ചങ്ങമ്പുഴയെപ്പോലെ വേദനയെ ലഹരിയാക്കുന്ന മറ്റൊരു സാരസ്വതമാർഗ്ഗം. കവിത തന്റെ സാവിത്രിയാണ് എന്നും, കവിത മൃത്യുവിൽനിന്നും ജീവനെ വീണ്ടെടുക്കുന്നു എന്നും, കവിത ഒരു സപത്നിയേയും പൊറുപ്പിക്കുകയില്ല എന്നും വൈലോപ്പിള്ളി തന്നെ പിന്നീട് പറയുന്നുണ്ട്. നൈസർഗ്ഗിക ജീവിതക്രമത്തെ ഭേദിച്ച്, സ്വന്തം രക്തധമനികളെ ഛേദിച്ച് കവിത ജൈവധാരകളെ ജൈവലഹരിയാക്കി മാറ്റുന്നു എന്നും കവി കരുതിയിരുന്നു. അങ്ങിനെ കവിത വൈലോപ്പിള്ളിക്ക് മറ്റൊരു ജീവിതം എന്ന യഥാർത്ഥ ജീവിതമായിത്തീരുകയും ചെയ്തു. എല്ലാ കലയിലും ജീവിതനിഷേധത്തിന്റെ മൗലികമായ ഒരംശമുണ്ട് എന്ന് ഉദാസീനമായ ലോകത്തെ ഇതനുസ്മരിപ്പിക്കുന്നു. കവിതയുടെയും ജീവിതത്തിന്റെയും ഈ പുരോഗതിയിൽ ആവർത്തിക്കുമ്പോഴും മുന്നോട്ടുതന്നെ പൊയ്ക്കൊണ്ടിരിക്കുന്ന ഒരു സഞ്ചാരക്രമം

ഉണ്ട്. ഏതു കവിക്കും ഏതു വായനക്കാരനും ചരിത്രത്തിന്റെയും ജീവചരിത്രത്തിന്റെയും പിരിയൻകോണിയിൽക്കൂടി കയറിപ്പോകാതെ വയ്യ. നാം നമ്മുടെ ഉമിനീരും കാലത്തിന്റെ ഉമിനീരും ചേർത്തുകൊണ്ടാണ് കാവ്യം എഴുതുകയും കാവ്യം ആസ്വദിക്കുകയും ചെയ്തുപോരുന്നത്. ഞാനും നിങ്ങളും ജീവിച്ചുകൊണ്ടിരിക്കുന്നു എന്നതിന്റെ അടയാളം. തന്നോടുതന്നെ പിണങ്ങുന്നതുപോലും ജീവിതത്തിന്റെ അടയാളങ്ങളിൽ ഒന്നായിത്തന്നെയാണ് അംഗീകരിക്കേണ്ടത്.

ഈ നാലു പതിറ്റാണ്ടുകളിൽ കവിയും കാലവും ഏറെ മാറിയിട്ടുണ്ട്. ഈ മാറ്റങ്ങൾ പൊരുത്തപ്പെടാതെ, സമന്വയിക്കുവാൻ വേണ്ടി വക്രീകരിക്കപ്പെടാതെ നിൽക്കേണ്ടവയാണ്. ഇതാണ് വാസ്തവം എന്നത്രെ ഇതിനു കാരണം. ഭൂതകാലത്തെ തിരുത്തുവാൻ കഴിയുകയില്ല എന്നതു മാത്രമാണ് നമുക്ക് ഉറപ്പിച്ചുപറയുവാൻ കഴിയുന്ന ഒരു സത്യം. അതുകൊണ്ട് ഈ സമാഹാരത്തിൽ ഇണങ്ങുന്നതും പിണങ്ങുന്നതുമായ ആശയങ്ങളെ അവയുടെ പാട്ടിനു വിട്ടിരിക്കുന്നു.

**എം.എൻ. വിജയൻ**

16-3-89.
ധർമ്മടം,

# പഴയ പുലവൻ

*"അത്രയുമിഹ പഴകിയ മദ്യ*
*മതെത്ര മനസ്സിനു പഥ്യം!"*

അനുഭവങ്ങൾ പഴച്ചാറായി കുടിച്ചുതീർക്കാതെ, കരുതിവച്ചു പുളിപ്പിച്ചുപോന്ന കവിയായിരുന്നു വൈലോപ്പിള്ളി. അതുകൊണ്ടദ്ദേഹം കരളിൽ മറചെയ്ത ഓർമ്മകളുടെ കവിയായിത്തീർന്നു. അനുഭവങ്ങളിൽ വീണ്ടും അനുഭവങ്ങൾ പകർന്നു നുരകുത്തുന്ന ഭാവനയായ കവിത. നിന്ദിതനായി, നിരാകൃതനായി, വഞ്ചിതനായിത്തീരുന്ന ഒരു കുഞ്ഞിന്റെ ആദിമ ഭാവന വൈലോപ്പിള്ളിയിലുണ്ട്. അവൻ കൊതിച്ചുകുടിച്ച മുലപ്പാലിന് ചെന്നിനായകത്തിന്റെ കയ്പായിരുന്നു. പിന്നീട് ജീവിതം കയ്ക്കുമ്പോഴെല്ലാം അവൻ ഈ മാതൃകൈതവത്തിലേക്ക് മടങ്ങിമടങ്ങിവന്ന്, ഒരു പഴയ മുറിപ്പാടിലേക്കെന്നപോലെ,

*"ഇന്നു തച്ചെറുനിന്ദനമെന്നിൽ*
*ചെന്നിനായകം ചേർത്തിരിക്കുമ്പോൾ."*

ചെന്നിനായകം അവന്റെ ആദ്യത്തെ മോഹഭംഗമാണ്. ലോകത്തിന്റെ വിശ്വാസ്യത അവനന്നേ നഷ്ടമായി. 'അവസാനത്തെ അശ്രുബിന്ദു'വിലും കയ്ക്കുന്ന അവസാനത്തെ തുള്ളിയായി ഇതു തങ്ങിനിൽക്കുന്നതുകാണാം.

*"ഇപ്പോഴുമെന്നാലന്ധ-*
*മെന്റെയാത്മാവിൽ സർവ്വ*
*നിഷ്ഫലതയെച്ചൊല്ലി*
*യുണ്ട് കയ്പൊരു തുള്ളി."*

ഇതാണവന് ജീവിതത്തിന്റെ സാരം, ജനനിയെന്ന ജന്മഭൂമിയെന്ന അനുഭവം.

*"അറിയുമേ ഞങ്ങളറിയും നീതിയും*
*നെറിയും കെട്ടൊരിപ്പിറന്ന നാടിനെ....*
*മദിപ്പിക്കും കനിക്കിനാവുകൾ കാട്ടി-*
*ക്കൊതിപ്പിക്കും, പക്ഷേ, കൊടുക്കുകില്ലവൾ."*

ഈ ഭൂഗോളം തന്നെ കയ്പു പുരട്ടിയ വലിയൊരു മുലയാണെന്ന സത്യം നുകരുവാനാണ് അവൻ ജീവിക്കുന്നതുതന്നെ.

അന്നത്തെ വെള്ളമാക്കി, നീതിയെ അനീതിയാക്കി, ധർമ്മത്തെ അധർമ്മമാക്കിത്തീർത്ത ഒരനുഭവബീജം അവന്റെ ഉള്ളിലുണ്ട്. തന്റെയും ചരിത്രത്തിന്റേയും പരിണാമതലങ്ങളെല്ലാം അതു വളർന്നുകൊടിനീട്ടുന്നു.

*"തേവിടിശ്ശി നീയെന്തിനേ കഞ്ഞി*
*തേവി വച്ചത്? ചോറെനിക്കില്ലേ?"*

എന്ന തൊഴിലാളിയുടെ സംശയം അങ്ങനെ ചൂഷണത്തിന്റെ തത്ത്വശാസ്ത്രംതന്നെ ആയിത്തീരുന്നു.

വൈലോപ്പിള്ളിക്ക് എന്നും പ്രിയപ്പെട്ട വിഷുക്കവിതകളിലും ഓണക്കവിതകളിലും ആദിമവഞ്ചനയുടെ ഒരോർമ്മ തങ്ങിനിൽക്കുന്നുണ്ട്. കണ്ണുകെട്ടി കണികാണിക്കുന്ന കൺകെട്ടിനെക്കുറിച്ച് അദ്ദേഹം എന്നും സംശയാലുവായിരുന്നല്ലോ. ഒരുതുള്ളി വെളിച്ചത്തെ പൊതിയുന്ന വലിയ ഇരുട്ടാണ് സത്യമെന്നു കണ്ട കുഞ്ഞ്, കവിയിൽ പിന്നീട് മരിക്കുകയുണ്ടായില്ല. ഏതു വെളിച്ചത്തിലും ഇരുട്ടു കിടന്നു കളിക്കുന്നത് അദ്ദേഹം കണ്ടു. ഓണത്തിനു രണ്ടപ്പനുണ്ടെന്നും ധർമ്മപിതാവിനെ ചതിക്കുന്ന വാമനനെ ലോകം പൂജിക്കുമെന്നും അദ്ദേഹം അറിഞ്ഞു. വാമനന്മാർ മാറിമാറി വരുമെന്നേയുള്ളൂ. നമ്മുടെ ദാനത്തണ്ണീരേറ്റ നമ്മെത്തന്നെ ചവിട്ടുകയാണവരുടെ ധർമ്മം. അതിനിന്നും മാറ്റമൊന്നുമില്ല. കേരളത്തനിമയായി നാമിതിനെ ആദരിച്ചുകൊണ്ടേയിരിക്കുന്നു.

ഒരുപക്ഷേ, അരാജകമെന്നു കരുതപ്പെട്ടുപോന്ന 'സഹ്യന്റെ മക'നിലും വൈലോപ്പിള്ളി ഇതുതന്നെയാണ് പറയുന്നതെന്ന് നാം അറിഞ്ഞുതുടങ്ങിയിരിക്കുന്നു. മണിക്കോവിലിൽ മയങ്ങുന്ന ഒരു ദൈവവും പുത്രദുഃഖത്തിൽ കണ്ണീരൊഴുക്കുന്ന ഒരു സഹ്യനും-ഈ കവിതയിൽ രണ്ട് പിതൃസ്വരൂപങ്ങളുണ്ട്. ഇവയുടെ വൈരുധ്യം നമ്മുടെ ധർമ്മത്തിന്റെ ആന്തരവൈരുധ്യത്തെ ഓർമ്മയിൽ കൊണ്ടുവരുന്നു. ജീവചരിത്രത്തിൽ ചരിത്രത്തെ കാണിച്ചു തരുന്നു.

'കുടിയൊഴിക്ക'ലിൽ മാത്രമല്ല, ശ്രീനാരായണനെക്കുറിച്ചെഴുതിയ ഒരു കവിതയിലും തന്റെ ജീവിതാവസ്ഥയുടെ തന്നെ മിന്നലാട്ടങ്ങൾ

വൈലോപ്പിള്ളി കാണിച്ചുതരുന്നുണ്ട്.

*"ആ വധുവിളമ്പീടുമനുരാഗത്തിൻ പൂന്തേൻ*
*സ്ഫാവെഴും കിണ്ണത്തിലെക്കഞ്ഞിയായ് കണക്കാക്കി*
*ഗൃഹബന്ധത്തിൻ തണ്ടാർ നൂലറുത്തേതോ ദൂര-*
*ഗഹനം തേടിപ്പാറും കളഹംസത്തെപ്പോലെ"*

പരംപൊരുളിനെ തേടിപ്പോയത് 'വർക്കത്തുകെട്ട താറാവി'ൽ കളഹംസമായി വർണ്ണിക്കപ്പെട്ട കവിതന്നെ ആയിക്കൂടെന്നില്ല. തന്റെ 'കെട്ട ജീവിത'ത്തെ അമൃതമയമാക്കുന്നത് കവിതയാണെന്ന് അദ്ദേഹം കരുതിയിരുന്നു. വഞ്ചിതമായ ജീവിതത്തോട്, ജരാനരകളോട്, മരണത്തോടുതന്നെയുള്ള പകവീട്ടലായി അദ്ദേഹം കവിതയെ പ്രകീർത്തിച്ചിട്ടുണ്ടല്ലോ.

*"പാഴ്നരയൊടു പകരം വീട്ടി*
*പ്പാനം ചെയ്തു രസിപ്പൻ."*

സർഗ്ഗാത്മകതയിലടങ്ങിയ ഈ മൃത്യുഞ്ജയതത്ത്വത്തെയാണ് വൈലോപ്പിള്ളി പിന്നീട് 'സാവിത്രി'യിൽ വിസ്തരിക്കുന്നത്. കാലനിൽ നിന്ന് സാവിത്രി സത്യവാനേയും സൗന്ദര്യവാനെയും വീണ്ടെടുക്കുന്നു. 'യുഗപരിവർത്തന'ത്തിൽ എന്നപോലെ 'സാവിത്രി'യിലും തന്റെ ആശ്രയമായി, ആശ്വാസമായി, ആഹ്ലാദമായി കവി കണ്ടെത്തുന്നത് കവിതയെ മാത്രമാണ്.

*"പോകനാം", അവൾ വെമ്പി, പോകനാം ഭവാനെന്റെ*
*ദേഹപാർശ്വത്തിൽ ചാരൂ, താങ്ങി ഞാൻ നടന്നോളാം'....*
*ചിരിച്ചു സാവിത്രി,യന്തരിക്കില്ലേവം ഭവാൻ*
*പിറക്കും നമുക്കനൂറുണ്ണികൾ കവിതകൾ."*

വിഷമയമായ വ്യക്തിജീവിതത്തിൽനിന്നുള്ള മോക്ഷമായി, ആത്മസാക്ഷാൽക്കാരമായിത്തീരുന്നു എന്നതു മാത്രമല്ല വൈലോപ്പിള്ളിക്ക് കവിതയുടെ പ്രയോജനം. താൻ ചരിത്രത്തിന്റെയും സമുദായത്തിന്റെയും മനഃസാക്ഷിയാണെന്ന മറ്റൊരനശ്വരതയിൽ, ധർമ്മത്തിന്റെ ഉറങ്ങാത്ത കാവൽക്കാരനാണെന്ന ബോധത്തിൽ കവി പിന്നീടെത്തിച്ചേരുന്നുണ്ട്. പിന്നീടെന്നല്ല, എന്നുമെന്നാണ് പറയേണ്ടത്.

*"നിങ്ങൾ താനവരിന്നത്തെപ്പാട്ടിൽ*
*നിന്നു ഭിന്നമല്ലന്നെഴും ഗാനം."*

ഈ ഭാവന വൈലോപ്പിള്ളിക്കവിതയ്ക്ക് യഥാർത്ഥത്തിൽ ഐതിഹാസികമായ മാനം നൽകുന്നു. ആവർത്തനം കൊണ്ടു കിട്ടുന്ന അനുഭവസാന്ദ്രതയാണിതിനു കാരണം. പക്വത എന്നും പറയാം. യൗവനത്തിൽ അദ്ദേഹം എഴുതിയത് പേരക്കിടാങ്ങളുറങ്ങുന്ന വാർധക്യത്തിന്റെ

അനുരാഗമാണല്ലോ. നിരന്തരമായ വായനകൊണ്ടു തന്റെ വേദനകളെ കവി ചൊറിഞ്ഞു പുണ്ണാക്കിയിരുന്നു. "അവയിലൂടെ അനവധി ജന്മങ്ങൾ ഞാൻ ജീവിച്ചു, മഹത്തായ ഓരോ സാഹിത്യകൃതിയും വായിച്ചനുഭവിക്കുന്നത് പുതിയ ഒരു ജന്മം അഥവാ ഒരേ കാലഘട്ടത്തിൽ അനവധി ജന്മങ്ങൾ ജീവിക്കുന്നതുപോലെയാണ്," എന്ന് അദ്ദേഹം രേഖപ്പെടുത്തിയിട്ടുണ്ട്. "അറിവിന്റെ നിഴലുകൾ പ്രസന്ന പ്രകാശങ്ങളെ വെട്ടിത്തിരുത്തി" എന്നെഴുതിയതും പന്തങ്ങളുടെ കവിയാണ്. ഈ താളം കവിതയെ ഒരു വീണ്ടുവിചാരമാക്കിത്തീർക്കുന്നു. എലിയട്ട് പറഞ്ഞിട്ടുള്ളതുപോലെ കവിത അപ്പോൾ വ്യക്തിദുഃഖങ്ങളെ അതിവർത്തിക്കുന്ന ചരിത്രത്തിന്റെ നോവായിത്തീരും. ഒരു സ്വകാര്യ പ്രണയകഥ 'കുടിയൊഴിക്ക'ലായി മാറും. 'ഒരു പൂക്കാലം', ഒരു മുതുമാവിനെന്നപോലെ ഗതകാലത്തിന്റെ ഓർമ്മയായിത്തീരും.

*"ഇന്നുമാ മുതുമാവിന്നോർമ്മയുണ്ടായീ പൂക്കാൻ"*

ഒരു ജീവിതചക്രം മാത്രമുള്ള മനുഷ്യന്റെ കവിതയെ ഈ താളം പുതിയ ഒരു പഴമയുടെ വാനസ്പത്യമാക്കിത്തീർക്കുന്നു. ഒരുപാടുണ്ണികൾ ഊഞ്ഞാലുകെട്ടിയ ഒരു കിഴവൻ മാവിന്റെ ജീവിതബോധം. അങ്കണത്തൈമാവിന് എത്ര വേഗം വയസ്സാകുന്നു! കൊയ്ത്തുപായ എങ്ങനെ പഴമ്പായയായിത്തീരുന്നു! ഒറ്റയൊറ്റയായ ദുഃഖങ്ങൾ എങ്ങനെ ജീവിതമഹാദുഃഖത്തിന്റെ രാഗമാലികയായി മാറുന്നു.

1989

# കുടിയൊഴിക്കൽ -
# പ്രതീകങ്ങളും പ്രേരണകളും

തീത്തലപ്പുകൊണ്ടാണ് ചരിത്രം എഴുതുന്നതെന്നു വൈലോപ്പിള്ളി 'പന്തങ്ങ'ളിൽ പറയുന്നുണ്ട്.

*"മർത്ത്യചരിത്രം മിന്നലലിലെഴുതീ-*
*യിത്തുടു നാരാചാന്തങ്ങൾ"*

ഹിരണ്യരേതസ്സായ ഈ അഗ്നി ചരിത്രത്തെ രതിയുമായി ബന്ധിപ്പിക്കുകയും ചില ചരിത്രഘട്ടങ്ങളിൽ ചരിത്രംതന്നെ എഴുതപ്പെടുന്നത് രതിയുടെ ദ്രവംകൊണ്ടാണ് എന്നുവരികയുംചെയ്യുന്നു. പുതിയ ആശയ ചരിത്രകാരന്മാരിൽ ഫൂക്കോ ഇക്കാര്യം ഊന്നിപ്പറയുന്നുണ്ട്. സംസ്കാരത്തിന്റെ ചില ഘട്ടങ്ങളിൽ അതിനെ വിവരിക്കുവാനുള്ള ഏറ്റവും ഉചിതമായ കാവ്യഭാഷ രതിയുടെ പ്രതീകാത്മകമായ ഭാഷയായിത്തീർന്നു എന്നുവരാം. അങ്ങനെയാണ് രമണൻ എന്ന രതികാവ്യംകൊണ്ടു ചങ്ങമ്പുഴ ചരിത്രത്തിന്റെ വൈരുധ്യം എഴുതാൻ ശ്രമിച്ചത്. ഈ ലോകത്തെത്തന്നെ പുതുക്കിപ്പണിയുവാൻ രതിക്കേ കഴിയൂ എന്ന അർത്ഥത്തിലാണ്

*"സ്നേഹം നരകത്തിൻ ദ്വീപിൽ*
*സ്വർഗ്ഗഗേഹം പണിയും പടുത്വം"*
*എന്ന് ആശാൻ എഴുതിയത്.*

ചരിത്രപരമായ ഈ ഇണചേരലിനെക്കുറിച്ചുതന്നെയാണ് ദുരവസ്ഥയിലും ആശാൻ പ്രതീക്ഷയോടെ പാടുന്നത്. ഒരു ലഹളയുടെ അഗ്നിയാണ്, ഒരു പരിമിത വിപ്ലവത്തിന്റെ പ്രളയമാണ് ദുരവസ്ഥയെ വലയം ചെയ്യുന്ന ചരിത്ര വസ്തുത. മിതമായ രീതിയിൽ ആശാൻ ഇതിനെ ആപത്ത് എന്നു വിളിച്ചു. ദുരവസ്ഥയിൽ പ്രകടമായും ശക്തമായും പരിണമിച്ച ഈ വിചാരഗതി തന്നെയാണ് ആശാന്റെ സ്നേഹപരമായ

മറ്റു കൃതികളിലും ഉള്ളത് എന്നു കാണാം. കുടുംബത്തിലും രാജനീതിയിലും ആധ്യാത്മികതയിലും അടങ്ങിയ തത്ക്കാല വൈരുധ്യത്തെ വരച്ചുകാട്ടുവാൻ ആശാൻ ഉപയോഗിച്ചതും ഈ രീതിതന്നെയാണ്. അതുകൊണ്ടാണദ്ദേഹം ശൃംഗാരത്തിന്റെ പച്ചമഷികൊണ്ടാണ് ചരിത്രം രേഖപ്പെടുത്തിയത് എന്നു പറയുന്നത്.

മിന്നലുകൊണ്ടാണ് ചരിത്രം എഴുതപ്പെട്ടിട്ടുള്ളത് എന്നു വൈലോപ്പിള്ളി പറയുമ്പോഴും അദ്ദേഹം ഒരു വസ്തുത വിവരിക്കുവാൻ ഒരു സവിശേഷ മാർഗ്ഗം ഉപയോഗിക്കുക മാത്രമാണ് ചെയ്യുന്നത്.

'പന്തങ്ങൾ' എന്ന അഗ്നികാവ്യം മാത്രമല്ല, ഒന്നിലധികം അഗ്നിബാധയോടുകൂടിയ 'കുടിയൊഴിക്ക'ലും ചരിത്രത്തെ അഗ്നിസാക്ഷിയാക്കുകയാണ് ചെയ്യുന്നത്. 'കുടിയൊഴിക്ക'ലിലെ അന്തിമ വിപ്ലവരംഗം തീപ്പന്തങ്ങളുടെ ഒരു കലാപമാണല്ലോ.

*"എന്തു കാറല്ല മിന്നലല്ലേതൊ*
*പന്തമാളും പടയണി ഘോഷം*
*കൂകിയാർപ്പിട്ടു കൂളിക്കൂളന്മാർ*
*കൂരിരുട്ടിന്റെ കാടിളക്കുന്നു*
*നൂണു പൊന്തുന്നു പന്തവുമായി*
*ഞാനറിയുവോർ ഞാനറിയാത്തോർ"*

എന്നിങ്ങനെ വിവരിക്കപ്പെടുന്ന വിപ്ലവസംഘത്തെ അലാതസംഘം അഥവാ തീപ്പട എന്നാണ് കവി പിന്നീട് വിശേഷിപ്പിക്കുന്നത്. അതു ഭസ്മാസുരന്മാരുടെ ഘോഷയാത്രയായിത്തീരുന്നു.

*"ഉണ്ടു നീ തൊഴിലാളിയും കള്ളിൻ-*
*തൊണ്ടുമായ് ചുട്ടെരിച്ചതിൻ മുമ്പിൽ,"*

എന്നു വിവരിക്കപ്പെടുന്ന ഒരു കൂളനെ മലയാള കവിതയിൽ പിന്നീടു കാണാം.

*"നെഞ്ചത്തൊരു പന്തം കുത്തി*
*നിൽപ്പു കാട്ടാളൻ."*

കടമ്മനിട്ട വൈലോപ്പിള്ളിയുടെ കാവ്യപുത്രനുമാണ് എന്നു നമ്മെ ഈ വരി ഓർമ്മിപ്പിക്കുന്നു.

രതിയും അഗ്നിയുമായ പ്രതീകങ്ങളുടെ പടലമാണ് 'കുടിയൊഴിക്ക'ലിന്റെ അടിത്തറ. ചരിത്രഘട്ടങ്ങളെ രതിയുടെ സമവാക്യങ്ങളിൽക്കൂടി കവി ധ്വനിപ്പിച്ചു കൊണ്ടുപോകുന്നത് നാം ശ്രദ്ധിച്ചില്ല എന്നുവരാം. എങ്കിലും നമ്മുടെ മനസ്സിന്റെ കയങ്ങൾക്ക് അത് കാണാതിരിക്കുവാൻ കഴിയില്ല.

*"തേവിടിശ്ശി നീയെന്തിനേ കഞ്ഞി*
*തേവി വെച്ചത്? ചോറെനിക്കില്ലേ?"*

ഇതു കുടുംബകലഹത്തിന്റെ മേളമാണ് എങ്കിലും ചരിത്രത്തിന്റെ താളവും കൂടിയാകുന്നു. ഉഴവനു കഞ്ഞിയും ജാരനു ചോറും മാറ്റിവെക്കുന്ന ചരിത്രത്തിന്റെ ചാരിത്ര്യഹീനതയെ വൈലോപ്പിള്ളി മറ്റു കവിതകളിലും അവതരിപ്പിച്ചിട്ടുണ്ട്.

*"വിരുന്നുകാർക്കല്ലാ മമരലോകമി-*
*ക്കിതവി ഞങ്ങൾക്കു നരകദേശവും."*

ചരിത്രത്തിന്റെ ഈ വൈരൂപ്യത്തെ മറ്റൊരു രീതിയിലാണ് ചങ്ങമ്പുഴ അവതരിപ്പിച്ചിട്ടുള്ളത് എന്ന് നാമിപ്പോൾ ഓർത്തുപോകുന്നു.

*"വിത്തനാഥന്റെ ബേബിക്കു പാലും*
*നിർദ്ധനച്ചെറുക്കനുമിനീരും."*

ചങ്ങമ്പുഴയുടെ നിതാന്തസാന്നിധ്യം വൈലോപ്പിള്ളിക്കവിതയിൽ ഉണ്ട്. എന്നു മാത്രമല്ല, അതു വിപരീത സാന്നിധ്യമാണ് എന്നുകൂടി ഈ സാദൃശ്യം നമ്മെ ഓർമ്മിപ്പിക്കുന്നു. ചങ്ങമ്പുഴയോടുള്ള അടുപ്പമല്ല ചങ്ങമ്പുഴയിൽനിന്നുള്ള അകലമാണ് വൈലോപ്പിള്ളിക്കവിത അളക്കുന്നത്.

'കുടിയൊഴിക്ക'ലിലെ ആദ്യത്തെ ഈരടിയിൽത്തന്നെ ചങ്ങമ്പുഴയുടെ ഈ സാന്നിധ്യം കാണാവുന്നതാണ്.

*"പുഞ്ചിരി ഹാ കുലീനമാം കള്ളം*
*നെഞ്ചു കീറി ഞാൻ നേരിനെക്കാട്ടാം"*

എന്ന വരികൾ

*"കപടലോകത്തിലാത്മാർത്ഥമായൊരു*
*ഹൃദയമുണ്ടായതാണെൻ പരാജയം."*

എന്ന വരികളിൽനിന്നുണരുന്നതാണ്. പക്ഷേ, വൈലോപ്പിള്ളി സ്പർശിക്കുന്നത് കുലീനതയുടെ കാപട്യത്തേയും കുലീനതതന്നെ കാപട്യമാണ് എന്ന രത്യാത്മകവും ചരിത്രപരവുമായ യാഥാർത്ഥ്യത്തെയുമാണ്. ഇതൊരു കണ്ടുപിടുത്തമല്ല. ആണെങ്കിൽ ഇതു കണ്ടുപിടിച്ചത് 'കുടിയൊഴിക്ക'ലിലെ തൊഴിലാളിതന്നെയാണ്. നീതിയുടെ നിയന്ത്രണമില്ലാതെ തേട്ടിവന്ന അവന്റെ പ്രതിഷേധം കവി കേട്ടതിങ്ങനെയാണ്:

*"ദുഷ്പ്രഭുപ്പുലയാടികൾ പാർക്ക-*
*മിപ്പുരയ്ക്കിടിവെട്ടുകൊള്ളട്ടെ."*

ദുഷ്പ്രഭുത്വം പുലയാടിത്തമാണ് എന്നുള്ളത് തൊഴിലാളി ഉച്ചരിച്ച ഒരു ചരിത്രസമവാക്യമാണ്. അത് കവിക്ക് മനസ്സിലാവുന്നു എന്നതാണ് അതിലേറെ ദൈന്യമായിരിക്കുന്നത്.

*"ബോധമറ്റ കടന്നലേ നീയെൻ*
*മാതൃസോദരിമാരെയോ കുത്തി."*

വെളുത്തവസ്ത്രം ധരിച്ച കുടിലുകൾക്ക്, വെള്ള പൂശിയ ശരീരങ്ങൾക്ക് ഒരുപാട് മറച്ചുവെയ്ക്കാനുണ്ട്. ബോധമില്ലാത്തവർ മാത്രമാണ് ചിലപ്പോഴെങ്കിലും ബോധത്തോടെ സംസാരിക്കുന്നത്. അതുകൊണ്ട് തനിക്കേറ്റ പ്രഹരം കുലീനതയ്ക്കാണ് ഏറ്റിരിക്കുന്നത് എന്നും സത്യം പറയുന്നവനെ കുടിയൊഴിപ്പിക്കുക എന്നതാണ് കുലീനതയുടെ അവസാനത്തെ അടവ് എന്നും കവി പിന്നീട് മനസ്സിലാക്കുന്നു.

'കുടിയൊഴിക്ക'ലിലെ മൂന്നാമത്തെ അനുരാഗഖണ്ഡത്തിനു സ്നേഹത്തിന്റെയും കവിതയുടേയും ചരിത്രത്തിന്റെയും അർത്ഥതലങ്ങളുണ്ട്. സ്നേഹം പ്രാഥമികമായി മനുഷ്യസമത്വവും മനുഷ്യ ഐക്യവുമാണ്. അതുകൊണ്ട് എല്ലാ സ്നേഹഭംഗങ്ങളും മനുഷ്യന്റെ സാമുദായിക നീതിദുഷ്ടമായിരിക്കുന്നു എന്ന് ഓർമ്മിപ്പിക്കുന്നു. സ്നേഹംകൊണ്ട് നിരായുധവും സ്വച്ഛന്ദവും ആയിത്തീർന്ന കവിയുടെ മനസ്സാണ് തൊഴിലാളിപ്പെണ്ണിന്റെ മേൽ പറന്നു വന്നിരിക്കുന്നത്.

*"ഒട്ടുമാഗ്രഹമെന്നിയേ, പാട്ടിൻ*
*പട്ടുനൂലുനൂറ്റെന്നറയ്ക്കുള്ളിൽ*
*പെട്ടുവാണൊരെൻ ഭാവന, പത്ര*
*പട്ടമേന്തിടും ഭ്രാന്തിനെപ്പോലെ,*
*മീൻ കഴുകിയ വെള്ളത്തിൽ വാച്ചാ-*
*ത്തേൻ കദളിയിലെന്തിനു പൂകി,"*

എന്ന് അത്ഭുതപ്പെടുന്ന കവിക്കു തന്റെ നൈസർഗ്ഗിക വികാരംപോലും അപരിചതമായിക്കഴിഞ്ഞിരിക്കുന്നു. കവിയുടെ നൈസർഗ്ഗിക സ്വത്വവും സാമുദാ യികസ്വത്വവും തമ്മിലുള്ള ഇണപിരിയലാണ് ഈ കവിതയിലെ കഥയായിത്തീരുന്നത്. തന്റെ അനുരാഗംകൊണ്ടു സമുദായത്തിന്റെ ഏതാനും സെന്ററിൽ സ്വർഗ്ഗം രചിക്കാം എന്നു ഒരു നിമിഷം വൈലോപ്പിള്ളിയും കരുതുന്നുണ്ട്.

*"താണവർഗ്ഗത്തിലാകിലും സ്വച്ഛ*
*മാനസഗ്രാമ പുഷ്പമേ നിന്നെ*
*മോതിരക്കൈ പിടിച്ചു ഞാനേറ്റം*
*മേദുരപ്രേമമെന്റെ നാകത്തിൽ*
*മാറ്റ,മാദർശശുദ്ധിതൻ മുന്നിൽ*
*മാനവക്കെട്ടുനീതികളെല്ലാം."*

ബോധപൂർവ്വമല്ലാത്ത ഇത്തരം ചരിത്രവഞ്ചനകളെക്കുറിച്ച് കവിയുടെ കാമുകിക്ക് ഉണ്ടായിരുന്ന സ്ത്രൈണവും വൈകാരികവുമായ ഉൾക്കാഴ്ച

തന്നെയാണ്, കണ്ണിലെഴുതിയ മഷിയല്ല, ചരിത്രത്തിന്റെ മഷിയാണ് അവരുടെ കണ്ണുകളിൽ തെളിയുന്നത് എന്ന് പിന്നീട് സ്പഷ്ടമാകുന്നു.

*"പക്ഷ്മളങ്ങളാം കൺകളിലേതോ*
*ദുഃഖഭാവ നിഴൽപെട്ടവോളെ*
*(ഹാ, വിഷാദമതേതു വിദൂര-*
*പൂർവ്വജന്മ പുനഃസ്മൃതിയാവോ?")*

തലമുറകളായി പാവങ്ങളുടെ ജീവിതത്തിൽ പരാജയപ്പെടുന്ന ഈ പരീക്ഷണമാണ് അവളുടെ മ്ലാനതയായിത്തീരുന്നത് എന്ന് സൗന്ദര്യാത്മക ദർശനങ്ങളെ മാറ്റിനിർത്തി ഇന്നു നമുക്കറിയാം. തന്റെ കടുത്ത സിനിസിസംകൊണ്ടു തൊഴിലാളിക്കും ഇതറിയാം. സ്നേഹത്തിനുവേണ്ടി മാനവും വയറിനുവേണ്ടി ശരീരവും വിൽക്കപ്പെടുന്നു എന്ന് അയാൾ ചടുലമായി അറിയുന്നു.

*"പൊൻപണത്തിനു മാനത്തെ വിറ്റ്*
*നിൻ വയർ നീ നിറക്കയോ ബാലേ."*

'കുടിയൊഴിക്ക'ലിന്റെ അഞ്ചും ആറും ഖണ്ഡങ്ങളിൽ കവിയെ ജനതയുടെ ഭൂപടത്തിൽ എങ്ങിനെയാണ് അടയാളപ്പെടുത്തേണ്ടത് എന്ന ദന്തഗോപുരപ്രശ്നം പല വരികളിലും പ്രത്യക്ഷപ്പെടുന്നുണ്ട്. കവിയെ ഒരു രാജ്യത്തിന്റെ സർവ്വാംഗീണമായ വസന്തമായോ ഒരു രാജ്യത്തിന്റെ തലസ്ഥാനമായോ കാണാം. കവി പാണനും ഓണപ്പാട്ടുകാരനും ആണ് എന്ന ഉപദർശനങ്ങൾ വൈലോപ്പിള്ളിയുടെ പല കവിതകളിലും കാണാം. കവി ആനയാണെന്നും ഉൽസവപ്പറമ്പുകളിൽ ആന ഇടയുന്നു എന്നും ഇടയുന്ന ആനയുടെ വാസിതമായ മദദ്രവമാണ് കവിത എന്നും ഉള്ള കാഴ്ചപ്പാടും വൈലോപ്പിള്ളിയിലുണ്ട്. 'കുടിയൊഴിക്കൽ' എന്ന പ്രായംചെന്ന കവിതയിൽ ഈ ആനയുടെ തലയിൽ വിളയുന്നത് സുഗന്ധദ്രവം മാത്രമല്ല, ജ്ഞാനത്തിന്റെ കുറ്റമറ്റ മുത്തുകളുംകൂടിയാണ്.

*"എന്റെ മസ്തിഷ്ക സാനുവിലെല്ലാം*
*ചിന്തതൻ നറുമുത്തുകൾ മിന്നി."*

എന്ന വരികൾ വൈലോപ്പിള്ളിക്കവിതയിലെ ഡൈഡാക്റ്റിക്ക്-ഉപദേശാത്മക-സ്വഭാവം സൂചിപ്പിക്കുന്നു. ഈ മുത്തുകളാണ് ചീവീടുകളുടെ പാട്ടിൽ, അവസാനഖണ്ഡത്തിൽ സമാഹരിച്ചിട്ടുള്ളത്. ഇങ്ങനെ സമാഹരിക്കാത്ത മദജലം 'സഹ്യന്റെ മകൻ' എന്ന കവിതയിൽക്കൂടി ഒഴുകുകയും ചെയ്യുന്നു. എതിർക്കുവാനും അനുസരിക്കുവാനും രണ്ടു പിതൃസ്വരൂപങ്ങൾ, രണ്ടു ദൈവങ്ങൾ വൈലോപ്പിള്ളിക്കുണ്ട്. പുത്രസങ്കടം സഹിയാത്ത സഹ്യനും വിളി കേൾക്കാതെ മണിക്കോവിലിൽ ഇരിക്കുന്ന ദൈവവും ആണ് ഈ രണ്ടു പിതൃസ്വരൂപങ്ങൾ. കവിതയുടെ

ധർമ്മത്തെക്കുറിച്ചുള്ള വൈലോപ്പിള്ളിയിലുള്ള സംഘർഷം, ആർനോൾഡിന്റേയും ചങ്ങമ്പുഴയുടേയും സാന്നിദ്ധ്യമായി അഞ്ചാം ഖണ്ഡത്തിൽ എത്തിനോക്കുന്നുണ്ട്. "ചിന്തിതമായ് കഥിതമായുള്ളതെന്തിലും" ശ്രേഷ്ഠമായതാണ് കവിത എന്ന് ആർനോൾഡിയൻ ഗുരുസങ്കല്പം,

*"കനിവന്റെ കണ്ണുനീർ കലരാത്ത*
*കരളിന്റെ കവിതയിതൊക്കെയും കപടമല്ലെ?"*

എന്നിങ്ങനെ ചങ്ങമ്പുഴയുടെ ജനകീയ സങ്കല്പവുമായി ഏറ്റുമുട്ടുകയും അങ്ങനെ ഈ ഖണ്ഡം കവിതയുടെ ധർമ്മത്തെക്കുറിച്ചുള്ള ചോദ്യമായി അവശേഷിക്കുകയും ചെയ്യുന്നു.

ബിംബങ്ങളുടെ ഈ പ്രയാണം നിറവേറുന്നത് ആദ്യം തൊഴിലാളി ക്കുടിലിന്റെയും പിന്നീട് ലോകത്തിന്റെയും തീപ്പിടുത്തത്തോടുകൂടിയാണ്. ഈ രണ്ടു ബിംബങ്ങളും കവിതയിലെ സ്ഥായിയായ രത്യാത്മകപ്രതീകങ്ങളോടു ബന്ധപ്പെട്ടിരിക്കുന്നു.

നാലാം ഖണ്ഡം വായിച്ചുതീരുമ്പോൾ അതിൽ കത്തിയെരിഞ്ഞ വീട് ഒരു മനുഷ്യന്റെ കൂട് ആണ് എന്നും കത്തിയത് വാസ്തവത്തിൽ കാമുകിയുടെ ചാരിത്രമാണ് എന്നും മനസ്സിലാകാതെയിരിക്കില്ല. ചരിത്രം വഞ്ചിക്കപ്പെടുന്നു എങ്കിലും ആരാണ് ചരിത്രത്തെ വഞ്ചിച്ചത് എന്ന് പേശലസംശയം ഈ ഖണ്ഡത്തിലുണ്ട്.

*"വീടു കാവലാം നിൻചെറുപയ്യൻ*
*വീഡി വായിൽ വിപത്തു കത്തിക്കേ."*

എന്ന വരികളെ,

*"നീയെരിച്ചതിൽ പിന്നെയാണല്ലോ*
*തീയെരിച്ചത,സ്സാധുവിൻ മാടം."*

എന്ന വരികൾകൊണ്ടു തിരുത്തുകയും ചെയ്യുന്നുണ്ട്. ഇനിയും ഈ രംഗത്തിന്റെ പ്രതീകാത്മകഘടനയെക്കുറിച്ചു സംശയമുള്ളവർക്ക് സൗകര്യം പോലെ ഈ വരികൾ വായിച്ചുനോക്കാം.

*"പാർത്തു ഞാൻ തിരിച്ചെത്തവേ-നിന്റെ*
*പാഴ്ക്കുടിലിൻ കരിന്തുട മാത്രം."*

വിപ്ലവത്തെ വിവരിക്കുന്ന ആറാം ഖണ്ഡത്തിൽ കുടിയൊഴിക്കപ്പെട്ട, പൂർണ്ണമായും അകിഞ്ചനാക്കപ്പെട്ട തൊഴിലാളിയും നീരാവിപോലെ അയാൾ സംഘടിക്കുന്ന ആകാശമാർഗ്ഗങ്ങളും ആകാശത്തിന്റെ മുദ്രാവാക്യങ്ങളും സർഗ്ഗാത്മക സംഹാരമായ മഹാപ്രളയവും സംഭവിക്കുന്നു. അവരുടെ പന്തങ്ങളും അവരുടെ പ്രാകൃതത്വവും അവരുടെ നഗ്നതയും ഈ രംഗത്തെ പ്രാഥമിക ജൈവതലത്തിലേക്ക് എത്തിക്കുന്നുണ്ട്.

*"താണനാമാദി മാനുഷരോളം,"*

എന്നു കവിതന്നെ ഇക്കാര്യം ഓർമ്മിക്കുന്നു. പരിഷ്കൃത മനുഷ്യൻ വീണ്ടും മൃഗമായിത്തീരുന്നത് യുദ്ധത്തിലും രതിയിലുമാണ് എന്നുകൂടി ഓർക്കുമ്പോൾ ഈ സന്ദർഭത്തിന്റെ അർത്ഥം പൂർണ്ണമാകും.

*"ആളിതാണാളിതാ'ണെന്നു നീയാ-*
*ക്കാളിടും പന്തമെൻ നേർക്കു ചൂണ്ടി*
*ആവിയായിതെൻ പ്രാണ,നമ്മട്ടിൽ*
*കൂവിയാർത്തിതക്കുൽസിതസംഘം."*

തൊഴിലാളിയാൽ പരാജിതനായി, കാമുകിയാൽ അപമാനിതനായി, ജീവരക്തംപോലും ഊറ്റിയെടുക്കപ്പെട്ട മണ്ണായി, നീരായിത്തീരുന്ന കവിയുടെ പുനർജ്ജനിയാണല്ലോ ചീവീടുകളുടെ പാട്ടായിത്തീരുന്നത്. കവിത മണ്ണിനടിയിൽനിന്നു ഉയരുന്ന ശബ്ദമാണ്, അന്തർവാഹിനിയായ സരസ്വതിയാണ്, രാത്രികളുടെ ഭാഷയാണ് എന്ന വൈലോപ്പിള്ളിയുടെ ദർശനങ്ങളെ ഈ അന്വേഷണത്തിൽ ഉൾപ്പെടുത്തേണ്ടതല്ല.

1988

# തൊടുന്ന രേഖകൾ തൊടാത്ത രേഖകൾ

വൈലോപ്പിള്ളിക്കവിത ഇന്നു നിരന്തരമായി ചർച്ച ചെയ്യപ്പെടുന്നുണ്ട്. മരണാനന്തര ചർച്ചകൾക്കു വന്നു ചേരാറുള്ള ഒരു സവിശേഷത അവയെല്ലാം പ്രശംസയായി മാറുന്നു എന്നതാണ്.

*"അപ്പാവം ജീവിച്ച നാൾ*
*അവനെ തുണക്കാഞ്ഞോർ*
*തൽ പ്രാണനെടുത്തപ്പോൾ*

താങ്ങുവാൻ മുതിർന്നെത്തി''ച്ചേർന്ന കഥയും വൈലോപ്പിള്ളി 'അരിയില്ലാഞ്ഞിട്ട്' എന്ന പഴയ കവിതയിൽ പാടിയിട്ടുണ്ട്. എങ്കിലും കാവ്യനിരൂപണം മാത്രമല്ല ഏതു നിരൂപണവും മൗലികമായി വസ്തുതാപരമായിരിക്കണം. അത് പല മാനങ്ങളേയും സ്പർശിക്കാം. പക്ഷേ, ഏതു മാനത്തെയും ഏതു തലത്തെയും സ്പർശിക്കുന്നതായാലും നിരൂപണം കവിത എന്ന വസ്തുതയുമായി, കവിതയെ സ്രവിപ്പിച്ച കവി എന്ന വ്യക്തിയുമായി, കവിത ഏതു കാലഘട്ടത്തിന്റെയും സമുദായത്തിന്റെയും ഉല്പന്നമാണോ ആ കാലഘട്ടവും സമുദായവുമായി, രക്തബന്ധം പുലർത്തിയിരിക്കണം എന്നതിന് യാതൊരു സംശയവുമില്ല. അതുകൊണ്ട് വൈലോപ്പിള്ളിയെ അളക്കുമ്പോൾ, വൈലോപ്പിള്ളിയെ കണ്ടെത്തുമ്പോൾ അദ്ദേഹത്തെ വ്യക്തിപരമായും സാമുദായികമായും സ്വാധീനിച്ച മറ്റു കവികളെയും കാലത്തെയുംകൂടി കണ്ടേ പറ്റൂ. 'കുടിയൊഴിക്കൽ' 1952-ലാണ് പുസ്തകരൂപത്തിൽ പ്രസിദ്ധീകരിക്കുന്നതെങ്കിലും അതു തൊള്ളായിരത്തി നാല്പതുകളുടെ അവസാനത്തിൽ പ്രസിദ്ധീകൃതമായ കവിതയാണ്. അതിനു തൊട്ടുമുമ്പ് പുന്നപ്ര വയലാർ സമരവും കൽക്കത്ത തീസിസും ഇന്ത്യയിലുണ്ടായ സവിശേഷമായ

സാഹചര്യങ്ങളും വളരെ കൃത്യമായി പറഞ്ഞാൽ ഇടപ്പള്ളി സ്റ്റേഷൻ ആക്രമണവും കൂടിയുണ്ട്. അതുകൊണ്ട് കവിത സ്വർഗ്ഗത്തിൽ നിന്നും ജനിക്കുന്നു എന്ന് പറയാറുണ്ടെങ്കിലും കവിത മിക്കപ്പോഴും മണ്ണിൽനിന്നുതന്നെയാണ് കിളിർക്കുന്നത്. ഇത്തരം മർദ്ദകമായ ഒരു ചരിത്രഘട്ടത്തിലാണ് വൈലോപ്പിള്ളി 'കുടിയൊഴിക്കൽ' എഴുതുന്നത്. അതിന് ആധാരമായ ഭൗതിക സംഭവത്തെ ക്കുറിച്ച് വൈലോപ്പിള്ളി മരിച്ചതിനുശേഷം ചില പ്രസ്താവനകൾ ഉണ്ടായിട്ടുണ്ട്. ഒരു കവി വിവരിക്കുന്ന സംഭവം യഥാർത്ഥത്തിൽ നടന്നതാണോ എന്നത് വാസ്തവത്തിൽ കവിതയിലെ കുറ്റാന്വേഷണ പ്രശ്നമാണ്, കവിതാ നിരൂപണമല്ല. മറിച്ച്, വൈലോപ്പിള്ളി തന്റെ സവിശേഷമായ ജീവിതാവസ്ഥയെ, ഭൗതികാവസ്ഥയെ, ചിത്രീകരിക്കുവാൻ, സാധൂകരിക്കുവാൻ സ്വയം ആവിഷ്കരിക്കുവാൻ എന്തു ചെയ്തു എന്നതാണ് നമ്മെ സംബന്ധിച്ചിടത്തോളം പ്രധാനപ്പെട്ട കാര്യം.

ഈ കൃതിക്ക് വൈലോപ്പിള്ളിയുടെ മറ്റ് കൃതികളെപ്പോലെതന്നെ വൈലോപ്പിള്ളിയുടേതായ ചില സവിശേഷതകളുണ്ട്. '*കന്നിക്കൊയ്ത്ത്*' എന്ന കവിതയുടെ അവസാനത്തിലുള്ളതുപോലെ 'കുടിയൊഴിക്ക'ലിന്റെ അവസാനത്തിലും ഈ ഒരു സവിശേഷമുണ്ട്-- 'ചീവീടുകളുടെ പാട്ട്'. അത് ഒരു ഉപദേശാത്മകഖണ്ഡമാണ്. എങ്ങനെയാണ് ലോകചരിത്രം രൂപപ്പെടുത്തേണ്ടത് എന്നതിനെക്കുറിച്ചുള്ള കവിയുടെ സങ്കല്പമാണ് 'ചീവീടുകളുടെ പാട്ടി'ലുള്ളത്. ഈ കൃതിയിലെ ഏറ്റവും അപ്രസക്തമായ, മിക്കവാറും വ്യർത്ഥമായ ഭാഗം അതാണ്. കാരണം എന്തുകൊണ്ടോ നമ്മുടെ കവികളുടെ സുവിശേഷങ്ങൾക്ക് അനുസരിച്ചല്ല ലോകചരിത്രം രൂപപ്പെടുന്നത്. ഒരുപക്ഷേ, രൂപപ്പെടേണ്ടതും. അതിലുള്ള സന്ദേശം, അതിലടങ്ങിയ ലോകപരിവർത്തനബോധം, ഈ പരിവർത്തനത്തിന്റെ രീതിയെക്കുറിച്ചുള്ള താളബോധം ഇവയെല്ലാം നാം സ്വീകരിക്കണമോ എന്നത് പ്രയാസമുള്ള കാര്യമാണ്. നേരെമറിച്ച്, ഒരു കാലഘട്ടത്തിലെ ഒരു സവിശേഷമായ മാനസികാവസ്ഥയെ ചിത്രീകരിക്കുവാൻ വളരെ സങ്കീർണ്ണമായതും, സങ്കീർണ്ണമായിരിക്കെ സമഗ്രമായതുമായ രൂപം കണ്ടെത്തുവാൻ ഉള്ള ശ്രമംകൂടി 'കുടിയൊഴിക്ക'ലിലുണ്ട്. കാരണം, വലിയ സത്യങ്ങൾ പലപ്പോഴും വളരെ സരളമാണ് എന്നതുപോല ചെറിയ സത്യങ്ങൾ പലപ്പോഴും സങ്കീർണ്ണവും ആയിത്തീരാറുണ്ട്. ഇത്തരം സങ്കീർണ്ണമായൊരു മാനസികാവസ്ഥയെ ചിത്രീകരിക്കുവാൻ 'കുടിയൊഴിക്ക'ലിൽ ശ്രമിച്ചിരിക്കുന്നു എന്നു കാണാം. ഇടത്തരക്കാർ ആരോടാണ് ചേർന്നുനിൽക്കേണ്ടത് എന്ന പ്രശ്നമാണ് നാം ഓർക്കേണ്ടത്. നാല്പതുകളുടെ അവസാനം പുരോഗമന

സാഹിത്യപ്രസ്ഥാനത്തിന്റെ അവസാനംകൂടിയാണ്. അതുകൊണ്ട് തൊള്ളായിരത്തി നാല്പതുകളുടെ അവസാനത്തിൽ നിറഞ്ഞുനിന്നിരുന്ന ചോദ്യം സാഹിത്യകാരൻ ഏതു ചേരിയിൽ നിൽക്കണം എന്നതാണ്. ഇത് ഒരു പശ്ചാത്തലമാണ്. രണ്ടു ചേരിയുണ്ടെന്നും അത് ഉള്ളവന്റെയും ഇല്ലാത്തവന്റെയും ചേരിയാണെന്നും ഉള്ളവനെന്നു നടിക്കുകയും യഥാർത്ഥത്തിൽ ഇല്ലാത്തവനായിരിക്കുകയും ചെയ്യുന്ന ഇടത്തരക്കാരൻ എവിടെയാണ് നിൽക്കേണ്ടത് എന്ന മൗലികമായ ചോദ്യമാണ് ഇത്. ഇതിനുള്ള ഒരു ഉത്തരം, ഒരുപക്ഷേ, ഉത്തരമില്ലാത്ത ഉത്തരമാണ് 'കുടിയൊഴിക്കൽ' എന്നുപറയാം. ഇതിന്റെ ഉത്തരം ഈ കാവ്യത്തിൽ നിശ്ചലതയാണ്; നിശ്ചലതയുടെ പര്യായമായ മൃതിയാണ്; മൃതിക്കുശേഷമുള്ള സാമഗാനമാണ്. അതുകൊണ്ടാണ് അതൊരുത്തരമാണോ എന്നു സംശയിക്കുന്നുവെന്ന് ഞാൻ പറയുന്നത്. അതിനുള്ള കവിയുടെ ഉത്തരം മൗനമാണ്.

ചരിത്രം എന്ന നീണ്ട ഘോഷയാത്രയിൽ സ്തബ്ധനായ മനുഷ്യന് എന്തു സംഭവിക്കുന്നുവോ അത് സ്വാഭാവികമായും കവിക്കും സംഭവിക്കുന്നു. കവി വീഴുകയും, കവി നമ്മുടെ ചരിത്രത്തിന്റെ മഹാകുംഭമേളയിൽ ചവിട്ടി അരയ്ക്കപ്പെടുകയും ചെയ്യുന്നു. തിളയ്ക്കുന്ന ചരിത്രം ഒരു മഹാകുംഭമേളയാണ്, ഒരർത്ഥത്തിൽ രതിമൂർഛയാണ്. വിപ്ലവത്തിന്റെ മഹാപ്രസ്ഥാനത്തിന്റെ ചവിട്ടിയരക്കപ്പെടുന്ന ഒരു ജീവിതത്തിന്റെ ചവിട്ടിയരയ്ക്കാൻ കഴിയാത്ത ശബ്ദം ചീവീടുകളുടെ ശബ്ദമായി അന്തിമഘട്ടത്തിൽ പുനർജ്ജനിക്കുന്നു എന്നാണ് കവി കരുതുന്നത്.

*"പൊയ്പോയ കാലമേ എന്നിലൊളിച്ച നീ*
*ചൊല്പൊങ്ങും ഭാവിയെയാശ്ലേഷിപ്പാൻ"*

കവിതയെപ്പറ്റി വൈലോപ്പിള്ളിക്ക് എന്നും ഈ ധാരണ ഉണ്ടായിട്ടുണ്ട്. കാട്ടിൽ ആനകൾ നടന്നുപോകുമ്പോൾ ആനകളുടെ ചവിട്ടടിയേറ്റ് ലില്ലിച്ചെടികൾ അമർന്നുപോവുകയും ഭൂമിയിൽ അത് ആഴ്ന്നു കിടക്കുകയും ആദ്യത്തെ മഴയ്ക്ക് വീണ്ടും തെഴുക്കുകയും വീണ്ടും പൂക്കുകയും ചെയ്യുന്നു എന്ന് വൈലോപ്പിള്ളി 'ലില്ലിപ്പൂക്കൾ' എന്ന കവിതയിൽ പറയുന്നുണ്ട്. അതുകൊണ്ട് ചവിട്ടിയരയ്ക്കപ്പെടുന്നതെല്ലാം മരിക്കുന്നില്ലെന്നും ദുർബ്ബലമായ ലില്ലിയെപ്പോലെതന്നെ ദുർബ്ബലമായ കവിതയും അതീവശക്തമാണെന്നും, അതു ചവിട്ടുമ്പോൾ ഭൂമിയുടെ അടിയിലേക്ക് പോവുകയും ഭൗതികമായ, സാമാന്യമായ മൃത്യു സ്വയം വരിക്കുകയും അതിനുശേഷം ആദ്യത്തെ ഋതു പ്പകർപ്പിന്റെ വിളികേൾക്കുമ്പോൾ വീണ്ടും ഉണർന്നു തന്റെ വാൾമുനപോലെ മൂർച്ചയേറിയ ഇലകളും പൂക്കളും പുറത്തുകൊണ്ടുവരികയും ചെയ്യുന്നു എന്നുമാണ് 'ലില്ലിപ്പൂക്കൾ' എന്ന കവിതയിൽ

വൈലോപ്പിള്ളി പറയുന്നത്. വൈലോപ്പിള്ളിക്കുമാത്രമല്ല, എന്നും ഇത്തരമൊരു സങ്കല്പം ഉണ്ടായിരുന്നു. കവികളുടെ സങ്കല്പങ്ങൾ ശരിയായിക്കൊള്ളണം എന്നില്ല. ഓരോ കവിക്കും സങ്കല്പം ഓരോന്നാണ്. കവികളുടെ സങ്കല്പം കേവലസങ്കല്പമല്ല. അതുകൊണ്ട് വൈലോപ്പിള്ളി കവിത അന്തർവാഹിനിയൊന്നും, അന്തർവാഹിനിയായിത്തീരുന്ന പാവനസരസ്വതി പിന്നീട് എപ്പോഴെങ്കിലും പുറത്തുവരികയും ചെയ്യുന്നു വെന്നും സങ്കല്പിക്കുന്നു. അതൊരു ത്രിവേണിസംഗമമാണ്. ജീവിതമെന്നത് ഒരു പരന്ന കമ്പക്കളിയല്ല. മറിച്ച് ഇടയ്ക്ക് മുത്തുകൾ വിളയുന്നതും പിന്നീട് ശൂന്യവിരസമായി തുടരുന്നതും ആയ ഒരു അത്ഭുതമാണെന്ന റൊമാന്റിക് ഇമേജറിയാണ് വൈലോപ്പിള്ളി സ്വീകരിച്ചുപോന്നിട്ടുള്ളത്. അതായത്, ജീവിതത്തിലെ സാകല്യമായ മൂല്യമല്ല ജീവിതമൂല്യം, ചില അസുലഭ മുഹൂർത്തങ്ങളുടെ മൂല്യമാണ്. “സാരമായവ ചില മുന്തിയ സന്ദർഭങ്ങൾ അല്ല, മാത്രകൾ മാത്രം'' സ്നേഹത്തിന്റെ മുഹൂർത്തം, കവിതയുടെ മുഹൂ ർത്തം, സ്നേഹഭംഗത്തിന്റെ മുഹൂർത്തം, പിന്നെ പ്രധാനപ്പെട്ട മുഹൂർത്തം-മരിക്കുന്ന മുഹൂർത്തം. വൈലോപ്പിള്ളി അതിനെ ഉജ്ജ്വല മുഹൂർത്തം എന്നും പറയുന്നു. ‘ഉജ്ജ്വലമുഹൂർത്തം’ എന്ന കവിത പല തരത്തിൽ ചർച്ച ചെയ്യപ്പെട്ട ഒരു കവിതയാണ്. ഈ മുഹൂർത്തസങ്കല്പം, എല്ലാ നിമിഷങ്ങളും ഒരുപോലെയല്ല എന്നും ചില നിമിഷങ്ങൾ വൈരമാണ് എന്നും ബാക്കി കൽക്കരിയാണ് എന്നുമുള്ള ആശയം വൈലോപ്പിള്ളിക്കവിതയിൽ ഉടനീളം കാണാം. ഇതു കുറച്ചുകൂടി വിശദീകരിച്ചു പറഞ്ഞാൽ പ്രകൃതി ചില ആളുകളെ അവരുടെ തലയിൽ മുത്തു വിളയിക്കാൻവേണ്ടി തെരഞ്ഞെടുക്കുന്നു എന്നതാണ്.

*“എന്റെ മസ്തിഷ്കസാനുവിലെല്ലാം*
*ചിന്തതൻ നറുമുത്തുകൾ മിന്നി”*
*(കുടിയൊഴിക്കൽ)*
*“സ്വർഗ്ഗസുഗന്ധിച്ചുണ്ടുകളാൽ തൻ*
*കൊക്കിലുരുമ്മിച്ചുംബിക്കേ*
*പുളകം പൂണ്ടവനൊന്നു തരിച്ചു*
*പുലരിത്താമര മലർപോലെ,”*
*(വർക്കത്തുകെട്ട താറാവ്)*

എല്ലാ ചിപ്പിക്കും മുത്തുണ്ടാവില്ല എന്നും ചിലർ മാത്രമാണ് മുത്തു വിളയുവാൻ വിധിക്കപ്പെട്ടവരെന്നും അതുകൊണ്ട് കവികൾ തിരഞ്ഞെടുക്കപ്പെട്ട മനുഷ്യരാണ് എന്നും ഉള്ള ബോധം കവികൾക്കുണ്ട്. വേറൊരു തരത്തിൽ പറഞ്ഞാൽ വേദനിക്കാനായി തെരഞ്ഞെടുക്കപ്പെട്ടവനാണ്, വേനലിനെ കനിയായി മാറ്റുവാൻ തിരഞ്ഞെടുക്കപ്പെട്ടതാണ് എന്ന ബോധം

*“തുംഗമാം മീനച്ചൂടാൽ*
*തൈമാവിൻ മരതക*
*കിങ്ങിണി സൗഗന്ധിക*
*സ്വർണ്ണമായ് തീരും മുമ്പേ.”*

ഈ ലോകത്തിൽ ഒരുപാട് സുഖമുള്ളപ്പോൾ താൻ മാത്രം ദുഃഖിക്കുന്നു എന്ന ബോധം കവികൾക്കുണ്ടാകാറുണ്ട്. ചങ്ങമ്പുഴയോട് പലരും ചോദിക്കാറുണ്ട്, ഞങ്ങൾക്കൊന്നുമില്ലാത്ത ദുഃഖം നിങ്ങൾക്കുമാത്രം എവിടെനിന്നുവരുന്നുവെന്ന്. ഇതു വളരെ സരളമായ, ഋജുവായ ഒരു ചോദ്യമാണ്. പ്രകൃതി മനുഷ്യരെ വേദനിപ്പിക്കുവാനായി തിരഞ്ഞെടുക്കുന്നുവെന്നും വേദനിപ്പിച്ച്, അവരുടെ ഹൃദയത്തിൽ ഒരു മുത്തുണ്ടാക്കിത്തീർക്കുന്നുവെന്നും, വേദനിപ്പിക്കുവാൻ, നിഷേധിക്കുവാൻ, നിരാകരിക്കുവാൻ, സർവ്വം ത്യജിക്കുവാൻ തെരഞ്ഞെടുക്കപ്പെട്ട ലൗകികനാണ് താൻ - സന്യാസിയല്ല - എന്നുള്ള വിശ്വാസം വൈലോപ്പിള്ളിക്കുണ്ട്. അതുകൊണ്ട് താൻ ഒറ്റയാനാണ് എന്നും തന്റെ തലയിൽ സ്വപ്നങ്ങൾ വിരിയുന്നു എന്നുമുള്ള സങ്കല്പവും തന്നെപ്പോലുള്ളവരുടെ തലയിൽ വിരിയുന്ന സങ്കല്പങ്ങളാണ് നാളത്തെ യാഥാർത്ഥ്യങ്ങളായി തീരുന്നതെന്നുമുള്ള വിശ്വാസവും - “രാക്കിനാവുകളല്ലീ സുപ്രഭാതത്തിൻ പൂവുകളെല്ലാം”- എന്ന ആശയം വൈലോപ്പിള്ളിക്കവിതയിൽ പല ഭാഷയിൽ വന്നുകൊണ്ടിരുന്നു. അതുകൊണ്ട് ‘കുടിയൊഴിക്കൽ’ ഒരു സാധാരണമായ ജന്മി-കുടിയാൻ ബന്ധത്തിന്റെ കഥയാണ് എങ്കിലും അതു തിരഞ്ഞെടുക്കപ്പെട്ട വേദനയുടെ സങ്കീർണ്ണമായ, ഗംഭീരമായ അനുഭവമായിത്തീരുന്നു. അത് യൗവനത്തിലെ ഒരു സാധാരണ സംഭവത്തെ ഒരസാധാരണ ശില്പമായി, ഒരസാധാരണ വാങ്മയമായി കൊരുത്തെടുക്കുവാനുള്ള സാഹസം ഏറ്റെടുക്കുകയും അതു രൂപപ്പെടുത്തുകയും ചെയ്തു എന്നുള്ളതാണ് വൈലോപ്പിള്ളി തന്റെ കാലഘട്ടത്തോട് ചെയ്ത പ്രതികരണം. വിപ്ലവത്തിന്റെ ചരിത്രപരമായ ക്രൂരസൗഭാഗ്യങ്ങളെക്കുറിച്ച് വൈലോപ്പിള്ളി ബോധവാനായിരുന്നുവെന്നും ഈ കവിത വിളംബരം ചെയ്യുന്നു. ജന്മി-കുടിയാൻ ബന്ധത്തിലുണ്ടാകുന്ന ആചാരമര്യാദകളും അതുകൊണ്ട് നെയ്തെടുക്കുന്ന കാവ്യസങ്കല്പങ്ങളും ഒക്കെയടങ്ങിയ ഒരു ബോധം വൈലോപ്പിള്ളിയുടെ പിന്നിലുണ്ട്. അതു മിക്കവാറും ചോദ്യം ചെയ്യപ്പെടുന്ന, ഭൗതികമായും ആത്മീയമായും ചോദ്യം ചെയ്യപ്പെടുകയും ഉടമ ആരാണ് എന്നുള്ള പരമമായ ചോദ്യം ചോദിക്കപ്പെടുകയും ചെയ്യുന്ന, കാലഘട്ടത്തിലാണ് വൈലോപ്പിള്ളി ജീവിച്ചത്. ഇതൊരു ആത്മീയാവസ്ഥയാണ്. വൈലോപ്പിള്ളിയുടെ കാവ്യപരമായ അവസ്ഥ വൈലോപ്പിള്ളിയുടെ അവസ്ഥ എന്നു പറയുമ്പോൾ, കവികളുടെ

ക്ലാസ്സിൽ ഏതു ബെഞ്ചിലാണ് വൈലോപ്പിള്ളി ഇരുന്നത് എന്നുകൂടി ശ്രദ്ധിക്കേണ്ടതുണ്ട്. ബെഞ്ചിൽ ഇരിക്കുമ്പോൾ മറ്റുള്ളവർ തള്ളിയിടാൻ നോക്കും. ഇങ്ങനെ തന്നെ ആരെല്ലാമോ തള്ളിയിടാൻ നോക്കുന്നു എന്ന ബോധം വൈലോപ്പിള്ളിക്കുണ്ട്. നമ്മുടെ ഇരിപ്പിടം ഇങ്ങനെ അസ്വസ്ഥമായിത്തീരുന്നു എന്നർത്ഥം. സിംഹാസനത്തിൽ നമുക്ക് രണ്ടുകൈയ്യുംവെച്ച് ഇരിക്കാം, രാജാവിനെപ്പോലെ, കേരളവർമ്മ ഇരുന്നതുപോലെ.

എൻ.വി.കൃഷ്ണവാരിയർ ഇത്തരം കവികളെ പതിമൂന്നര സെന്റിൽ കൃഷിചെയ്യുന്നവർ എന്ന് അന്നത്തെ ശൈലിയിൽ വിളിച്ചു. പതിമൂന്നര സെന്റിൽനിന്ന് എന്തുണ്ടാക്കി എടുക്കാം എന്നതായിത്തീരുന്നു പ്രധാന ചോദ്യം. ഇങ്ങനെ ഇരുവശവും മർദ്ദിക്കപ്പെടുന്ന ഒരവസ്ഥ വൈലോപ്പിള്ളിക്ക് തീർച്ചയായും ഉണ്ട്. ഇതു നാം ശ്രദ്ധിക്കാതെ പോവുന്ന വളരെ പ്രധാനപ്പെട്ട ഒരു ഘടകമാണ്. അതു വൈലോപ്പിള്ളിയുടെ കാവ്യത്തെ നിർവചിക്കാനുള്ള, കാവ്യസ്വരൂപത്തെ നിർവചിക്കാൻ ആവശ്യമായ വസ്തുതയും ആണ്.

ഒരു ചരിത്രാവസ്ഥയോട് വൈലോപ്പിള്ളി എങ്ങിനെ പ്രതികരിച്ചു? പ്രതികരണങ്ങൾ പലവിധത്തിൽ ഉണ്ടാകാം, അനുകൂലമായും പ്രതികൂലമായും സ്തബ്ധമായും. മിക്കവാറും, ചങ്ങമ്പുഴയുടെ എല്ലാ പ്രതികരണവും നേരിട്ടുള്ളതായിരുന്നു. കവിതയിൽ മാത്രമല്ല, എല്ലാ അനുഭവങ്ങളോടും ഉള്ള പ്രതികരണം സംശയത്തിന്റേതല്ല, വിശ്വാസത്തിന്റേതാണ്, അതു ചടുലമാണ്. നൈമിഷികമാണ്, വൈകാരികമായി യഥാർത്ഥമാണ്. ചങ്ങമ്പുഴയെക്കുറിച്ചുണ്ടായിരുന്ന ഒരു പഴയ ആരോപണം ചങ്ങമ്പുഴ പല കാലത്തും പല തത്ത്വശാസ്ത്രങ്ങൾ പറഞ്ഞു എന്നുള്ളതാണ്. എല്ലാ കാലത്തേക്കും പറ്റിയ തത്ത്വശാസ്ത്രങ്ങൾ ഉണ്ടോ എന്നറിയില്ല. ചങ്ങമ്പുഴ തന്റെ മനസ്സിനെ ത്രസിപ്പിച്ച എല്ലാ സംഭവങ്ങളോടും പ്രതികരിക്കുകയും പ്രതികരിക്കുമ്പോൾ വളച്ചുകെട്ടില്ലാതെ പ്രതികരിക്കണം എന്നു കരുതുകയും അതുകൊണ്ടുതന്നെ വൈകാരികമായ, ചടുലമായ, സത്യസന്ധത പുലർത്തിപ്പോരുകയും ചെയ്ത ഒരാളാണ്. ചങ്ങമ്പുഴയ്ക്ക് ഇല്ല എന്നു നാം പറയുന്നത് ബൗദ്ധികമായ സത്യസന്ധതയാണ്. പക്ഷേ അദ്ദേഹത്തിന് വൈകാരികമായ സത്യസന്ധത ഉണ്ടായിരുന്നു. അതുകൊണ്ട് ചങ്ങമ്പുഴ താൻ കണ്ടുമുട്ടുന്ന എല്ലാവരേയും സ്നേഹിക്കുകയും പിരിഞ്ഞുപോകുമ്പോൾ ആ സ്നേഹം അഴിഞ്ഞുപോകുകയും ചെയ്യുന്നു. ഇതാണ് വൈകാരികമായ, നൈമിഷികമായ സത്യസന്ധത. വൈലോപ്പിള്ളിക്കവിത ഉയർന്നുനിൽക്കുന്നത് വൈകാരികമായ തലത്തിലല്ല മറിച്ച് ഒരർത്ഥത്തിൽ ഉപദേശാത്മകവും ബൗദ്ധികവുമായ

തലത്തിലാണ്. ചങ്ങമ്പുഴ ജീവിതത്തോട് നേരിട്ടു പ്രതികരിക്കുകയും മാറിമാറി പ്രതികരിക്കുകയും ചെയ്തു. ചങ്ങമ്പുഴ വൈലോപ്പിള്ളിക്കവിതയിലെ ഒരു സജീവ സാന്നിധ്യമാണ്.

'കുടിയൊഴിക്കൽ' വായിക്കുമ്പോൾ അതിലുള്ള ഓരോ വരിയിലും ചങ്ങമ്പുഴയുടെ സാന്നിധ്യമുണ്ട്. ഈ കവിത ചരിത്രത്തോടുള്ള ഒരു പ്രതികരണമാണ് എന്നുള്ളതുപോലെ കാവ്യാത്മകമായ രീതിയിൽ ചങ്ങമ്പുഴക്കവിതകളോടുള്ള പ്രതികരണവും കൂടിയാണ്.

*"ധന്യനാമിടപ്പള്ളിലെഗ്ഗാന-*
*കിന്നരന്റെ കവിതകൾ പാടി*
*കന്യമാരുമായെന്നയൽവക്കിൽ*
*കയ്യുകൊട്ടിക്കളിച്ചതിൻശേഷം*
*എന്നുടെയൊച്ച കേട്ടുവോ വേറി-*
*ട്ടെന്നു പിറ്റേന്നു ചോദിക്കുവോളേ!"*

തന്റെ കാമുകി എപ്പോഴും പാടിക്കൊണ്ടിരിക്കുന്നത് ഇടപ്പള്ളിയിലെ ഗാനകിന്നരന്റെ കവിതകളാണ് എന്ന ബോധം വൈലോപ്പിള്ളിയുടെ നിതാന്തബോധമാകുന്നു. മാത്രമല്ല, അദ്ദേഹത്തിന്റെ വിത്തും കൈക്കോട്ടും എന്ന കവിതാസമാഹാരത്തിന്റെ ആമുഖത്തിലും ഇതേ കാര്യം പറയുന്നുണ്ട്. "കേരളീയർ അവരിൽ, പിന്നെപ്പിന്നെ തങ്ങൾക്കേറ്റവും പ്രിയപ്പെട്ട കവികളെ കണ്ടെത്തി."സാധാരണ ജനങ്ങൾ അങ്ങിനെ ചരിത്രവുമായി പ്രതികരിക്കുന്നു.

ചരിത്രവുമായി സംവദിച്ച് ആ സംഭാഷണം കവിതയായി രൂപപ്പെടുത്തിയവരായിരുന്നു, വലിയൊരളവിൽ ചങ്ങമ്പുഴയും ചെറിയ തോതിൽ ഇടപ്പള്ളിയും. അവർ സംഭാഷണം ചെയ്തിരുന്നതും കേരളത്തിലെ സാമാന്യജനങ്ങളോടായിരുന്നു. വൈലോപ്പിള്ളിക്കവിത സംസാരിച്ചിരുന്നത് സാമാന്യജനങ്ങളോടായിരുന്നില്ല, ഇടത്തരക്കാരോടായിരുന്നു. കേരളത്തിലെ ധർമ്മസംശയക്കാരായ ഇടത്തരക്കാരോടായിരുന്നു. കേൾവിക്കാർ വ്യത്യസ്തരാണ്, പ്രതികരണവും വ്യത്യസ്തമാണ്.

അതുകൊണ്ട് പ്രാകൃതം പോലെ പ്രകടമായല്ല, സംസ്കൃതംപോലെ അന്തർവാഹിനിയായിത്തീരുകയാണ് വൈലോപ്പിള്ളിയുടെ കാവ്യശൈലി. വൈലോപ്പിള്ളി ഇത് തിരിച്ചുപറഞ്ഞിട്ടുണ്ട്.

*"പോക പോകെടോ നീ കവിയല്ലാ*
*പ്രാകൃതനാണ് സാഹിത്യകാരൻ."*

'കുടിയൊഴിക്ക'ലിൽ പ്രത്യേകിച്ചും ചെയ്തുകൊണ്ടിരിക്കുന്നത് ഇതാണ്. ഒരുപക്ഷേ, 'മാമ്പഴം' എന്ന കവിതയൊഴികെ വൈലോപ്പിള്ളി

ഒരു ജനകീയ കവിതയും എഴുതിയിട്ടില്ല. അദ്ദേഹത്തിന്റെ 'സർപ്പക്കാ'ടോ, 'കണ്ണീർപ്പാട'മോ, 'സഹ്യന്റെ മക'നോ, 'കുടിയൊഴിക്ക'ലോ സാമാന്യജനങ്ങളോട് സംസാരിക്കുന്ന കവിതയല്ല. ഇത് വൈലോപ്പിള്ളിക്ക് അറിയാം; ആരാധകരായ നിരൂപകർക്കറിയുന്നതിൽ കൂടുതൽ അറിയാം.

അതുകൊണ്ട് വൈലോപ്പിള്ളിക്ക് എതിരായി നാം എപ്പോഴും അദ്ദേഹത്തെ ആരാധിച്ചുകൊണ്ടേയിരുന്നു. ഇതദ്ദേഹം അവസാനത്തിൽ കൊടുത്ത ഒരഭിമുഖത്തിൽ പറയുന്നുണ്ട്: "എന്റെ നിരൂപകന്മാർ എന്നെ വളരെ മധുരമായി പ്രശംസിച്ചിട്ടുണ്ട്." ഈ പ്രസ്താവം അദ്ദേഹത്തിന്റെ അനുകൂലവിമർശകരെ വല്ലാതെ പിടിച്ചു കുലുക്കിയിരുന്നു. അദ്ദേഹം ഒരിക്കലും അദ്ദേഹത്തിന്റെ പ്രതികൂല വിമർശകരെ പിടിക്കുകയോ കുലുക്കുകയോ ചെയ്യാറില്ല. "ഈറയിൽനിന്നു മാറിനിന്നു ഞാനെന്മനം ചേറി." അതംഗീകരിച്ചുകൊണ്ടുതന്നെ വൈലോപ്പിള്ളി നമ്മുടെ നേട്ടമാണ്, ബാധ്യതയല്ല. വൈലോപ്പിള്ളി പറഞ്ഞതെല്ലാം ശരിയാണ് എന്നും, വൈലോപ്പിള്ളിയുടെ 'ലൈൻ' ആണ് ശരിയായ 'ലൈൻ' എന്നും, വൈലോപ്പിള്ളി എഴുതിയതുപോലെയാണ് എല്ലാ കവിയുമെഴുതേണ്ടതെന്നും, വൈലോപ്പിള്ളിയുടെ നിഗമനങ്ങളാണ് ശരിയായ നിഗമനങ്ങളെന്നും, അദ്ദേഹം പഠിപ്പിക്കുന്നതുപോലെയാണ് കുട്ടികളെ പഠിപ്പിക്കേണ്ടതെന്നും പറയേണ്ട ചുമതല സാഹിത്യ നിരൂപണത്തിനില്ല.

ഒരു മനുഷ്യനെ വികസിപ്പിക്കാൻ, വളർത്തുവാൻ ഉള്ള മാർഗ്ഗം ചിലപ്പോൾ അടിയായിരിക്കാം. ചിലപ്പോൾ സമ്മാനമായിരിക്കാം, ദാനമായിരിക്കാം, പ്രശംസയായിരിക്കാം. വൈലോപ്പിള്ളി അദ്ദേഹത്തിന്റെ ജീവിതദർശനത്തിന്റെ പ്രത്യേകതകൊണ്ട് ദ്രോഹമാണ് കവിതയ്ക്ക് കൂടുതൽ നന്മ ചെയ്യുന്നത് എന്ന് കരുതിപ്പോന്നു.

*"ഹേ വിമർശക ജീർണ്ണപത്രങ്ങൾ കൂട്ടിച്ചോട്ടിൽ*
*നീ വളർത്തുക വഹ്നി, നന്ദി ഞാൻ പറഞ്ഞേക്കാം."*
*(വിമർശനം)*
*"അത്ര സഹിഷ്ണുത തൻ നല്ലലേൽക്കിലേ*
*ഭർതൃതാ സസ്യം ചിനച്ചു വാഴ്കൂ."*
*(ത്യാഗോപഹാരം)*

വിമർശനത്തെക്കുറിച്ചുള്ള പ്രശസ്തമായ കവിതയിൽ താൻ ഒറ്റത്തടിയായി വളരുന്ന ഒരു തെങ്ങാണ് എന്നും തന്റെ ചോട്ടിൽ പലയാളും കൊത്തിക്കിളയ്ക്കുന്നുണ്ടെന്നും തന്നെ ദഹിപ്പിക്കാനായി തനിക്കുചുറ്റും തീ കൂട്ടുന്നുണ്ടെന്നും ഇങ്ങനെ കരലിൽ പുക തട്ടുമ്പോൾ താൻ നന്ദിയോടെ

സ്വീകരിച്ച് അടുത്തകൊല്ലം ആനക്കൊമ്പൻ ചൊട്ടപൊട്ടുമെന്നും വാതു വച്ചിട്ടുണ്ടല്ലോ.

*"പുകയേറ്റലർന്നോരാ മൂർധാവിൽ, വർഷാരംഭ-*
*പ്പുകളോടാനക്കൊമ്പൻ ചൊട്ടപൊട്ടീടും നാളെ!"*

ഒരു അനുകൂലവിമർശനമോ പ്രതികൂലവിമർശനമോ അല്ല, മറിച്ച്, ഒരു കവി എത്തിച്ചേരുന്ന "പോയറ്റിക് സിറ്റുവേഷൻ", അയാളുടെ കുടുംബത്തിന്റെ അവസ്ഥ, സങ്കീർണ്ണമായ ജീവിതാവസ്ഥ, അയാളുടെ കൃതിയെ രൂപപ്പെടുത്തിയെടുക്കുന്നു എന്ന് നമുക്കൊക്കെ അറിയാം. സങ്കീർണ്ണമായ ഒരു ജീവിതഘടന ഒരു ഭാഷയുടെ സാരള്യത്തെ ഹനിക്കുകയും സങ്കീർണ്ണമായ ഭാഷാഘടന ഉണ്ടാക്കിത്തീർക്കുകയും ചെയ്യുന്നു. ചങ്ങമ്പുഴയാണ് ഏറ്റവും ജനകീയമായ ഭാഷയിൽ സംസാരിച്ചിരുന്നത്. ഇതേ കാര്യങ്ങൾ തന്നെയാണ് കാളിദാസൻ *കുമാരസംഭവ*ത്തിൽ പറഞ്ഞത്. എല്ലാ എട്ടാം സർഗ്ഗങ്ങളും നമ്മുടെ എട്ടാം സർഗ്ഗങ്ങൾ കൂടിയാണ്. "പിന്നെ നീയാണെങ്കിലെന്തു ചെയ്യും?" എന്നു ചങ്ങമ്പുഴ ചോദിച്ച അതേ ചോദ്യമാണ് വളരെ വാചാലമായി, വക്രമായി കാളിദാസനും അദ്ദേഹത്തിന്റെ കൃതികളിൽ പറഞ്ഞിട്ടുള്ളത്. അതായത് ഒരു സാധാരണ കാര്യം സാധാരണക്കാർ സാധാരണരീതിയിൽ പറയുകയും, അസാധാരണന്മാർ സാധാരണ കാര്യത്തെ അസാധാരണമായി പറയുകയും ചെയ്യുന്നു. അതാണ് വാക്യത്തിൽ വക്രത. സമുദായത്തിലുള്ള വക്രത ഭാഷയെ വക്രമാക്കുന്നു. ഒരു സമൂഹത്തിലുള്ള സങ്കീർണ്ണതയാണ് അനിവാര്യമായി ഭാഷയിലെ സങ്കീർണ്ണതയായിത്തീരുന്നത്.

അതുകൊണ്ട് വൈലോപ്പിള്ളി ഈ കവിതയിൽതന്നെ ഊട്ടിപ്പോന്ന, താൻ ഉണ്ടുപോന്ന പഴയ പാരമ്പര്യവും താൻ സൃഷ്ടിച്ചുകൊണ്ടിരിക്കുന്ന പുതിയ ജീവിതവിതാനവും --ഇങ്ങനെ രണ്ടു 'ഭാഷ' ഉണ്ടെന്നു കാണുന്നു.

*"വിദ്യുദൈന്ദ്രധനുസ്സുകൾ ചൂഴും*
*സത്യസൗന്ദര്യ ഗോപുരം പൂകെ*
*തള്ളിയേറുമെൻ കാതി,ലൊരുറ-*
*ക്കള്ളുനാറും തെറിയുടെ പൂരം."*

ഇതു രണ്ടു ശൈലിയാണ്. "വിദ്യുദൈന്ദ്രധനുസ്സുകൾ" ചങ്ങമ്പുഴയേയും "സത്യസൗന്ദര്യങ്ങൾ" ജി. യേയും ഓർമ്മയിൽ കൊണ്ടുവരുന്നു. ചങ്ങമ്പുഴയും ജി.യും അടയാളപ്പെടുത്തുന്ന മർദ്ദകസാന്നിധ്യം വൈലോപ്പിള്ളിയുടെ ഇരുവശവും ഉണ്ട്.

*"അദ്വൈതാമല ഭാവസ്പന്ദിത*
*വിദ്യുന്മേഖല പൂകീ ഞാൻ"*

*(ചങ്ങമ്പുഴ)*

*"സത്യസൗന്ദര്യമേ നിൻ പ്രകാശത്തിനാൽ*
*നിത്യം വിടരുമാറാകുകെൻ ജീവിതം"*

*(ജി.)*

സത്യസൗന്ദര്യഗോപുരമെന്നത് ദന്തഗോപുരമാണ്. റൊമാന്റിക് കവികളുടെ ഗോപുരമാണ് അല്ലെങ്കിൽ വെർജീനിയ വൂൾഫിന്റെ 'ലീനിങ് ടവർ.' അവിടേക്ക് തള്ളിവന്നത് ഒരു "ഊറക്കള്ളു നാറുംതെറിയുടെ പൂരം." ഇതു വളരെ സങ്കീർണ്ണമായ പ്രശ്നമാണ്. തന്നിലേക്ക് വരുന്ന ഭൂതകാലം. തന്റെ മുന്നിലേയ്ക്ക് വന്നു തന്നെ മുട്ടിവിളിക്കുന്ന ഭാവികാലം. ഇതിന്റെ രണ്ടിന്റേയും നടുവിൽ വലിഞ്ഞു മുറുകി നിശ്ചലനായി നിൽക്കുന്ന കവിയെയാണ് 'കുടിയൊഴിക്ക'ലിൽ വൈലോപ്പിള്ളി അവതരിപ്പിച്ചിട്ടുള്ളത്. തന്നിലേക്കൊഴുകിവരുന്ന ഭൂതകാലത്തിന്റെ വിഭൂതി തന്റെ വാതിൽക്കൽ വന്നു മുട്ടിവിളിക്കുന്നു.

*"വാസരത്തൊഴിലാളികൾ വന്നു*
*വാതിലിൽ ദൃഢം മുട്ടിയെന്നാലും*
*മെത്ത കൈവിടാതെൻ ഹൃദയത്തിൽ*
*നിദ്രചെയ്തൊരക്കാവ്യ സങ്കല്പം*
*നൂറു നൂററിമുല്ലകളൊത്തു*
*മൂരിനീർന്നെണീറ്റാവേശമോടേ."*

വാസരത്തൊഴിലാളികൾ പകലിന്റെ വേലയുടെ തത്ത്വമാകുന്നു. മനഃശാസ്ത്രത്തിൽ ഇതിനെ 'റിയാലിറ്റി പ്രിൻസിപ്പിൾ' എന്നു പറയും. സത്യം യഥാർത്ഥ്യം, ചരിത്രം വന്ന് മുട്ടിവിളിക്കുന്നു എന്നാണു പറയുക. സത്യം, യാഥാർത്ഥ്യം നമ്മെ വാതിൽക്കൽ വന്ന് മുട്ടിവിളിക്കുകയും വിളിക്കുമ്പോൾ കവി ഉണരാതെ കിടക്കുകയും ഉറക്കത്തിനും ഉണർവ്വിനും ഇടയിലുള്ള സമയത്തിൽ, സ്വപ്നത്തിനും യാഥാർത്ഥ്യത്തിനും ഇടയ്ക്കുള്ള ഒരു സാധനം ഉണ്ടാക്കിയെടുക്കുകയും ചെയ്യുന്നു. കവിത എന്ന പുതിയ അന്വയം. 'Poetry is the illusion of a reality." അതായത് ഇല്ലത്തുനിന്നും പുറപ്പെട്ട് അമ്മാത്ത് എത്താത്ത അവസ്ഥയിൽ, നിലയിൽ, നാം കിടക്കയിൽ ഇങ്ങനെ കിടക്കുമ്പോഴാണ് കവിത വരുന്നത് എന്നർത്ഥം. അപ്പോൾ സ്വപ്നം എങ്ങനെ വാങ്മയമായിത്തീരുന്നു എന്ന് നമ്മൾ അറിയുന്നു. The dream content is probably, transformed into a verbal structure, ഇത് അർധബോധാവസ്ഥയിലാണ് സംഭവിക്കുന്നത്. രാത്രി, ഉറക്കത്തിന്റേയും, അതുകൊണ്ടുതന്നെ സ്വപ്നത്തിന്റേയും കവിതയുടെയും കാലമാണെന്നും, ഉറങ്ങി ഉണരുന്ന സമയമാണ് കവിത ഉണരുന്ന സമയമെന്നും, രൂപപ്പെടുന്ന

സമയമെന്നും വൈലോപ്പിള്ളി പല തരത്തിൽ പറഞ്ഞുവച്ചിട്ടുണ്ട്. മാത്ര മല്ല, കവിതയിലെ ഈ അവസ്ഥ വാസ്തവത്തിൽ ഒരുപാടുതരത്തിൽ ശരിയാണ്; ഭൂതകാലവും ഭാവികാലവും കൂട്ടിമുട്ടുന്ന ഒരു ബിന്ദുവായി, നിശ്ചലബിന്ദുവായി, നിശ്ചലവും അതേ സമയം ചലനാത്മകവുമായ ഒരു ബിന്ദുവായിട്ടാണ് വർത്തമാനകാലം നിൽക്കുന്നത്. ഒരു വ്യക്തിയുടെ മനസ്സിൽ അനാദിയായ ബോധപരമ്പരകൾ ഒഴുകി എത്തിക്കൊണ്ടി രിക്കുകയും അയാളുടെ മുമ്പിലേക്ക്, വളരെ നിസ്സാരവും ഗംഭീരവും ആയ വെല്ലുവിളി അല്ലെങ്കിൽ യാഥാർത്ഥ്യം വന്നുകൊണ്ടിരിക്കുകയും ചെയ്യുക എന്നതാണ് ഏതു വ്യക്തിത്വത്തിന്റെയും അവസ്ഥ. നമ്മുടെ മുമ്പിൽ അതായത് പിന്നിൽ-ഭൂതകാലത്തിൽ നിന്നും ഒഴുകിവരുന്ന വർത്തമാന കാലത്തിന്റെ യാഥാർത്ഥ്യങ്ങളാണ് ഉള്ളത്. ചരിത്രമുള്ള ഒരു മനുഷ്യ ന്റെ സാമാന്യമായ പ്രശ്നമാണിത്. മൗലികമായ പ്രശ്നം.

"പനയോലക്കെട്ടുകൊണ്ട് എന്തു കാര്യം?'' എന്നാണ് ചങ്ങമ്പുഴ പറയുന്നത്. പനയോലക്കെട്ടുകൊണ്ട് തീ കായാം എന്നാണ് ചങ്ങമ്പുഴ പറയുന്നത്. പനയോല കത്തിക്കാൻ നല്ലതാണ്. അതൊരു 'റിയാക്ഷൻ' ആണ്. എൻ.വി.യുടെ സംയോജനം ഭൂതഭാവികളുടെ സംയോജന മാണ്. കൃഷ്ണവാരിയർ മദിരാശിക്കു പോയപ്പോൾ, ഊരകത്തുനിന്നു ദേശീയ പ്രബുദ്ധതയോടുകൂടി മദിരാശിക്കു പോയപ്പോൾ, അവിടെ പലതരം ഊരകങ്ങളുണ്ട്. പലതത്തിലുള്ള സങ്കീർണ്ണമായ ജീവിതങ്ങ ളുണ്ട് എന്ന് എൻ.വി. കണ്ടു. അപ്പോൾ സംസ്കൃതംകൊണ്ടെന്തു ചെയ്യും? സംസ്കൃതംകൊണ്ടും മലയാളംകൊണ്ടും കവിത എഴുതാം എന്ന് എൻ.വി. തീരുമാനിക്കുന്നു. 'മദിരാശിയിൽ ഒരു സായാഹ്നം', 'മദിരാശിയിൽ ഒരു രാത്രി' തുടങ്ങിയ കവിതകളെഴുതുന്നു. സംസ്കൃതം പഠിച്ച ഒരു മലയാളി അല്ലെങ്കിൽ ഊരകത്തുകാരൻ മദിരാശിയിൽപോയി പ്രണയത്തിൽപെ ട്ടാൽ എന്തു സംഭവിക്കും? ഇത് ഒരു കോമാളിക്കഥയല്ല. ഒരു ആധുനിക സംസ്കാരം പ്രാചീന സംസ്കാരവുമായി പ്രണയത്തിലേർപ്പെട്ടാൽ എന്തു സംഭവിക്കും? ഇതുതന്നെയാണ് *തരിശുഭൂമി*യിലേയും പ്രശ്നം.

ഇതൊരു സാംസ്കാരിക അവസ്ഥയാണ്. നമുക്ക് നമ്മുടെ ഭൂതകാല ങ്ങളിൽനിന്നു രക്ഷപ്പെടാൻ കഴിയില്ല. നമ്മുടെ ഭൂതകാലത്തെ, നമ്മുടെ കഴിഞ്ഞുപോയ വർഷങ്ങളെ എങ്ങനെ വരാനിരിക്കുന്ന വർഷങ്ങളു മായി കൂട്ടിച്ചേർക്കാമെന്നതു വ്യക്തിയുടെ പ്രശ്നമാണ്. എൻ.വി. ഇതിന് ആകെക്കൂടി നവീകരിക്കണം എന്നു പറയുകയും സയൻസിൽ എത്തി ച്ചേരുകയും ചെയ്തു. നേരെ മറിച്ച് ചങ്ങമ്പുഴ "ഞാൻ നാളെ നിങ്ങൾക്കു വഴി കാണിച്ചു തരാം,'' എന്നു പറയുകയും ചെയ്തു. ഒരാഴ്ചകൊണ്ട് അദ്ദേഹം ലോകത്തിന്റെ പ്രശ്നങ്ങൾ തീർക്കും. ഭൂതകാലത്തിന്റെ, സംസ്കൃതത്തിന്റെ

കഥ കഴിക്കും. അത്ര അനായാസമായാണ് ചങ്ങമ്പുഴ ഭൂതകാലത്തെ, സംസ്കാരത്തെ കൈകാര്യം ചെയ്തത്.

ഓരോ കാലഘട്ടത്തിലും ഏറ്റവും നല്ല പാഠങ്ങളുടെ ആകെത്തുകയാണ് കവിതയെന്ന് വൈലോപ്പിള്ളി കരുതിപ്പോന്നു. ഇങ്ങനെ കരുതാൻ കാരണവുമുണ്ട് എന്ന് എനിക്ക് തോന്നുന്നു.

ഞാൻ ഇതുവരെ പറഞ്ഞതിന്റെ ആന്തരമായ അർത്ഥം ചങ്ങമ്പുഴ സാധാരണക്കാർക്കിടയിൽ വൈകാരിക പ്രതികരണങ്ങളോടുകൂടി സാധാരണ ജനങ്ങളോട് സംസാരിക്കുകയും, വൈലോപ്പിള്ളി സങ്കീർണ്ണമായ ഇടത്തരക്കാരുടെ ഭാഷയിൽ സംസാരിക്കുകയും ചെയ്തുകൊണ്ടിരുന്നു എന്നതാണ്. ഇതു ഭാഷയിൽ, ചിന്താരീതിയിൽ, കാവ്യത്തിന്റെ ഘടനയിൽ വലിയ മാറ്റങ്ങൾ വരുത്തിയിട്ടുണ്ട്. അതിൽ പ്രധാനപ്പെട്ട ഒരു മാറ്റം, എപ്പോഴും ശ്രദ്ധിച്ചിട്ടുള്ള മാറ്റം അതിൽ ഉള്ള ഭാഷയുടെ രൂപത്തിലുള്ളതാണ്.

ഇന്നു രണ്ടു സംസ്കാരങ്ങളുടെ ഒരു പരിവർത്തനത്തിന്റെ മധ്യത്തിൽ നിൽക്കുന്ന ഒരു കവി എങ്ങനെ തന്റെ ഭാഷയെ മെരുക്കിയെടുക്കുന്നു, തന്റെ ഭാഷയെ പക്ഷേ, അദ്ദേഹത്തിന്റെ തന്നെ രീതിയിൽ പറഞ്ഞാൽ കുറന്തൊഴുത്തിലാക്കുന്നു. കുത്തുന്ന പശുവിനെ കുറന്തൊഴുത്തിലാക്കുന്നതുപോലെ തന്റെ വാക്കുകളെ എങ്ങനെയാണ് വൈലോപ്പിള്ളി മെരുക്കിയെടുക്കുന്നത് എന്നുള്ളതാണ് ഇതിലെ പ്രധാനപ്പെട്ട നിർമ്മാണപരമായ പ്രശ്നം. ഇത് ഒരു 'സാങ്കേതിക പ്രശനം' ആണ്. 'സാങ്കേതിക പ്രശ്നം' എന്നു പറയാം. ഇതു മിക്കവാറും അവിശ്വസനീയമായ സാമർത്ഥ്യത്തോടുകൂടി വൈലോപ്പിള്ളിക്കവിതയിൽ സാധിക്കുന്നുണ്ട്.

ഈ കവിതക്ക് അടിത്തറയായി വർത്തിക്കുന്നത് ഒരു അനുരാഗകഥയും ഒരു അനുരാഗവഞ്ചനയും ആണ്. ഇതിൽ അന്തർഭവിച്ചിട്ടുള്ള മൗലികമായ ചില കാര്യങ്ങൾ -- സ്നേഹം നൈസർഗ്ഗികമാണ്, സമുദായം ഒരു വെച്ചുകെട്ടാണ്, അതുകൊണ്ട് സ്നേഹം സ്വാഭാവികമായി ഉണ്ടാവുകയും സ്നേഹത്തിനുള്ള വിഘ്നം അസ്വാഭാവികമായി സമുദായം അതിനെ ഏല്പിക്കുകയും ചെയ്യുന്നു എന്നാണ്. ഇതാണ് 'കുടിയൊഴിക്ക'ലിലേയും അടിസ്ഥാന പ്രശ്നം. തന്റെ വികാരം കടിഞ്ഞാണിൽനിന്നും വിട്ടുപോകുന്നു.

*"മീൻ കഴുകിയ വെള്ളത്തിൽ വാച്ചാ-*
*തേൻ കദളിയിലെന്തിനു പൂകി?"*

ജാതിയും മതവും മര്യാദയും നോക്കി നിനക്കു സ്നേഹിച്ചാൽ മതിയായിരുന്നില്ലേ എന്ന fabricated social reaction ആണിത്. മറിച്ച്,

സ്നേഹം അന്ധമാണ് എന്നുള്ള സ്നേഹത്തിന്റെ വൈകാരിക സത്യവും ഇവിടെ വളരെ ശക്തമായിട്ടുണ്ട്. അത് ഒരു 'സൊല്യൂഷൻ' ആണ്. ഇതു രമണനിലെ 'സൊല്യൂഷൻ' ആവാം. രമണനിലെ 'സൊല്യൂഷൻ' ഒരു ഓട്ടോഗ്രാഫിലെഴുതി പിരിയാം എന്നുള്ളതും ഒരുതരത്തിലുള്ള 'സൊല്യൂഷൻ' ആണ്. പിന്നെ ഒരാൾ വളരെ ഉയരെയാണ്, ഒരാൾ വളരെ താഴെയാണ് എന്നു പറഞ്ഞു പിരിയുക എന്നത് മിക്കവാറും ചന്ദ്രികയുടെ ഒരു 'സൊല്യൂഷൻ' ആണ്. ഇതു കൂടാതെ നിങ്ങൾക്ക് ദാർശനികമായി വഞ്ചന നടത്താം. 'കുടിയൊഴിക്ക'ലിലെ വഞ്ചന അത്തരത്തിലുള്ളതാണ്.

*"രാഗവഞ്ചനത്തിനു യുക്തികൾ കാണ്മൂ"*

എന്നതല്ല വൈലോപ്പിള്ളിയുടെ മഹത്വം. ചെയ്യുന്നത് അറിയുന്നു എന്നതാണ്. നമ്മുടെ നാട്ടിലുണ്ടായ കവികളിൽ വൈലോപ്പിള്ളിയുടെ ഏറ്റവും വലിയ മഹത്വം, അദ്ദേഹത്തിന്റെ ക്രൂരമായ ആത്മബോധ മാണ്.

*"ചെറ്റയാം വിടൻ ഞാനിനിമേലിൽ*
*കഷ്ടമെങ്ങനെ കണ്ണാടി നോക്കും?"*

പക്ഷേ, നാമെല്ലാവരും കണ്ണാടി നോക്കുകയും എല്ലാ ചെറ്റകളും വിടന്മാരും കണ്ണാടി നോക്കുകയും, തല ചീകുകയും കാമരൂപന്മാരായി ഇറങ്ങിനടക്കയും ചെയ്തുകൊണ്ടിരിക്കുമ്പോൾ, ഒരു ചെറ്റക്കു മാത്രം കണ്ണാടി നോക്കുമ്പോൾ ലജ്ജയുണ്ടാകുന്നു. ആത്മബോധം വന്ന ഈ ചെറ്റയാണ് വൈലോപ്പിള്ളി. ചങ്ങമ്പുഴ തന്റെ ജീവിതത്തെ വളരെ സരളമായി കാണുകയും വളരെ സരളമായി ആവിഷ്കരിക്കുകയും ചെയ്തു. വൈലോപ്പിള്ളി തന്റെ വൈകാരിക സത്യത്തിനേറ്റ ആഘാതം കണ്ടില്ലെന്നു നടിക്കുകയല്ല, മറിച്ച് അതിനെക്കുറിച്ച് വേദനയോടുകൂടി ഉണരുകയും, തന്റെ മുഖം തന്റെ ജീവിതത്താൽ വികൃതമാക്കപ്പെട്ടിരിക്കു ന്നു എന്നു മനസ്സിലാക്കുകയും ഈ വൈകൃതത്തെ എങ്ങനെ സൗന്ദര്യ മാക്കി സാക്ഷാൽക്കരിക്കാം എന്ന് അന്വേഷിക്കയും ചെയ്തു.

*"കെട്ട ജീവിതം ഉണ്ടെനിക്കെന്നാൽ*
*മറ്റൊരു കാവ്യജീവിതം മുന്നിൽ"*

ഇതൊരു 'എപിറ്റോം' ആണ്. ഞാൻ മഹായോഗ്യനാണ് എന്നും എന്റെ കവിത അതിലും ഗംഭീരമാണെന്നും അല്ല വൈലോപ്പിള്ളി പറഞ്ഞത്. മറിച്ച്, കെട്ട ജീവിതത്തിൽനിന്നു മനോഹരമായ കവിത യുണ്ടാകുന്നുവെന്നാണ്. ഈ സത്യസന്ധത, ഒരുപക്ഷേ, അത്യന്തം വിഷാദനിർഭരമായ ഈ സത്യസന്ധതയാണ് എന്നും വൈലോ പ്പിള്ളിക്കവിതയെ ഊർജ്ജസ്വലമാക്കിപ്പോന്നത്. അദ്ദേഹത്തിന്റെ

ഉപദേശാത്മകമായ കിരീടം ഉപേക്ഷിച്ചാൽ കിട്ടുന്ന അർത്ഥവും ഇതാണ്. 'ചീവീടുകളുടെ പാട്ട്' എന്നത് വാസ്തവത്തിൽ ഒരു കസവു വസ്ത്രത്തിൽനിന്നും അഴിച്ചെടുത്തു വില്ക്കാവുന്ന കസവാണ്. ഇതിനകത്താണ് പിടയുന്ന ഒരു ജീവിതത്തിന്റെ വേദന അടങ്ങിയിരിക്കുന്നത്. എങ്ങനെ ഒരു മനുഷ്യൻ ഒരു സാംസ്കാരിക ചരിത്രസന്ദർഭത്തിൽ തന്റെ ആത്മാവിനെ നിരന്തരം വഞ്ചിച്ചുകൊണ്ടു ജീവിക്കേണ്ടിവരുന്നു എന്നും, എങ്ങനെ തന്നെ വേദനിപ്പിച്ചുകൊണ്ട്, തന്നെത്തന്നെ ക്രൂശിച്ചുകൊണ്ട് ജീവിക്കുന്ന ഒരാളുടെ വേദന ലോകം അറിയണമെന്നും ഉള്ള ആഗ്രഹമാണ് മിക്കവാറും കവിതയുടെ അന്തസ്സത്തയായി നിൽക്കുന്നത്. ഇതു നമ്മുടെ കാലഘട്ടത്തിലെ മൗലികമായ ഒരു സത്യമാണ്. ഇതു എല്ലാവരുടെയും വേദനയല്ല. ഇടത്തരക്കാരന്റെ മാത്രം വേദനയാണ്. ഇതു പാവങ്ങളുടെ വേദനയല്ല. ലോകം സോഷ്യലിസത്തിലേക്ക് വന്നു കഴിഞ്ഞാൽ ആകെ നശിച്ചുപോകുമല്ലോ എന്ന വിഷാദം അവർക്കില്ല. അതുവരട്ടെ എന്നു കരുതുന്നവരാണ് അവർ. അവർക്ക് നാളെ എന്നത് ഒരു പ്രഭാതമാണ്.

ലോകത്തിലെ ഒരു തട്ടിൽ നിൽക്കുന്നവർക്ക് നാളെ എന്നത് ഒരു പ്രതീക്ഷയാണ്, പുതിയ സമുദായ ക്രമമാണ്. ഇതിനെക്കുറിച്ചാണ് ജി. 'നാളെ' എന്ന കവിത എഴുതിയിട്ടുള്ളത്. "നിൻ പുരോഭാഗത്തതാ ധീരകർമ്മാവാം നാളെ." അതു വെളിച്ചത്തിന്റെ ലോകമാണ്. ഇരുട്ടിന്റെ ലോകത്തിൽ വലിയ നന്മകൾ ഒളിച്ചിരിക്കുന്നുണ്ട് എന്നും അതിനെ നന്മകളാൽ പ്രഭാതത്തിലേക്ക് ഒളിച്ചുകടത്തണമെന്നും അർത്ഥം. ഇതു വാസ്തവത്തിൽ ഒരു സംസ്കാര ത്തിന്റെ പ്രശ്നം ആണ്. ഇവിടെ മാത്രമല്ല, ലോകത്തിൽ സാംസ്കാരികവിപ്ലവങ്ങൾ നടന്നിട്ടുള്ള എല്ലാ രാജ്യങ്ങളിലും ഈ പ്രമേയം ഉണ്ട്. ഈ പ്രമേയത്തെക്കുറിച്ച് കോഡ്‌വെൽ, ഇല്യൂഷൻ ആന്റ് റിയാലിറ്റിയിൽ ചർച്ച ചെയ്യുന്നുണ്ട്. അതായത് നമ്മുടെ ഭൂതകാലത്തെ എന്തു ചെയ്യണം എന്ന പ്രശ്നം. ഓരോ കാലവും അതിന്റേതായ നർത്തന താളം കണ്ടെത്തുന്നു. നൃത്തം എന്നത്, താളം എന്നത്, ഒരു കാലഘട്ടത്തിന്റെ കണ്ടുപിടുത്തമാണ്. ഫ്യൂഡൽ-ബൂർഷ്വാ കാലഘട്ടങ്ങൾ കലയിൽ വലിയ വൈവിധ്യം ഉണ്ടാക്കിത്തീർക്കുന്നു, അനന്തമായ രൂപങ്ങൾ ഉണ്ടാക്കിത്തീർക്കുന്നു എന്നതാണ് ബൂർഷ്വാ കലകളുടെ ഒരു സവിശേഷത. നവീനത ഒരാദർശമായിത്തീരുകയും, വ്യത്യസ്തത ഏറ്റവും വലിയ ഗുണമായി തീരുകയും മൗലികത എന്നതാണ് ഒരു എഴുത്തുകാരന്റെ ഏറ്റവും വലിയ നന്മ എന്നു പറയുകയും ചെയ്യുന്നു. അങ്ങിനെയാണെങ്കിൽ എഴുത്തച്ഛൻ മൗലികമായി ഒന്നും എഴുതിയിട്ടില്ല. മൗലികത എന്നത് ഒരു വസ്തുവിന്റെ മൂല്യമല്ല. ഒരു വസ്തുവിന്റെ മൂല്യം അതിന്റെ

ഉപയോഗമാണ്. വ്യത്യസ്തത എന്നത് നമ്മുടെ കാലഘട്ടത്തിന്റെ മുദ്രാവാക്യമാണ്. പുതിയ വസ്ത്രങ്ങളിൽ, പുതിയ വർണ്ണങ്ങളിൽ, പുതിയ സുഗന്ധങ്ങളിൽ പഴയ അസംബന്ധങ്ങൾ വിൽക്കുന്നതിനെയാണ് നാം പുതുമ എന്നു പറയുന്നത്. ഇത് ഒരു പഴയ ആശയമാണ്. ഇതു കാളിദാസൻ പറഞ്ഞിട്ടുള്ളതാണ്. കാളിദാസൻ, "ഞാൻ പഴയ, തുളച്ച മണികൾ എന്റെ നൂലിൽ കോർക്കുക മാത്രമാണ് ചെയ്യുന്നത്. ഇതിൽ എന്റെ ഒരു സാധനവുമില്ല'' എന്ന് രഘുവംശത്തിൽ പറഞ്ഞിട്ടുണ്ട്. അതുകൊണ്ട് മൗലികത എന്നത് നമ്മുടെ കാലഘട്ടത്തിന്റെ ഒരു തെറ്റിദ്ധാരണയാണ്. പക്ഷേ, ഇത് ഒരു യാഥാർത്ഥ്യവുമാണ്. നമ്മുടെ പുതിയ സമുദായം കലയിൽ വൈവിധ്യവത്ക്കരണം ഒരു വലിയ ഗുണമായി കണ്ടുവരുന്നു. ഫ്യൂഡൽ കാലഘട്ടത്തിൽ കലകളെ കുടുംബപരമായി പരിശീലിപ്പിക്കുന്നതുകൊണ്ട് ഉണ്ടാകുന്ന ചിട്ട, നിഷ്ഠ, മുതലായവ കലയുടെ ഒരർത്ഥത്തിലുള്ള പൂർണ്ണതയ്ക്ക് കാരണമായിത്തീരുന്നു. കലയിലെ പൂർണ്ണത മിക്കവാറും കലയിലെ മൃത്യുതന്നെയാണ്. പൂർണ്ണമായ കല മരിച്ച കലയാണ്. പൂർണ്ണത എന്ന് ഇന്ന് പറയുന്നത് ശരിയായ ആവർത്തനം മാത്രമാണ്. ഒരു രാഗം നിങ്ങൾ കൃത്യമായി പുനരുല്പാദിപ്പിച്ചാൽ അത് അപൂർണ്ണമാണ്. അതിന്റെ അർത്ഥം നിങ്ങൾ പാടിയിട്ടില്ല എന്നാണ്. നിങ്ങൾക്ക് മനോധർമ്മം ഇല്ല എന്നാണ്; നിങ്ങൾ ആടിയിട്ടില്ല എന്നാണ്. അതുകൊണ്ട് എപ്പോഴും അപൂർണ്ണതയാണ് നവീനത. അപൂർണ്ണതയാണ് ലോകത്തിന് നിങ്ങളുടെ സംഭാവന. അതുകൊണ്ട് പൂർണ്ണത ഒരു ഫ്യൂഡൽ നന്മയാണ്. ഫ്യൂഡൽ ചിത്രകാരൻ വരയ്ക്കുന്നത് തന്റെ ചിത്രമല്ല, ആരുടേയും ചിത്രമല്ല. അത് അപൗരുഷേയമായ കലയാണ്. ഇങ്ങനെ ഫ്യൂഡൽബൂർഷ്വാ കാലഘട്ടത്തിൽനിന്നു സഞ്ചയിക്കുന്ന കലാരൂപങ്ങളെ എന്തു ചെയ്യണം എന്നത് 'ഇല്യൂഷൻ ആൻഡ് റിയാലിറ്റി'യിലെ ഒരു പ്രധാനപ്പെട്ട അന്വേഷണമാണ്. ഫ്യൂഡൽ കലാരൂപങ്ങളേയും ബൂർഷ്വാ കലാരൂപങ്ങളേയും നാം നമ്മുടെ പുതിയ സമുദായത്തിൽ ഉപയോഗപ്പെടുത്തണം എന്നാണ് കോഡ്‌വെൽ പറയുന്നത്. പഴയ താളങ്ങൾ, പഴയ വൃത്തങ്ങൾ മുതലായവ ഉപയോഗപ്പെടുത്തണം എന്നാണ്. ഇത്, മിക്കവാറും ഇതേ രീതിയിൽത്തന്നെ "നാം നമ്മുടെ പുതിയ ലോകത്തിലേക്ക് വേണ്ട കരുക്കൾ സ്വീകരിക്കണ''മെന്ന് നെസസിറ്റി ഓഫ് ആർട്ടി'ൽ ഫിഷറും സൂചിപ്പിക്കുന്നു. ഇതിലടങ്ങിയിരിക്കുന്ന ചോദ്യവും അതുതന്നെ. ഒരു കാലഘട്ടം ചരിത്രത്തെ അതിന്റെ ചുമലിൽ ഒരു ഭാരമായിട്ടല്ല, മറിച്ച്, കൈയിൽ ഒരു ആയുധമായിട്ടാണ് കൊണ്ടുനടക്കേണ്ടത് എന്നാണ് ഇതിനു നൽകാവുന്ന ഒരു ഉത്തരം. ഇതു മിക്കവാറും ഒത്തുതീർപ്പില്ലാത്ത ഒരുത്തരമാണ്. അതായത് ചരിത്രം

നിങ്ങൾക്ക് ഒരു ഭാരമായിത്തീരുമ്പോൾ ചരിത്രത്തെ ചവറ്റുകൊട്ടയിലേക്ക് വലിച്ചെറിയുകയും നിങ്ങൾ വെറുംകൈയ്യായി മുന്നേറുകയും ചെയ്യുക എന്നത്. നമ്മുടെ ഭൂതകാലം, നമ്മുടെ വ്യാകരണം, നമ്മുടെ കലാനിയമങ്ങൾ നമുക്കൊരു ഭാരമായിത്തീരുമ്പോൾ അവയെ ഉപേക്ഷിക്കുകയും ഏതായുധമായിത്തീരുന്നുവോ അവയെ സ്വീകരിക്കുകയും ചെയ്യുന്ന എന്നുള്ളതാണ് എന്നത്തേയും ഉത്തരം. കാരണം ചരിത്രവും ലോകവും മനുഷ്യന് അവന്റെ നന്മയ്ക്ക് ആയുധമാക്കിത്തീർക്കുവാനുള്ളതാണ്. നേരെ മറിച്ച്, വൈലോപ്പിള്ളി 'കുടിയൊഴിക്ക'ലിൽ ആറു ഖണ്ഡങ്ങളിൽ ചെയ്തുപോന്നിട്ടുള്ള കാര്യം, അസാധാരണമായ കാര്യം, തന്റെ അയൽപക്കത്തു താമസിച്ചിരുന്ന ചങ്ങമ്പുഴയോട്, തന്റെ അയൽപക്കത്തു വളർന്നുവന്ന കാവ്യപാരമ്പര്യത്തോട്, തന്നെ വലയം ചെയ്യുന്ന ചരിത്രവസ്തുതകളോട്, താൻ ജനിച്ചുവീണിട്ടുള്ള തറവാടിനോട്, താൻ തന്റെ പറമ്പിൽ പൂജിക്കേണ്ടിവന്നിട്ടുള്ള സർപ്പക്കാടിനോട്, തന്റെ തലയിൽ പോറ്റിവളർത്തേണ്ടിവന്ന കുടുമയോട് എന്തു മനോഭാവമാണ് സ്വീകരിക്കേണ്ടത് എന്നാണ്. ഈ ചോദ്യത്തിന് വളരെ സങ്കീർണ്ണമായ ഉത്തരമാണ് വൈലോപ്പിള്ളി നൽകിയിട്ടുള്ളത്. എന്നുള്ളതാണ്. ഈ ഉത്തരം ഒരു വേദനയാണ് ആത്മപീഡയാണ്. നാം എല്ലാവരും ഇതിനെ കവച്ചു കടക്കുകയും അതുകൊണ്ട് പ്രശ്നങ്ങൾ ഇല്ല എന്നു കരുതുകയും ചെയ്യുന്നു.

*"വീണു ഞാൻ പോയിതെന്നെച്ചവിട്ടി*
*മാനുഷവ്യൂഹം കാലപ്രവാഹം."*

നാം എല്ലാവരും ചത്തുവീഴുകയും നമ്മുടെ മുതുകിൽക്കൂടി ചരിത്രത്തെ കടന്നുപോവാൻ അനുവദിക്കുകയും ചെയ്യുന്നു. നേരെ മറിച്ച്, അതിൽ ഒരു കവി മണ്ണിനടിയിൽ മരിച്ചുവീഴുകയും അയാളുടെ ശവം അളിഞ്ഞുനാറുകയും, അളിഞ്ഞുനാറിയ ശവത്തിൽനിന്നു അയാളുടെ അന്തരാത്മാവ് ഉയിർത്തെഴുന്നേല്ക്കുകയും തന്റെ പ്രതിഷേധം ജനങ്ങളെ, ചരിത്രത്തെ അറിയിക്കുകയും ചെയ്യുന്നു.

*"ഇന്നു മെങ്കിലും പാടുന്നു നീളേ*
*മണ്ണിൽനിന്നു മണ്ണട്ടകൾ ഞങ്ങൾ*
*സ്ഫീത'മിന്നി'ന്റെ രംഗത്തിലെങ്ങും*
*ഭൂതകാല പശ്ചാത്തലഗീതം."*

സ്ഫീതമായ, സമൃദ്ധമായ ഇന്നിന്റെ പശ്ചാത്തലങ്ങളിൽനിന്നു ഞാൻ എപ്പോഴും ഭൂതകാലത്തിന്റെ പാട്ടുപാടും എന്ന് കൃതിയുടെ അവസാനം വൈലോപ്പിള്ളി വിളംബരം ചെയ്യുന്നു. ഞാൻ മരിക്കുമ്പോഴും എന്റെ വേദന ലോകത്തിനു നൽകാൻ ആഗ്രഹിക്കുന്നു. ഇത്, ഈ ഉണർവുള്ള

ആത്മബോധവും ഒരുപക്ഷേ, അത്യന്തം പീഡാകരമായ ബോധം കവിതയിൽ അദ്ദേഹത്തെ ഒരു ഒത്തുതീർപ്പില്ലാത്ത കവിയായി രൂപാന്തരപ്പെടുത്തിയിരിക്കുന്നു.

'കുടിയൊഴിക്ക'ലിലുള്ള മൗലികമായ ശക്തി, അതിലെ സ്ഥായിയായ സ്ത്രീപുരുഷബന്ധത്തിന്റെ ഇമേജറിയാണ്.

*"പൊൻപണത്തിനു മാനത്തെ വിറ്റു*
*നിൻ വയർ നീ നിറയ്ക്കയോ ബാലേ?"*

ചരിത്രം എങ്ങനെയാണ് ഉണ്ടാകുന്നതെന്ന ചോദ്യത്തിന് എങ്ങനെയാണ് നിങ്ങൾക്ക് പണമുണ്ടായതെന്ന നാടൻ ചൊല്ലിന്റെ പൊരുളുമായി ചേർത്ത് നാടൻ ചരിത്രബോധമായി വൈലോപ്പിള്ളി രൂപാന്തരപ്പെടുത്തിയിരിക്കുന്നു. എല്ലാ പ്രഭുത്വവും വാസ്തവത്തിൽ 'സെഡക്ഷൻ' ആണ്. ഭൗതികമായി, ശാരീരികമായി, ആത്മീയമായി ഉള്ള 'സെഡക്ഷൻ' ആണ് എന്നുള്ള ആശയം ഇതിന്റെ അന്തർധാരയായിത്തീരുന്നു. ഇതു നമ്മുടെ നാഗരികതയുടെ വാക്യഘടനയെ വളരെ ആഴത്തിലേക്ക് കൊണ്ടുപോവുകയും നമ്മുടെ ജൈവഘടനയുമായി യോജിപ്പിക്കുകയും, അങ്ങനെ ഒരർത്ഥത്തിൽ ലോകത്തിൽ ഇന്നുള്ള നമ്മുടെ നാഗരികത നിരന്തരമായ ഒരു വ്യഭിചാരമാണ് എന്നുള്ള ആശയം അവതരിപ്പിക്കുകയും ചെയ്യുന്നു.

ഇതു പ്രത്യക്ഷമല്ല. ഇതു വളരെ ആന്തരമാണ്. ഇതു വളരെ ശക്തവുമാണ്. ഇതു വൈലോപ്പിള്ളിയുടെ മറ്റു കവിതകളിലുമുണ്ട്. ഇത് 'ആസ്സാം പണിക്കാ'രിലും പറയുന്നുണ്ട്.

*"അതിഥികൾക്കെല്ലാമമര ലോകമി-*
*ക്കിതവി ഞങ്ങൾക്ക് നരകദേശവും."*

എന്റെ അമ്മയാകുന്ന ഈ ഭാരതം സ്വന്തം ഭർത്താവിനെ അഥവാ രാജാവിനെ തിരസ്കരിച്ച് അന്യരെ സ്വീകരിക്കുകയും സ്വന്തം ഭർത്താവിനെ വഞ്ചിച്ച് വിരുന്നുകാരനായ വിദേശീയനെ ഊട്ടി വളർത്തുകയും ചെയ്തു എന്നാണ് പറയുന്നത്. അങ്ങനെ ചരിത്രത്തിന്റെ 'സെഡക്ഷ'ന്റെ ഫലമാണ് ഇന്ത്യയുടെ ഇന്നത്തെ അടിമത്തം എന്നു സൂചിപ്പിക്കുകയും ചെയ്യുന്നു വൈലോപ്പിള്ളി.

*"തേവിടിശ്ശി, നീയെന്തിനേ കഞ്ഞി*
*തേവി വെച്ചത്? ചോറെനിക്കില്ലേ?"*

അർത്ഥം, ചോറ് ആർക്കോ കൊടുത്തുവെന്നും, എനിക്കു കഞ്ഞിയാണ് തരുന്നതെന്നുമാണ്. ലോകത്തിലുള്ള കഞ്ഞിയും ചോറും രണ്ടുപേർക്കായി വിഭജിക്കപ്പെടുന്നുവെന്നും, ഈ ചോറു കൊടുക്കുന്നത്

ചൂഷകന്മാരായ ജാരന്മാർക്കാണ് എന്നും, കഞ്ഞി കൊടുക്കുന്നത് ഭർത്താവിന് അല്ലെങ്കിൽ ഭൂമിയിൽ പൊന്നുവിളയിക്കുന്ന തൊഴിലാളിവർഗ്ഗത്തിനാണ് എന്നുമാണ് കവി പറയുന്നത്. ഭാര്യയ്ക്ക് ചെലവിനുകൊടുക്കാതെ ഭാര്യയുടെ സുഖം അനുഭവിക്കുന്നവനെയാണ് ജാരൻ എന്നു പറയുക. ജോലി ചെയ്യാതെ സമുദായത്തിന്റെ സമ്പത്ത് അനുഭവിക്കുന്നവനെയാണ് ജാരൻ അഥവാ ചൂഷകൻ അഥവാ മുതലാളി എന്നു പറയുന്നത്. അടിസ്ഥാന തൊഴിലാളിവർഗ്ഗത്തിന് കഞ്ഞിവെള്ളം കൊടുക്കുകയും മറിച്ച്, ചൂഷക ജാരവർഗ്ഗത്തിന് എന്നും ചോറുകൊടുക്കുകയും ചെയ്യുന്നു എന്നത് ഒരു അടിസ്ഥാന ഇമേജറിയാണ്. നാം നമ്മുടെ ജൈവശാസ്ത്രത്തിന്റെ അടിസ്ഥാനത്തിലേക്ക് തിരിച്ചു ചെല്ലുമ്പോഴാണ് നാം ജീവിതത്തിന്റെ മൗലികമായ ശക്തിയിലേക്ക് മടങ്ങി എത്തുന്നത്. അതുകൊണ്ട് ഇതിൽ ഉപയോഗിച്ചിരിക്കുന്ന ആശയം വാസ്തവത്തിൽ അടിസ്ഥാന ലൈംഗിക ഇമേജറി ആണെന്നു പറയാം. അത് കവിതയുടെ തുടക്കത്തിൽത്തന്നെയുണ്ട്.

*"അന്തിയുണ്ടു, പഴങ്ങൾ തൻ മാംസം*
*മന്ദം മന്ദം നുണഞ്ഞതിൻശേഷം*
*നാലുംകൂട്ടി മുറുക്കി,യിമ്പത്തിൽ*
*മേളംകൂട്ടി ഞാൻ മേടയിൽ വാഴ്കെ*
*വാസരത്തൊഴിലാളികൾ വന്നു*
*വാതിലിൽ ദൃഢം മുട്ടിയെന്നാലും."*

പ്രഭാതത്തിൽ ജീവിതത്തിലെ അയാഥാർത്ഥസുഖം അനുഭവിക്കുന്ന ഒരു വർഗ്ഗവും നേരെ മറിച്ച് ജീവിതത്തിന്റെ ഏറ്റവും വലിയ ദുഃഖങ്ങൾ അനുഭവിക്കുന്ന ഒരു വർഗ്ഗവും ഇവിടെയുണ്ട്.

*"ആട്ടൊരുഗ്രമാം ചുംബനമോ? നീ*
*കൂട്ടുകാരിയെപ്പുല്കിയുറങ്ങി."*

തന്റെ കാമുകിയെ ചുംബിക്കുക എന്നതിന് കാമുകിയെ ആട്ടുക എന്നതിലേക്ക്, ദുഃഖമാണ് ഭക്ഷണം എന്നും, കണ്ണീരാണ് പാനീയം എന്നും ഉള്ള നിലയിലേക്ക് എത്തിച്ചേർന്നിട്ടുള്ള ഒരു വർഗ്ഗത്തെ, ഒരുപക്ഷേ, എങ്ങനെയോ താനറിയാതെ വൈലോപ്പിള്ളി ചിത്രീകരിച്ചിട്ടുണ്ട്.

ഒരു തൊഴിലാളിക്ക് തന്റെ ഭാര്യയെ അടിക്കുന്നതാണ് സ്നേഹപ്രകടനമെന്നും സാധാരണ പറയാറുള്ളതുപോലെ "ഇനി എന്റെ കൊല്ലൻ വന്നിട്ട് രണ്ടു തൊഴിയുംകൂടി കിട്ടിയാൽ കിടന്നുറങ്ങാമായിരുന്നു" എന്നതും ഒരു കഥ മാത്രമല്ല. ഇത് നാഗരികതയുടെ 'എപിറ്റോം' ആണ്, സങ്കേതം ആണ്. കാരണം നമ്മുടെ നാഗരികത ദുഃഖം ചിലർക്കും സുഖം ചിലർക്കുമായി, വെള്ളം ചിലർക്കും വറ്റ ചിലർക്കുമായി വിഭജിച്ചിരിക്കുന്നു.

ഈ വസ്തുതയിൽനിന്നു നമ്മുടെ ചരിത്രത്തിന്റെ അർത്ഥം എങ്ങിനെ ഉണ്ടായിത്തീരുന്നുവെന്നും വെറുതെ ഉണ്ടിരിക്കുന്നവന് തോന്നുന്ന വിളിയാണ് കവിതയെന്നും കവിതക്ക് അങ്ങിനെ പോസിറ്റീവ് ആയി ഒരു അർത്ഥമുണ്ട് എന്നും വൈലോപ്പിള്ളി കരുതി. ഇതൊരു സങ്കീർണ്ണാവസ്ഥയാണ്. റസ്സൽ 'ഇൻ പ്രൈസ് ഓഫ് ഐഡിൽനെസ്സ്' എന്ന പ്രബന്ധത്തിൽ ചർച്ച ചെയ്യുന്ന ചരിത്രപ്രശ്നമാണിത്. വെറുതെ ഉണ്ടിരിക്കുമ്പോൾ അരിസ്റ്റോട്ടിലിന് വേദാന്തം തോന്നും. വെറുതെ ഉണ്ടിരിക്കുമ്പോൾ വൈലോപ്പിള്ളിക്ക് കവിത തോന്നും. സുഖദമായ രാത്രിയെ തിരുത്തിക്കൊണ്ടു, ആഴങ്ങളിൽനിന്ന് ചരിത്രത്തിന്റെ ഭയങ്കരസുന്ദരങ്ങളായ കിനാക്കൾ ഉയർന്നുവിരിയുന്നു എന്നുകൂടി ഒരുപക്ഷേ വൈലോപ്പിള്ളി ഉദ്ദേശിച്ചിരുന്നു. ഇത് കവിതയെ അതിന്റെ പ്രാഥമിക തലത്തിൽനിന്ന് സംഘർഷപൂർണ്ണമായ ഒരു സങ്കീർണ്ണ പ്രശ്നമാക്കിത്തീർക്കുന്നു. വൈലോപ്പിള്ളിക്കവിതയുടെ മൗലികസ്വഭാവം ഇതുതന്നെയാണ്. അനുഭവങ്ങളെ അദ്ദേഹം ആർദ്രമായി തരംതിരിക്കുന്നില്ല എന്നതാണ്. സത്യത്തിന്റെ ഈ വേദന ഇനിയും ഇനിയും, വൈലോപ്പിള്ളിക്കവിതയെ നിലനിർത്തിപ്പോരുന്ന ശക്തിയായിത്തീരും.

1986

## സംശയം

വൈലോപ്പിള്ളിയെക്കുറിച്ച് എനിക്കൊന്നും അറിയില്ല. ജീവിതത്തെ തലകീഴായി വീക്ഷിക്കുകയും മുഖത്തെ പിന്നിൽ കാണുകയും ഒരു വസ്തുവിനെയും മുഖവിലക്കെടുക്കാതിരിക്കുകയും എല്ലാറ്റിന്റെയും പിന്നിലെന്താണ് എന്നന്വേഷിക്കുകയും ചെയ്തു കൊണ്ടിരുന്ന ഒരു സംശയാലുവാണ് വൈലോപ്പിള്ളി എന്ന് അദ്ദേഹത്തിന്റെ കവിതകളിൽ നിന്നറിയാം. ഒരർത്ഥത്തിൽ, അദ്ദേഹം തന്റെ വീടിന്റെ വളരെയരികിൽ അന്ന് താമസിച്ചിരുന്ന ചങ്ങമ്പുഴയുടെ നേരെ വിപരീതമായിരുന്നു എന്നുപറയാം. നാം സാഹിത്യചരിത്രത്തെക്കുറിച്ച് ചർച്ച ചെയ്യുമ്പോൾ മറന്നുപോകുന്ന ഒരു കാര്യം എങ്ങിനെയാണ് അടുത്തടുത്തു ജീവിച്ച രണ്ടു വ്യക്തികളുടെ ദ്വന്ദ്വാത്മക ബന്ധം അവ രുടെ കാവ്യജീവിതത്തെ രൂപപ്പെടുത്തുന്നത് എന്നതാണ്.

*കന്നിക്കൊയ്ത്ത്* എന്ന കവിതാസമാഹാരം ആദ്യം പ്രസിദ്ധപ്പെടുത്തിയപ്പോൾ ആ കൃതിയിൽ '*കന്നിക്കൊയ്ത്ത്*' എന്ന കവിത ഉണ്ടായിരുന്നില്ല.

*"ആകയാലൊറ്റയൊറ്റയിൽക്കാണ-*<br>
*മാകുലികളെപ്പാടിട്ടും വീണേ!*<br>
*നീ കുതുകമോടാലപിച്ചാലും*<br>
*ഏകജീവിതാനശ്വരഗാനം."*

എന്നുള്ള വരികളെ എല്ലാവരും പ്രകീർത്തിച്ചിട്ടുണ്ട്. പക്ഷേ, ലോകത്തെ ചിത്രീകരിക്കുന്നതിനുപകരം ഈ ദുഃഖത്തെ പൂർണ്ണമായും വിസ്മരിക്കുവാൻ ചരിത്രത്തെ ഒന്നായി കാണണം എന്നായിരിക്കണം വൈലോപ്പിള്ളി ആ വരികളിൽ പറയുന്നത്.

ചേറ്റുപുഴ വിപത്തു കഴിഞ്ഞ്, ഏതാണ്ടൊരു വർഷം കഴിഞ്ഞ് വൈലോപ്പിള്ളി,

*"ജീർണ്ണത ചേറ്റിൽ താഴുന്നു പുഴ*
*പൂർണ്ണത നോക്കിപ്പായുന്നു."*

എന്നെഴുതി. ഇത് ഒരസാധാരണമായ വീക്ഷണമാണ്. ജീർണ്ണത എന്നു പറയുന്നത് ചേറ്റിൽ താഴുന്ന മനുഷ്യരെപ്പറ്റിയാണ്. പുഴ, പൂർണ്ണത നോക്കിപ്പായുന്ന പുഴ, ഒഴുകിപ്പോകുന്ന ചരിത്രമാണ്.

ഈ വിശേഷമായ കാഴ്ചപ്പാട് മിക്കവാറും വൈലോപ്പിള്ളിയുടെ കാവ്യജീവിതത്തിൽ മുഴുവൻ ഉള്ളതായി കാണാം.

*"കെട്ട ജീവിതം! ഉണ്ടെനിക്കെന്നാൽ*
*മറ്റൊരു കാവ്യജീവിതം മന്നിൽ"*

എന്ന് 'കുടിയൊഴിക്ക'ലിൽ അദ്ദേഹം പേർത്തും പേർത്തും പറയുകയും ചെയ്യുന്നു.

വൈലോപ്പിള്ളി എഴുതിയതാണ് എന്നു ഞാൻ വിശ്വസിക്കുന്ന, ചങ്ങമ്പുഴയെക്കുറിച്ച് എഴുതിയതാണ് എന്നും വിശ്വസിക്കുന്ന, പുസ്തകരൂപത്തിൽ വന്നിട്ടില്ലാത്ത ഒരു കവിതയിൽ 'മന്ത്രവാദി' എന്ന കവിതയിൽ

*"വധുവിന്റെ വസകൊണ്ട് പൊട്ടുതൊട്ട്*
*അവനിരുന്നീടുന്നു മന്ത്രവാദി"*

എന്ന വരികളുണ്ട്. ഭാര്യയുമായി എന്നും പിണങ്ങുകയും ഭാര്യയെ വളരെ മനോഹരമായി വഞ്ചിക്കുകയും ചെയ്ത ചങ്ങമ്പുഴയാണ് ഈ കവിതയിലെ നായകനായ മന്ത്രവാദി. തന്റെ ഭാര്യയുടെ വസയെടുത്ത് നെറ്റിയിൽ ചാർത്തുകയും ഭാര്യയുടെ ദുഃഖംകൊണ്ട് മന്ത്രവാദം ചെയ്യുകയും ചെയ്യുന്ന ഒരു മഹാമാന്ത്രികനാണ് ചങ്ങമ്പുഴ എന്നാണ് ആ കവിതയിൽ പറയുന്നത്.

ചങ്ങമ്പുഴക്ക് ഭാവനയും യാഥാർത്ഥ്യവും തമ്മിൽ ഒരു വ്യത്യാസവുമുണ്ടായിരുന്നില്ല. ഇത് അദ്ദേഹത്തിന്റെ മൗലികമായ ജീവിതപരാജയത്തിന്റെയും മൗലികമായ കാവ്യവിജയത്തിന്റെയും കാരണമായിരുന്നു. ഒരുപക്ഷേ, ഇത് വൈലോപ്പിള്ളിയെ സംബന്ധിച്ചിടത്തോളവും വാസ്തവമാകാം. വൈലോപ്പിള്ളിയുടെ ജീവിതത്തെക്കുറിച്ച് എനിക്ക് ഒന്നുംതന്നെ അറിയില്ല.

ചങ്ങമ്പുഴയുടേതും ഒരു കെട്ട ജീവിതമായിരുന്നു. ഇവർ രണ്ടുപേരും പരസ്പരവിരുദ്ധമായാണ് ജീവിതത്തെ നോക്കിക്കണ്ടിരുന്നതെങ്കിലും മിക്കവാറും ഒരേ സ്ഥലത്തുതന്നെയാണ് എത്തിച്ചേർന്നത് എന്നത് അത്ഭുതകരമായി തോന്നാം.

വൈലോപ്പിള്ളി അദ്ദേഹത്തിന്റെ *കാവ്യലോകസ്മരണ*കളിൽ, എന്റെ കവിതയ്ക്ക് നിരൂപണം എഴുതിയ ആളുകളാരും എന്റെ

കവിതകളിൽ ഒന്നുപോലും അനുരാഗകവിതയായിട്ടില്ല എന്ന കാര്യം ശ്രദ്ധിച്ചിട്ടില്ല എന്നു പറയുന്നുണ്ട്. ഇത് ശരിയാവാം. പക്ഷേ, ഇതിന്റെ അർത്ഥം മറ്റൊന്നാണ്. ചങ്ങമ്പുഴയുടെ പ്രതിഷേധം, അനുരാഗത്തിന്റെ കവിയായ ചങ്ങമ്പുഴയുടെ രീതിയോടുള്ള പ്രതിഷേധമായിക്കൂടി വൈലോപ്പിള്ളിക്കവിതയിൽ വന്നിട്ടുണ്ട് എന്നു കാണാം. വേറൊരു തരത്തിൽ പറഞ്ഞാൽ അവരുടെ സ്വഭാവഘടനകൾ തമ്മിൽ മൗലികമായ ഒരു വൈരുധ്യം ഉണ്ടായിരുന്നു എന്നതാണ്. ഈ വൈരുധ്യത്തിന്റെ ഒരു ഫലം ധ്രുവങ്ങൾ രണ്ടും ഒന്നുപോലെയായിരിക്കുന്നതുപോലെ, അവർ രണ്ടും ഒരർത്ഥത്തിൽ ഒന്നുപോലെയായിത്തീർന്നു എന്നതാണ്. അതാണതിന്റെ പരിണിതി എന്നു പറയാം.

*"അമ്മയെ സ്നേഹിച്ചേൻ ഞാൻ*
*വെറുത്തേൻ പെൺജാതിയെ."*

എന്നാണ് വൈലോപ്പിള്ളി എഴുതിയത്. ചങ്ങമ്പുഴയാണെങ്കിൽ ലോകത്തിലെ പെൺജാതിയായ പെൺജാതിയെ മുഴുവൻ സ്നേഹിക്കുകയും ഒരുപക്ഷേ, അമ്മയെ വെറുക്കുകയും ചെയ്തു എന്നു പറയാം. രണ്ടിന്റേയും ഫലം ഒന്നാണ്. വൈലോപ്പിള്ളിയുടെ കവിതകൾക്ക്, അനുരാഗകവിതകൾക്ക് ഒരുതരം 'റാഷ്' കാരക്ടറുണ്ട്. വളരെയധികം 'ടീസിംഗ്' ആയിട്ടുള്ള വരികൾ അദ്ദേഹമെഴുതിയിട്ടുണ്ട്.

*"കന്യമാർക്കു നവാനുരാഗങ്ങൾ*
*കമ്രശോണസ്ഫടികവളകൾ*
*ഒന്നു പൊട്ടിയാൽ മറ്റൊന്ന്..."*

എന്നുള്ളത് ഏതു പെൺകുട്ടിക്കും സായാഹ്നങ്ങളിൽ ഓട്ടോഗ്രാഫിൽ എഴുതിക്കൊടുക്കുവാൻ പറ്റിയ വരികളാണ്. പെൺകുട്ടികൾക്ക് തിരിച്ചെഴുതിക്കൊടുക്കുവാനുള്ള വരികളും വൈലോപ്പിള്ളി എഴുതിയിട്ടുണ്ട്.

*'മറ്റു പൂച്ചെടിചെന്നു തിന്നാനെൻ*
*കൊറ്റനാടിനുണ്ടിപ്പോഴേ മോഹം'*

ഇത് വൈലോപ്പിള്ളിയുടെ അനുരാഗ സങ്കല്പമാണ്. ഇത് വലിയൊരു സംശയത്തിന്റെ കഥയാണ്. വൈലോപ്പിള്ളിയുടെ കവിത വലിയൊരു സംശയത്തിലധിഷ്ഠിതമാണ്. 'വിഷുക്കണി' എന്ന ചെറിയ കവിതയിൽ ഈ ആശയം അദ്ദേഹം സൂചിപ്പിച്ചിട്ടുണ്ട്.

നാളെ വരാനിരിക്കുന്ന ലോകം തേച്ചുമിനുക്കിയ ഉരുളിയിൽ മഞ്ഞപ്പൂക്കളും സ്വർണ്ണവും വെള്ളരിക്കയും മധുരോദാരമായ മറ്റു വസ്തുക്കളും നിറച്ചുവെച്ചിട്ടുള്ള ഒരു സുവർണ്ണലോകമാണ് എന്നു നമ്മെ തെറ്റിദ്ധരിപ്പിക്കുവാൻ ആളുകളുണ്ടാക്കിവെക്കുന്ന കെണിയെയാണ് നാം 'കണി'യെന്ന് പറയുന്നത്. ഇത് നമ്മുടെ കണ്ണുകെട്ടിയിട്ട് മുന്നിൽകൊണ്ടുവെച്ച് "കണി

കാണുക മകനേ'' എന്ന് എല്ലാ അമ്മമാരും, എല്ലാ അച്ഛന്മാരും മുത്തച്ഛന്മാരും പറഞ്ഞുണർത്തുകയും ചെയ്യുന്നു. അവിടംവരെയുള്ള വഴി എന്താണ് എന്നവരറിയാതിരിക്കാനാണ് അവരുടെ കണ്ണ് കെട്ടി ക്കോണ്ടേ പോകുന്നത്. ഇങ്ങനെ കണ്ണു കെട്ടിത്തന്നെ വിഷുക്കണിയുടെ അരികിലേക്ക് പോകുമ്പോൾ ഇടയ്ക്ക് കൈ തെറ്റിച്ച് താൻ കണ്ണു തുറന്നു നോക്കി എന്നും അപ്പോൾ ലോകം മുഴുവൻ ഇരുട്ടാണെന്നും അയൽവീ ടുകളിലൊന്നും തിരിയെരിയുന്നില്ലയെന്നും താൻ മനസ്സിലാക്കിയെന്നും, അതോടുകൂടി ജീവിതത്തെക്കുറിച്ചുള്ള വലിയൊരു നൈരാശ്യബോധം തന്നിലുണ്ടായിത്തീർന്നു എന്നും വൈലോപ്പിള്ളി പറയുന്നുണ്ട്.

ഇരുട്ടിനെക്കുറിച്ച് ഒരുപാട് സങ്കല്പങ്ങൾ വൈലോപ്പിള്ളിക്കു ണ്ടായിരുന്നു. ഇരുട്ട് എന്നുള്ളത് വൈലോപ്പിള്ളിക്ക് ഒരു മരത്തിന്റെ താഴെ വന്നുചേരുന്ന ഒരു നരിയും ആ നരിയൂട്ടുന്ന നരിക്കുഞ്ഞുങ്ങളും ആണ്. ലോകത്തിൽ ഏറ്റവുമധികം സ്നേഹമുള്ളത്, ഒരുപക്ഷേ, തന്റെ അമ്മയ്ക്കല്ലെന്നും, ഈറ്റപ്പുലിക്കാണെന്നും, മനുഷ്യന് സ്നേഹമില്ല എന്നും വൈലോപ്പിള്ളി 'പെണ്ണും പുലിയും' എന്ന കവിതയിൽ പറയുന്നുണ്ട്. "മാനുഷനുണ്ടോ വാത്സല്യം?'' എന്നാണ് നരി കുഞ്ഞുങ്ങളോട് ചോദി ക്കുന്നത്. ഈ ചോദിക്കുന്ന നരി തീർച്ചയായും വൈലോപ്പിള്ളിയാണ് എന്നതിന് സംശയമില്ല. ഇതുപോലൊരു ചോദ്യം എൻ.വി. കൃഷ്ണവാര്യർ തന്റെ 'എലി'യെക്കൊണ്ട് ചോദിപ്പിച്ചിട്ടുണ്ട്.

ലോകത്തിലെ ഏറ്റവും സ്നേഹമുള്ള മൃഗം നാം സ്നേഹമില്ല എന്നു പറയുന്ന മൃഗങ്ങളാണെന്നും ക്രൗര്യമാണ് ഏറ്റവും വലിയ സ്നേഹം എന്നും ഇരുട്ടാണ് ഏറ്റവും വലിയ സ്നേഹം എന്നും ഇരുട്ടാണ് ഏറ്റവും വലിയ വെളിച്ചം എന്നും ഉള്ള മിക്കവാറും തലകീഴായ ഒരു തത്ത്വശാ സ്ത്രം വൈലോപ്പിള്ളി തന്റെ ജീവിതബോധത്തിൽനിന്ന് ഉരുത്തിരി ച്ചെടുത്തിട്ടുണ്ട്. ഇതുകൊണ്ട് കവിതയ്ക്ക് വളരെ സവിശേഷമായ ചില പ്രത്യേകതകൾ ഉണ്ടായിത്തീരുന്നു. ഈ പ്രത്യേകതകളെക്കുറിച്ചാണ് നാം എന്നും ചർച്ച ചെയ്തുപോന്നിട്ടുള്ളത്.

"പുഞ്ചിരി. ഹാ! കുലീനമാം കള്ളം!'' എന്നുള്ള പ്രസിദ്ധമായ വരിയിൽ അദ്ദേഹം ഒരു മുദ്രാവാക്യമായി എഴുതിപ്പിടിപ്പിച്ചിട്ടുള്ളതുപോലെ, ഈ ലോകത്തിൽ എപ്പോഴും നന്മ കാണുമ്പോൾ അതിന്റെ പിന്നിൽ തിന്മ കാണുവാൻ ശ്രമിക്കുകയും, ഭരണകൂടങ്ങൾക്ക് സ്തുതി പാടുന്ന ആളുകളെ കാണുമ്പോൾ ഞങ്ങൾ എന്നും ഒരു സൗവർണ്ണ പ്രതിപക്ഷമാണ് എന്നു പറയുകയും ലോകത്തിന്റെ സത്യം അതിന്റെ പിന്നാമ്പുറങ്ങളിൽ അധി ഷ്ഠിതമാണെന്ന് കരുതുകയുമാണ് വൈലോപ്പിള്ളി ചെയ്തത്. പകൽ ഗദ്യത്തിന്റേയും രാത്രി കവിതയുടേയും കാലമാണ് എന്നും രാത്രി

കിനാവ് കാണുന്നതുകൊണ്ടാണ് പകൽ ചരിത്രമുണ്ടാകുന്നത് എന്നും ഉള്ള വിചിത്രമായ സങ്കല്പമാണ് വൈലോപ്പിള്ളിയുടെ കവിതയിൽനിന്ന് ഉരുത്തിരിയുന്നത്. ഈ സവിശേഷമായ വീക്ഷണം എങ്ങനെയുണ്ടായി എന്നെനിക്കറിയില്ല. അറിയണം എന്നുമില്ല.

*"ഇന്നു തൽച്ചെറു നിന്ദനമെന്നിൽ*
*ചെന്നിനായകം ചേർത്തിരിക്കുമ്പോൾ."*

എന്ന് വൈലോപ്പിള്ളി എഴുതിയിട്ടുണ്ട്. ലോകം ഒരു കയ്ക്കുന്ന സത്യമാണ് എന്ന അനുഭവം ഒരുപക്ഷേ, അമ്മയുടെ മുലകുടിക്കുമ്പോൾ മുലയിൽ ചെന്നിനായകം പുരട്ടിയതുകൊണ്ട് ഉണ്ടായതാകാം.

*"മനമല്ലൽ കൊതിച്ച് ചെല്ലുകിൽ*
*തനിയേ കൈവിടുമീർഷ്യദുർവിധി."*

എന്ന വേദാന്തം, ദുഃഖത്തെ അന്വേഷിച്ചു ചെന്നാൽ സുഖം കിട്ടുമെന്ന വേദാന്തം, കുമാരാനാശാന്റെ കവിതയിലുള്ള വേദാന്തം, വൈലോപ്പിള്ളിയുടെ കവിതയിൽ നിരന്തരമായി കാണാവുന്നതാണ്. ഇത് ഒരു ലോകവീക്ഷണമാണ്. ബുദ്ധനുണ്ടായിരുന്ന ജീവിതവീക്ഷണവും ഇതു തന്നെയായിരുന്നുവെന്ന് പറയാം.

ദുഃഖത്തെ ഉപാസിക്കുന്നവൻ സുഖത്തിലെത്തിച്ചേരുന്നുവെന്നും, കയ്പിനെ തേടി പോകുന്നവർ മധുരത്തിലെത്തിച്ചേരുന്നുവെന്നും, ജീവിതത്തെ നിഷേധിക്കുന്നവർ ഒരു കാവ്യജീവിതത്തിൽ ഉണരുന്നുവെന്നു, രാത്രിയിൽ കിനാവ് കാണുന്നവൻ പ്രഭാതത്തിൽ ഒരു പുതിയ ലോകത്തെ സൃഷ്ടിക്കുന്നുവെന്നും ഉള്ള സവിശേഷമായൊരു വീക്ഷണം വൈലോപ്പിള്ളി തന്റെ ജീവിതത്തിൽനിന്ന് ഉരുത്തിരിച്ചെടുത്തിരിക്കുന്നു. അതുകൊണ്ട് അദ്ദേഹത്തിന്റെ ജീവിതത്തിന്റെ അവസാനമായ മരണത്തെക്കുറിച്ച് പലതരം ആക്ഷേപങ്ങളും അഭിപ്രായങ്ങളും ഉണ്ടാകാവുന്നതാണ്.

*"കെട്ട ജീവിതം, ഉണ്ടെനിക്കെന്നാൽ*
*മറ്റൊരു കാവ്യജീവിതം മന്നിൽ!"*

1986

# കുടിയൊഴിക്കൽ

*"അന്തിയുണ്ട പഴങ്ങൾ തൻ മാംസം*
*മന്ദം മന്ദം നുണഞ്ഞതിൻശേഷം*
*നാല്വംക്കൂട്ടി മുറുക്കിയിമ്പത്തിൽ*
*മേളംകൂട്ടി ഞാൻ മേടയിൽ വാഴ്കെ."*

രാവിന്റെ കരിംകുതിരപ്പുറമേറി സത്യസൗന്ദര്യഗോപുരത്തിലേയ്ക്ക് കുതിക്കുന്ന സ്വീയഭാവനയുടെ ചിത്രം അവതരിപ്പിച്ചുകൊണ്ടാണ് വൈലോപ്പിള്ളിയുടെ ഈ അസാധാരണകാവ്യം ആരംഭിക്കുന്നത്. ഈ കവിയുടെ മേട നിങ്ങൾക്ക് അടുത്തു പരിചയമുള്ളതാണ്.

**ചായുന്ന ഗോപുരം**

ഒരു പന്തീരാണ്ടു മുമ്പ് വെർജീനിയ വൂൾഫ് ആധുനിക നാഗരികതയെ ചായുന്ന ഗോപുരത്തോട് ഉപമിക്കുകയുണ്ടായി. ഇന്നലെവരെ ചായാതെ നിന്നിരുന്ന ഒരു മഹാഗോപുരം. പണംകൊണ്ടും അഭിജാതതകൊണ്ടും അഭ്യസ്തവിദ്യനായിത്തീർന്ന കവി അതിന്റെ മേൽത്തട്ടിലിരിക്കുന്നു. കീഴെ പരുത്തഭൂമിയിൽ ഉറുമ്പുകളെപ്പോലെ മനുഷ്യൻ ചാലിടുന്നത് അയാൾക്ക് കാണാം. അവയുടെ ക്രമത്തെക്കുറിച്ച്, വർണ്ണശബളതയെക്കുറിച്ച് നിശ്ചലചലനത്തെക്കുറിച്ച് അയാൾ ഗാനം ചെയ്തു. കീഴെ ഉണ്ടെന്നുതോന്നിയിരുന്ന അദ്ഭുതശാന്തി ഈ ഗാനങ്ങളിൽ ലയം ചേർത്തു. നഖശിഖാന്തം സുന്ദരമായ കവിതയുണ്ടായി. ഈ കവിതയ്ക്ക് മധുവിന്റെ മാധുര്യമുണ്ടെന്ന് സഹൃദയന്മാർ വാഴ്ത്തി. കാലം അതിവേഗം കഴിഞ്ഞുപോയി. ഗോപുരത്തിന്റെ അടിത്തറയ്ക്ക് ഇളക്കംകൊടുക്കുന്ന നീരുറവകൾ പാഞ്ഞു. അന്നുവരെ തലയെടുപ്പോടെ നിന്നിരുന്ന നാഗരികതാസൗധം ചായുകയായി. ചരിഞ്ഞുകൊണ്ടിരിക്കുന്ന മാളികയിലിരിക്കുന്നവർക്കുണ്ടാകാവുന്ന തലചുറ്റലും സംഭ്രാന്തിയും കവിക്കുണ്ടാകാതെ

വയ്യ. വാസ്തവപ്രപഞ്ചം ഏറെ മാറിയിട്ടില്ലെങ്കിലും ഇന്നലെക്കണ്ട ലോകമല്ല അയാൾ ഇപ്പോൾ കാണുന്നത്. ഭൂമിയിലെ സംഭവങ്ങൾക്കുണ്ടായിരുന്ന ക്രമവും താളവും തെറ്റിയിരിക്കുന്നോ? മനുഷ്യരൊക്കെ ചരിഞ്ഞാണോ നടക്കുന്നത്? താനിരിക്കുന്ന കസേരയുടെ കാലുകൾ ഇളകുന്നുവോ? അയാൾ ചുറ്റും നോക്കുകയായി, ഉൾക്കിടിലത്തോടെ തന്നിലേയ്ക്കും. അയാൾ അവിടെത്തന്നെ ഉറച്ചിരിക്കുന്നു. സത്യസന്ധതയോടെ തന്റെ കവിതയോടുള്ള കൂറ് നിറവേറ്റുവാൻ കിണഞ്ഞു പരിശ്രമിക്കുകയും ചെയ്യുന്നു.

ഇതാണ് വൂൾഫ് വളരെ പണിപ്പെട്ട് വിശദമാക്കുവാൻ ശ്രമിക്കുന്ന ആധുനിക കവിതയുടെ രൂപം. മലയാള കവിതയിൽ കൊടുങ്ങല്ലൂർ തമ്പുരാക്കന്മാരും വെണ്മണിമാരും നാലപ്പാടനും വള്ളത്തോളും കുറ്റിപ്പുറവും ഗോപുരം ചായുന്നതിനുമുമ്പ് അതിലെ പാർപ്പുകാരായിരുന്നു. മധുരോദാരമായ കവിത അവരുടേതാണ്. ജി. യാകട്ടെ തന്റെ കാൽച്ചുവട്ടിൽനിന്നൂർന്നുപോകുന്ന മണ്ണിനെക്കുറിച്ച് അറിയാതിരുന്നില്ല. മുകളിൽനിന്നിറങ്ങണോ വേണ്ടയോ എന്ന് അന്ത്യംവരെ തീർച്ചപ്പെടുത്താൻ കഴിയാതിരുന്ന കവിയായിരുന്നു ചങ്ങമ്പുഴ. എൻ.വി. സൂത്രത്തിൽ ഇറങ്ങിപ്പോന്നവരിൽ മുമ്പനത്രേ. താൻ എന്നും ഭൂമിയുടെ കക്ഷിയിലായിരുന്നു എന്ന മട്ടിൽ മുകളിലിരിക്കുന്നവരെ പരിഹസിച്ചു.

വൈലോപ്പിള്ളിയാകട്ടെ വീഴുന്ന ഗോപുരത്തിനു മുകളിൽ ഉറച്ചിരിക്കുവാൻ സാഹസപൂർവ്വം തീരുമാനിക്കുകയാണ് ചെയ്തത്. തനിക്കു വരാവുന്ന അന്ത്യം അദ്ദേഹം കാണുന്നു. ഒപ്പം ഗോപുരത്തിന്റെ ഗാംഭീര്യവും. ഈ കവിത ആ സത്യബോധത്തിന്റേയും സാഹസത്തിന്റേയും മുഖമത്രെ.

ആദ്യമുദ്ധരിച്ച വരികളിലെ മേട വൂൾഫിന്റെ ഗോപുരംതന്നെ. ആ മേടയിലിരിക്കുന്ന സാഹസിയായ കവിയുടെ ആത്മാവിലെ തീവ്രവൈകാരിക സംഘട്ടനങ്ങളും രക്തരൂഷിതമായ അന്ത്യവും സ്നേഹനിർഭരമായ അന്ത്യാമന്ത്രണവും നിങ്ങൾ ഈ ലഘുകാവ്യത്തിൽനിന്നനുഭവിച്ചറിയണം. അനുനിമിഷമെന്നോണം സംഭവിച്ചുകൊണ്ടിരിക്കുന്ന തന്റെ പതനത്തെക്കുറിച്ചറിയുകയും വീണുകഴിഞ്ഞ തന്റെ നെഞ്ചിൽക്കൂടി നിർഭയമായ പരിവർത്തനത്തിന്റെ ഘോഷയാത്ര ചവിട്ടിക്കടന്നുപോകുമ്പോഴുണ്ടാകുന്ന സുഖകരമായ വേദന മുൻകൂട്ടി അനുഭവിക്കുകയും ചെയ്യുന്ന കവിയെ സംസ്കാര ദൗർബല്യത്തിന്റെ രക്തസാക്ഷിയായി നിങ്ങൾ മനസ്സിലാക്കുന്നു. ഒട്ടും പരസ്യത്തിന്റെ ചുവയില്ലാതെതന്നെ ഈ കാവ്യത്തിന് ഉടുപ്പും മണവുമുണ്ടെന്നു പറയാൻ ഞാൻ ധൈര്യപ്പെടുന്നു.

## പൊട്ടിയ കണ്ണാടി

നമുക്ക് കാവ്യത്തിലേക്ക് കടക്കാം. കവി നാലുംകൂട്ടി മുറുക്കി തന്റെ മേടയിൽ സ്വപ്നം നുണഞ്ഞുകൊണ്ടിരിക്കുകയാണ്. അദ്ദേഹത്തിന്റെ ഭാവന സത്യസൗന്ദര്യത്തിന്റെ ഗോപുരംവരെ എത്തിക്കഴിഞ്ഞു. അപ്പോഴേക്കും എന്തൊരു സൊല്ലയാണ്! കുടികഴിഞ്ഞു കുടിയാൻ വീട്ടു കേറാൻ വരുന്ന പൂരം! അയാൾ വന്നു ഭാര്യയെ കൈകൊണ്ടും വാക്കുകൾകൊണ്ടും തൊഴിക്കുന്നു.

*"തേവിടിശ്ശി നീയെന്തിന് കഞ്ഞി-*
*തേവിവെച്ചതു ചോറെനിക്കില്ലേ?"*

അശ്ലീലമെങ്കിലും അർത്ഥഗർഭമായ ചോദ്യം. അവൾ ചോറൂറ്റിയെടുത്തതാവില്ല. ആ കൂരയിൽ കഞ്ഞിവെള്ളമേയുള്ളൂ. ചോറു മറ്റൊരിടത്താണ്. കഞ്ഞിയും ചോറും വേറെ വേറെ ഊറ്റിവെക്കുന്ന സമുദായത്തിന്റെ ചെന്നിക്കാണ് ചോദ്യം ചെന്നു കൊള്ളുന്നത്. അവനെ പരോക്ഷമായി കഞ്ഞിവെള്ളം കുടിപ്പിക്കുന്ന കവിക്കും തെറിവാക്കുകളുടെ ഈ കല്ലേറ് ലഭിക്കുന്നു.

*"കൂരിരുട്ടുകൾ നിന്നു വിറക്കേ*
*ഓരിയിട്ടു നിൻ കുട്ടികൾ നിൽക്കേ*
*ആവതെന്തെനിക്കേറ്റുകൾ കൊണ്ടെൻ*
*ദേവഭാവനാദർപ്പണം പൊട്ടി."*

ഈ തകർന്ന ഭാവനാദർപ്പണത്തിലാണ് ഇനിയങ്ങോട്ട് കവിയുടെ ആത്മാസ്വാസ്ഥ്യം പ്രതിഫലിക്കുക. കാവ്യം ജീവിതത്തിന്റെ കണ്ണാടിയാണെന്ന് പഴയ ചിന്തകന്മാർ പറയാറുണ്ടല്ലോ. ഈ പൊട്ടിയ കണ്ണാടിയിൽ പ്രതിഫലിക്കുന്ന ജീവിതം കാണുക. സൗന്ദര്യം അതിലില്ല. പക്ഷേ, സൗന്ദര്യത്തിന്റെ നുറുങ്ങുകളുണ്ട്. ചിറകുകളിൽ ഉയർന്നുയർന്നു പോകുന്ന ആത്മാവിന്റെ ഔന്നത്യമല്ല, ചിറകുകൾ കീഴോട്ടാഞ്ഞുവലിക്കപ്പെടുന്ന അന്തശ്ചരിത്രമാണ് ഈ കാവ്യത്തിന്റെ വിഷയം.

കഥ തുടരുന്നു. ജന്മികുടിയായ കവി തൊഴിലാളിയെ വിളിച്ചുപദേശിച്ചുനോക്കി.

*"നിൻകുടിയൊഴിഞ്ഞീടണം ഈ ഞാൻ*
*നിൻ കുടിയൊഴിപ്പിക്കുമല്ലെങ്കിൽ."*

എന്നൊക്കെ ഭീഷണിപ്പെടുത്തി നോക്കി. കുടി വർധിച്ചുതന്നെ വന്നു. ഇത് തൊഴിലാളിയുടെ ജീവിതത്തിൽ മാത്രമല്ല, മാനവചരിത്രത്തിലും സാമഭേദങ്ങളുടെ അനുഭവം ഇതുതന്നെ.

ഒരുപക്ഷേ, ഇത്തരക്കാരുടെ ജീവിതത്തിലെ കേവലാനന്ദമായിരിക്കണം കുടിയും പുലയാട്ടുപറച്ചിലും. എന്നാലവൻ ജന്മിയുടെ ആഭിജാത്യത്തെ തൊട്ടുകളിച്ചതെന്തിനാണ്?

*"ദുഷ്ടഭൂപ്പുലയാടികൾപ്പാർക്കു-*
*മിപ്പുരയ്ക്കിടിവെട്ടു കൊള്ളട്ടെ."*

തറവാടിന്റെ ചുമരും തൂണും ഇളകുമാറുള്ള ഈ ശാപം തറവാടിയായ കവിക്കു സഹിക്കാൻ പറ്റുമോ?

*"പോരിൽ വെന്നൊരാപൂർവ്വികരക്ത-*
*ധാരതാവുമെൻ തുവലം കയ്യാൽ*
*നിൻ ചെകിട്ടത്തടിച്ചു ഞാൻ മുറ്റം*
*പുഞ്ചിരിതൂകി പുല്ലുകൾ ചൂളം."*

തച്ചോളി ഒതേനന്റെ രക്തം ആ ഞരമ്പുകൾക്കാവേശം കൊടുത്തിരിക്കാം. എന്നാൽ ആ അടി ഏറ്റത് തറവാടിന്റെ അടിത്തറയ്ക്കുതന്നെയാണ്.

*"ആകിലും സ്വയം വാലിനാൽ കുത്തി-*
*ച്ചാവുമക്കരിന്തേളിനേപ്പോലെ*
*മാഴ്കുമെൻ കരൾ മന്ത്രണം ചെയ്തു*
*ഹാ കുലീനതേ നീയടികൊണ്ടു."*

## അനുരാഗത്തിന്റെ വില

ഒരടികൊണ്ടും നേരിയ അപരാധബോധംകൊണ്ടും തീരാവുന്നതല്ല ഈ കാവ്യത്തിനാധാരമായ പ്രമേയം. അത്യന്തം സങ്കീർണ്ണമാണ്. ഇനി നിങ്ങൾ കാണുന്നത് ഈ സങ്കീർണ്ണതയുടെ തിക്തമധുരമായ ഒരധ്യായമത്രേ. നായകന് കവിയും ജന്മിയും മാത്രമല്ല അനുരാഗിയും കൂടിയാവാനുള്ള നിർഭാഗ്യമുണ്ടായി. ആ പ്രേമം ചെന്നുപതിക്കുന്നത് കറുത്ത ഒരു തൊഴിലാളിപ്പെണ്ണിലും. മീൻ കഴുകിയ വെള്ളത്തിൽ വച്ചാ ഒരു തേൻ കദളി. ഹൃദയത്തെ ദ്രവിപ്പിക്കുന്ന രാഗരംഗങ്ങൾ നടക്കുന്നു. ആദ്യം രണ്ടാത്മാക്കളും രണ്ടു ശരീരങ്ങളും സമ്മേളിക്കുകയുണ്ടായി.

*"വീണതൻ കുടംപോലാം നിതംബം*
*വീണുരുമ്മുന്ന വേണീ കദംബം*
*വാരി ഞാനെന്റെ മാറിലാ ലജ്ജാ-*
*കോരകങ്ങളെ സ്പന്ദിതമാക്കി*
*ഉമ്മവെച്ചേൻ ചെറുപൊടി രോമ-*
*ച്ചെമ്മിയെന്ന തൽ ചെന്നിയിൽ ചുണ്ടിൽ."*

കൊള്ളാം. ആലിംഗനങ്ങൾ നിർവൃതികരങ്ങൾതന്നെ. പക്ഷേ, സമുദായ നീതിയെന്നൊന്ന് ഇടയിലുണ്ടല്ലോ. കവി അവിടുത്തോളം ആലോചിക്കുന്നില്ല. മനുഷ്യരെല്ലാം മനുഷ്യൻ മാത്രമല്ലാതായി മാറുന്ന വൈകാരിക മണ്ഡലത്തിലേക്കിറങ്ങി വന്നിട്ടാണ് അദ്ദേഹം തന്റെ കറുത്ത കാമുകിയെ പുണരുന്നത്. സഹജവാസനങ്ങൾ സമുദായനീതി മാനിക്കാറില്ലല്ലോ. ഇതിന്റെ ഫലമോ? ഒന്നുകിൽ പ്രേമം. അല്ലെങ്കിൽ സമുദായത്തിലുള്ള സ്വസ്ഥത തകരൽ. എങ്കിലും നമ്മുടെ കവി ആശിക്കുകയുണ്ടായി:

*"താണവർഗത്തിലാകിലും സ്വച്ഛ-*
*മാനസ ഗ്രാമപുഷ്പമേ നിന്നെ*
*മോതിരക്കൈ പിടിച്ച ഞാനേറ്റം*
*മേദുരപ്രേമമെന്റെ നാകത്തിൽ."*

ഈ ഉറപ്പ് തകരാൻ മാത്രമുള്ളതാണ്. അത് അങ്ങനെത്തന്നെ സംഭവിക്കുകയും ചെയ്യുന്നു.

അവരുടെ പ്രേമരംഗം മൂർഖനായ തൊഴിലാളിയുടെ കണ്ണിൽ പെട്ടുപോയി. അവൻ കവിയുടെ ഓമലിന്റെ നേർക്ക് ക്രൂരമായ പരിഹാസം ഏറ്റുന്നു:

*"പൊൻപണത്തിനു മാനത്തെ വിറ്റു*
*നിൻ വയർ നീ നിറയ്ക്കയോ ബാലേ?"*

കവി അവനെ വീണ്ടും അടിക്കുന്നില്ല. മനസ്സാൽ ശപിക്കുക മാത്രം ചെയ്യുന്നു. വെറും ഒരു പരിഹാസച്ചരിതന്നെ ഇത്രത്തോളം ഉലച്ചപ്പോൾ തന്റെ അനുരാഗ സാഫല്യത്തിന്നെതിരെ ഉയരാൻ പോകുന്ന കുട്ടച്ചിരികളോടെന്തു ചെയ്യാനാണ്! തറവാടിത്തം തൊഴിലാളിപ്പെണ്ണിന്റെ പ്രേമത്തിന് വിലയായിക്കൊടുക്കുവാൻ കവി തയ്യാറില്ല. അയാളുടെ ഹൃദയം രാഗവഞ്ചനത്തിനു യുക്തികളന്വേഷിക്കുകയായി.

*"എന്നെയിഷ്ടപ്പെട്ടുവതാത്തയ്യി-*
*ന്നന്തരംഗമല്ലർധദാരിദ്ര്യം*
*അന്തരംഗമാണെന്നിരുന്നാലെ*
*ന്നന്തരം? അതുമസ്ഥിര താരം.*
*കന്യമാർക്കു നവാനുരാഗങ്ങൾ*
*കമ്രശോണസ്സ്ഫടികവളകൾ."*

എന്നിങ്ങനെ ആ യുക്തിധാര നീണ്ടുപോകുന്നു. എങ്കിലും യുക്തി എപ്പോഴും ഹൃദയത്തെ ആശ്വസിപ്പിക്കുകയില്ലല്ലോ. മനഃസാക്ഷിയുടെ ദംശനം മാരകമാണ്. തറവാടിത്തം രക്ഷിക്കുവാൻ ഭീരുവായ കവി തന്റെ അനുരാഗത്തെ വഞ്ചിച്ചുവെങ്കിലും ദുർബലമായ അയാളുടെ

ഭയത്തെ കൊത്തിനുറുക്കി.

*"ചെറ്റയാം വിടൻ ഞാനിനി മേലിൽ*
*കഷ്ട മെങ്ങനെ കണ്ണാടി നോക്കും!"*

എന്നു ആത്മനിന്ദയോളം എത്തുന്നു ഈ അപരാധബോധം.

ഐശ്വര്യമായ പ്രേമം വഞ്ചിതമായി. കഥയാകട്ടെ ആരംഭിക്കുന്നതേയുള്ളൂ. രാഗതുന്ദിലമായ വസന്തകാലം കടന്നുപോകുന്നു. പ്രേമം കതിരിട്ടുവിളഞ്ഞ പാടങ്ങളിൽ ഇന്നതിന്റെ കുറ്റികൾ കൂട്ടി തീയിടുന്നതിന്റെ തിരക്കാണ്. തൊഴിലാളി കുടുംബത്തിന്റെ ജീവിതം പഴയപടി തുടർന്നുകൊണ്ടിരിക്കുന്നു. വീടുകാവലിരുന്ന പയ്യന്റെ അശ്രദ്ധമൂലം കുടിൽ എരിഞ്ഞു ചാമ്പലായി. വൈകുന്നേരം കള്ളിൻകുടം മോന്തിവരുന്ന തൊഴിലാളിയുടെ കണ്ണിൽ ജന്മിയാണ് പുരയ്ക്ക് തീ വെച്ചത്.

അവന്റെ ആരോപണത്തിൽ ഒട്ടും വാസ്തവമില്ല. പക്ഷേ, ആ വീടിന്റെ സുസ്ഥിതി നശിപ്പിച്ചതിൽ ജന്മിക്കു പങ്കില്ലെന്ന് പറയാമോ? അയാളുടെ നിത്യവൈരിയായ മനസ്സാക്ഷിതന്നെ ഇതിനുത്തരം പറയുന്നല്ലോ.

*"നീയെരിച്ചതിൽ പിന്നെയാണല്ലോ*
*തീയെരിച്ചതസ്സാധുവിൻ മാടം,"*

കുടിയൊഴിക്കാൻ എളുപ്പത്തിൽ കഴിഞ്ഞു. അവൻ ഒഴിഞ്ഞുപോകുന്നു. ഇനി കാറൊഴിഞ്ഞു തെളിഞ്ഞ ആകാശം നോക്കി കുറച്ചു പാടാം. ദുഷ്ടമായ പലതും നടന്നുവെന്നത് ശരിയായിരിക്കാം. പോയതു പോകട്ടെ.

*"കെട്ട ജീവിതമുണ്ടെനിക്കെന്നാൽ*
*മറ്റൊരു കാവ്യജീവിതം മന്നിൽ."*

കെട്ടുതികളിൽനിന്നു വിമുക്തനായ കവി വീണ്ടും തന്റെ സ്വപ്നാടനപ്രവണമായ കാവ്യജീവിതത്തിലേയ്ക്ക് കുതിക്കുകയായി. അപ്പോഴും തൊഴിലാളി കുടിയന്വേഷിച്ചലയുകയായിരുന്നു. പണം കൊടുത്തൊഴിക്കാൻ നോക്കിയ വിപത്ത് അടുത്തൊരിടത്ത് വീണ്ടും കുടിവെച്ചു. തന്റെ പരുക്കൻ ജനകീയ ഗാനവും പാടി പോകുകയാണ്.

*"ഒരു മഹാകവിപോലും ഒരു മഹാ കപി പോലും*
*പെരുമഭാവിച്ചു ചൊറിഞ്ഞിരിപ്പൂ*
*കനിവിന്റെ കണ്ണുനീർ കലരാത്ത കരളിന്റെ*
*കവിതയിതൊക്കെയും കപടമല്ലേ?"*

അവൻ പാടുന്ന തിക്തപദങ്ങളിൽ സത്യത്തിന്റെ മാധുര്യം ഊറുന്നു. ചുറ്റും ജീവിതം ജീർണ്ണിക്കുമ്പോൾ കിനാവു കണ്ടിരിക്കുന്ന കവിത-- അതെത്ര ഉൽകൃഷ്ടമായാലും കവിതതന്നെയോ? കവിയുടെ ഹൃദയം തന്നെ ഈ ചോദ്യത്തിനുത്തരം തരുന്നു.

*"പോക പോകെടോ നീ കവിയല്ലാ-*
*പ്രാകൃതനാണ സാഹിത്യകാരൻ"*

പക്ഷേ ഈ അറിവ്, തന്റെ കവിത ജീവിതസത്യത്തെ പ്രതിഫലിപ്പിക്കുന്നില്ല എന്ന സത്യം വളരെ വൈകിയാണ് അയാൾക്ക് ബോധ്യപ്പെടുന്നത്. അയാൾ മാളികയിൽനിന്നിറങ്ങി തൊഴിലാളി പാർക്കുന്ന മണ്ണിൽവന്നു നിൽക്കുന്നു. കറുത്തിരുണ്ട രാത്രി. പ്രകൃതി ക്ഷോഭിച്ചിരിക്കുന്നു. നിങ്ങൾക്കങ്ങിനെ തോന്നുന്നെങ്കിൽ അകിഞ്ചനവർഗ്ഗം ക്ഷോഭിച്ചിരിക്കുന്നു എന്നു പറയുക. കവിയെ സംബന്ധിച്ചിടത്തോളം ഈ പ്രകൃതി വിക്ഷോഭം ഒരുഗ്രമാനുഷ വിപ്ലവമാണ്. വാസ്തവത്തിൽ നമുക്കു ചുറ്റും ഈ വിപ്ലവം നടന്നുകഴിഞ്ഞിട്ടില്ലെങ്കിലും വിപ്ലവത്തിന്റെ അനുഭവം ഈ കവിതയിലുണ്ട്. ഈ അനുഭവം സാധിക്കുന്നത് വിപ്ലവത്തെ കവിയുടെ മാനസമണ്ഡലത്തിലെ ഒരു സംഭവമായി ചിത്രണം ചെയ്തിട്ടാണ്. ബാഹ്യ-ആഭ്യന്തര സത്യങ്ങളിവിടെ വ്യവച്ഛേദിച്ചിട്ടില്ല. ഇവിടെ ഭൗതികവും മാനസികവുമായ സംഭവങ്ങൾ ഉരുകി ഒന്നായി ചേർന്നിരിക്കുന്നു. ലോകത്തിലെ മറ്റു വ്യവഹാരങ്ങളെ അപേക്ഷിച്ച് കവിതയിൽ ഈ വ്യത്യാസം നിസ്സാരമത്രെ. സംഭവമല്ല, അനുഭവമാണ് അതിൽ പ്രധാനം.

'കുടിയൊഴിക്ക'ലിലെ വിപ്ലവം ഒരു സംഭവമല്ല. ഏതായാലും ഒരു പ്രാപഞ്ചിക സംഭവമല്ല. സംഭവിക്കാത്ത ഒന്നിന്റെ അനുഭവമാണ്. ഭാവനയെന്നു പറയുന്നതുതന്നെ മറ്റൊന്നാണോ എന്ന് ഞാൻ സംശയിക്കുന്നു. ഈ അനുഭവം അവതരിപ്പിക്കുന്നതാകട്ടെ, കവിതയിലാകുമ്പോൾ ഒരു സത്യാസത്യപ്രശ്നമല്ല, സാങ്കേതികവിദ്യയാണ്.

താൻ ഇറക്കിവിട്ട ഒരു തൊഴിലാളിയുടെ കുടിലിനടുത്തു നിൽക്കുകയാണ് കവി. പ്രകൃതിയുടെ സംഹാരതാണ്ഡവം നടക്കുന്നു! ചരിത്രത്തിന്റെ പകപോലെ തൊഴിലാളികൾ ഭസ്മാസുരന്മാരായി നടത്തുന്ന ഘോഷയാത്രതന്നെ അത്. പരദേവതമാരൊന്നും ഇനി തന്നെ പോറ്റാനാളുകളല്ല. എങ്ങോട്ടാണ് എങ്ങനെയാണ് ഓടേണ്ടത്?

*"ഓടുവാൻ ഞാനുഴന്നാലുമീയെൻ*
*കൂടു നീങ്ങുന്നീലെന്തഭിശാപം?"*

(സർവ്വസാധാരണമായ ഈ സ്വപ്നരംഗം രസകരങ്ങളായ ചില മനഃശാസ്ത്രചിന്തകൾ ഉണർത്തിവിടുന്നു)

ആ ഘോഷയാത്ര കവിയുടെ നെഞ്ചിൽ ചവിട്ടി കടന്നുപോയി. താനവരെ സ്നേഹിക്കുന്നതിന് തെളിവായി ഹൃദയംതന്നെ അവർക്ക് പിളർന്ന് കാണിച്ചുകൊടുത്തു. ആ ഹൃദയത്തിന്റെ ചുകപ്പറിഞ്ഞിട്ടുള്ള

തൊഴിലാളിപ്പെണ്ണ് അതിൽ ത്തുപ്പിയതിന് അത്ഭുതപ്പെടാനില്ല. തൊഴിലാളിയാകട്ടെ അത് പറിച്ചെടുത്ത് കള്ളിൽ പിഴിഞ്ഞ് മോന്തുകയാണ് ചെയ്തത്.

കവിയുടെ ശരീരം അളിഞ്ഞു മണ്ണും വെള്ളവുമായി മാറി. കാലത്തിന്റെ ചവിട്ടേറ്റിട്ടും അദ്ദേഹത്തിന്റെ ഗാനം ചീവീടുകളുടെ പാട്ടായി വീണ്ടും ഉയിർക്കൊള്ളുകയാണ്. അധൃഷ്യമായ കവിത!

ഈ ചീവീടുകളുടെ പാട്ടിൽ ചായുന്ന ഗോപുരത്തിൽ പാർക്കുന്ന കവികളുടെ മാനസിക ജീവിതത്തിന്റെ സംഗ്രഹമാണ് നിങ്ങൾ കണ്ടെത്തുക. അവർ അസമത്വത്തിനെതിരായി പാടിയിട്ടുണ്ട്. ആ പാട്ട് ഫലിക്കുകയുണ്ടായില്ല. ഒരുപക്ഷേ അവരുടെ ഹൃദയത്തിൽതന്നെ സമത്വത്തിനെതിരായ പ്രേരണകളുണ്ടായിരുന്നിരിക്കാം. ആ കട്ടംകെട്ട് അഴിയുകയല്ല, അധികമധികം മുറുകുകയാണുണ്ടായത്. പാവങ്ങൾ ക്രൂരമായ ഒരെളുപ്പവഴി കണ്ടെത്തി. അവർ ആ കെട്ടുകളറുത്തു കളഞ്ഞു--ഹിംസയുടെ മാർഗ്ഗം!

*"കുറ്റമാർക്കിതിൽ പോംവഴി പക്ഷേ,*
*മറ്റൊരു വിധമായിരുന്നെങ്കിൽ!"*

സ്നേഹാർദ്രമായ ഒരു ഹൃദയത്തിന്റെ ആഗ്രഹം മാത്രമാണിത്.

വിപ്ലവവും പിന്നീടുണ്ടാകുന്ന ഭൗതികനിർമ്മാണ പരിപാടികളും വർണ്ണിക്കുമ്പോഴും ഭൗതിക സമ്പത്തിയുടെ ലക്ഷ്യം ആത്മീയോത്കർഷമാണെന്നതു മറക്കരുതെന്ന് ചീവീടുകൾ നിഷ്കർഷിച്ചുപദേശിക്കുന്നു--കർണ്ണശൂലമായ ഉപദേശം.

*"പോക ഭൗതികതൃപ്തിതൻ മധ്യ*
*മേഖലയിൽ മയങ്ങി മേവാതെ*
*പോരുമിത്തിരിമെയ്യിനു സർവ്വം*
*പോരമാനുഷ സത്ത പുലർത്താൻ."*
*ഈ ഉപദേശം ചെവിക്കൊള്ളപ്പെട്ടുമോ?*

## സമ്പൂർണ്ണ സത്യം

ഇത്രയുമാണ് 'കുടിയൊഴിക്ക'ലിലെ കഥ. എത്ര നിസ്സാരമാണിത്! എങ്കിലും ഈ കൊച്ചു കാവ്യത്തിലൂടെ വൈലോപ്പിള്ളി നമ്മുടെ യുഗത്തിലെ ഏറ്റവും തീക്ഷ്ണമായ മാനസികസംഭവത്തിന് രൂപം നൽകിയിരിക്കുന്നു.

ആധുനിക സമുദായത്തിന്റെ പൊങ്ങച്ചം, ബാലിശത്വം, മനുഷ്യത്വരാഹിത്യം ഇവയെല്ലാം മലയാളകവിതയ്ക്ക് വിഷയമായിട്ടുണ്ട്. അതുപോലെ വിപ്ലവത്തിന്റെ ചൂടും ചുണയും നന്മയും. 'കുടിയൊഴിക്ക'ലിലാകട്ടെ

ഇവയൊന്നും നേരിട്ട് കവിതാവിഷയമേ അല്ല. ഈ കാവ്യത്തിന്റെ ആദർശപരമായ സവിശേഷത (മെച്ചമെന്നു വിളിക്കാമെങ്കിൽ വിളിക്കുക) ഇതൊരു സമ്പൂർണ്ണസത്യം ആവിഷ്കരിക്കാൻ ശ്രമിക്കുന്നു എന്നതത്രേ. എന്താണീ സമ്പൂർണ്ണസത്യം? കവിഹൃദയത്തിലെ വികാരവൈരുധ്യമാണത്. ഈ വൈരുധ്യം വിപ്ലവത്തിന്റേയോ അതു തകർക്കുവാനുദ്ദേശിക്കുന്ന സാമൂഹ്യനീതിയുടേയോ നന്മതിന്മകളിൽ നിന്നുണ്ടാകുന്നതു മാത്രമല്ല. അഭിജാതനായ കവിക്കു തന്റെ ഉയർന്ന സംസ്കാരത്തോടുള്ള പ്രണയവും നിസ്വവർഗ്ഗത്തോടുള്ള ഹാർദ്ദസ്നേഹവും തമ്മിലുള്ള പൊരുത്തക്കേടാണ് മർമ്മം. ആത്മാവിലെ ഈ വിരുദ്ധ പ്രവണതകളുടെ സംഘർഷമാണ് 'കുടിയൊഴിക്ക'ലിലെ സംഘർഷം. അതാണ് ഈ കാവ്യത്തിന്റെ ജീവൻ. പഴയ രീതിയിൽ പയറ്റിയവർ അന്വേഷിക്കാം ഈ കാവ്യത്തിലെ അംഗിയായ രസമെന്താണെന്ന്. നിഷ്ഠുരമായ ഒരു പരിതസ്ഥിതിയിൽ ആത്മാവനുഭവിക്കുന്ന രസശൈഥില്യമാണ് ഇതിലെ രസമെന്ന് എനിക്കു തോന്നുന്നു. വീരം, ശൃംഗാരം തുടങ്ങിയവ ഇതിലുണ്ട്. പക്ഷേ, അവയുടെ ജീവനേക്കാൾ ജഡമാണ് കവി നമുക്ക് കാഴ്ചവെക്കുന്നത്. രസങ്ങളൊന്നും അവയുടെ യുക്തിയുക്തമായ പരിണാമത്തിലെത്തിച്ചേരുന്നതായി നാമിതിൽ കാണുന്നേയില്ല. അവയോരോന്നും പളുങ്കുപാത്രംപോലെ ഇടയ്ക്കുവെച്ചുടഞ്ഞുപോകുന്നു. ആദ്യഭാഗങ്ങളിലെ വീരവും അതിനെ പോഷിപ്പിച്ചുനിൽക്കുന്ന അഭിജാതതാബോധവും ഒടുവിലില്ല. ഭീരുത്വവും ദൗർബല്യവുമായി അവ മാറിപ്പോകുന്നു. അനുരാഗിയായ നായകന്റെ സംഭോഗശൃംഗാരത്തിന്റെ സ്ഥാനത്ത് കാവ്യാവസാനത്തിൽ അതിന്റെ ശവശരീരമായ അപരാധബോധമാണ് അവശേഷിക്കുന്നത്. കവിയുടെ കുലീനതാബോധവും പ്രണയവും ദീനാനുകമ്പയും ഓരോന്നായി തകർന്നു ചിന്നുന്നു. തന്റെ ആത്മാവിന്റെ ഓരോ അംഗം ഇങ്ങനെ തകരുന്നതുനോക്കി മന്ദഹസിക്കുവാനും ഈ തകർച്ചയ്ക്ക് താൻ തന്നെ എത്രത്തോളം ഉത്തരവാദിയാണെന്നറിയാനും അയാൾക്ക് കഴിയുന്നു എന്നതാണ് അതിലേറെ ദുഃഖകരം. ഈ ദുഃഖാത്മകത വൈലോപ്പിള്ളിയുടെ കവിതയ്ക്ക് വേദനാമയമായ ഒരാത്മാർത്ഥത സംഭാവന ചെയ്യുന്നു. അതിന്റെ ഹൃദയംഗമത്വത്തിനുതന്നെയുള്ള മുഖ്യകാരണം മുൻപറഞ്ഞ ആത്മവേദനയത്രെ. നമ്മുടെ ഉള്ളിളക്കാൻ പര്യാപ്തമാണ്. തൊഴിലാളിപ്പെണ്ണു പുച്ഛിച്ചു തുപ്പുകയും തൊഴിലാളി പകയോടെ പിഴിഞ്ഞു കുടിക്കുകയും ചെയ്ത കവിഹൃദയം ഏറെക്കുറെ അഭ്യസ്തവിദ്യരായ നമ്മുടെ ഹൃദയംതന്നെയാണെന്ന് നാമറിയുന്നു. വേദനയുടെ അത്ഭുതാവഹമായ ദ്രവീകരണശക്തിയിൽ കൂടിയാണ് ഈ ആത്മൈക്യം സാധിക്കുന്നത്. ഉയർന്നവരും മനഃസാക്ഷിയുള്ളവരുമായ എല്ലാവർക്കും നീറ്റൽ നിറഞ്ഞ ഈ അനുഭവം

എന്നെങ്കിലും ഒരിക്കൽ ഉണ്ടായേ തീരൂ. 'കുടിയൊഴിക്ക'ലിന്റെ കവി നമ്മുടെ അവ്യക്താനുഭൂതിക്ക് കാവ്യരൂപമായ സ്ഫുടത നൽകിയിരിക്കുന്നു. ഹൃദയത്തിന്റെ വിദൂരതലങ്ങളിൽ നടക്കുന്ന ആത്മീയ സംഘട്ടനങ്ങൾ ഒരു ദൂരദർശിനിയുടെ ചില്ലുകളിൽക്കൂടി നാം അടുത്തു തെളിഞ്ഞു കാണുകയാണ്. നാം നമ്മെത്തന്നെ കണ്ടെത്തുന്നു. ഈ കണ്ടെത്തൽ അവതാരികയിൽ എൻ.വി. പറയുമ്പോലെ ആത്മാവിനെ ആകെ നവീകരിക്കുന്ന ഒരനുഭൂതിയാകാം. ഏതായാലും അത് വല്ലാത്ത ഒരളവോളം നമ്മെ ആത്മബോധമുള്ളവരാക്കിത്തീർക്കുകതന്നെ ചെയ്യും. പലപ്പോഴും നമ്മുടെ ഹൃദയം കടന്നുചെല്ലാൻ മടിച്ചിട്ടുള്ള നിർദ്ദയസത്യങ്ങളിലേക്ക് അത് നമ്മെ കാവ്യോചിതമായ ബലാൽക്കാരമുപയോഗിച്ച് കടത്തിവിടുന്നു. കവിതയുടെ കയ്യുകൾ ആർക്കാണ് തട്ടി നീക്കുവാൻ കഴിയുക!

## രൂപത്തെക്കുറിച്ച്

ഈ അസാധാരണ കാവ്യത്തിലെ ഭാവശൈഥില്യം അസാധാരണമായ ഒരു കാവ്യരൂപംകൂടി ആവശ്യപ്പെടുന്നു. മലയാളത്തിൽ ഇന്നോളം എഴുതപ്പെട്ടിട്ടുള്ള കാവ്യങ്ങളുടെ രീതി ഇതിനപ്പടി യോജിക്കുകയില്ല. ആശാന്റെ ലീലയെ നിരൂപണം ചെയ്തു വള്ളത്തോൾ പറഞ്ഞതുപോലെ 'കുടിയൊഴിക്ക'ൽ വിലക്ഷണമായ കവിതയാണെന്നു വേണമെങ്കിൽ പറയാം. ഈ വൈലക്ഷണ്യംകൊണ്ടായിരിക്കാം. ഹൃദയസമ്പന്നരായ ചില കവികൾപോലും ഈ കാവ്യം ദുർഗ്രഹമാണെന്നാക്ഷേപിച്ചത്. (ചില മാസങ്ങൾക്കു മുമ്പ് തിരുവനന്തപുരത്തുവെച്ച് എം.പി. പോളിന്റെ ചരമദിനത്തിൽ നടന്ന കാവ്യോത്സവത്തിലെ ചർച്ചകൾ അനുസ്മരിക്കുക.) കുടിയൊഴിക്കൽ ദുർഗ്രഹമായ കവിതയാണോ? തീർച്ചയായും എന്നാണ് ഞാൻ ഉത്തരം പറയുക. പക്ഷേ, ദുർഗ്രഹത്വം കവിതയ്ക്കെപ്പോഴും ദോഷമാണോ എന്നതിനെക്കുറിച്ച് അഭിപ്രായഭിന്നതയുണ്ട്.

കവിത, എലിയട്ട് പറയുമ്പോലെ കവിയുടെ കഴിവുകേടുകൊണ്ടോ വെറും പുതുമകൊണ്ടോ അനുവാചകന്റെ മുൻവിധികൊണ്ടോ ദുർഗ്രഹമായിത്തീരാം. 'കുടിയൊഴിക്ക'ലിന്റെ ദുർഗ്രഹതയ്ക്കു കാരണം പുതുമയും വായനക്കാരന്റെ ഉദാസീനതയും മാത്രമാണെന്നാണ് എന്റെ അനുഭവം. ജി.യുടെ സിംബോളിക് കവിതകൾ ആദ്യമായി വന്നകാലത്ത് അവ എത്ര ദുർഗ്രഹങ്ങളായിരുന്നു. ഇന്ന് 'കുടിയൊഴിക്ക'ലിനെതിരെ ഉയരുന്നതിലധികം വിമർശനങ്ങൾ ഇക്കാര്യത്തിൽ ജി.യുടെ കവിത സഹിക്കുകയുണ്ടായി. ഇന്ന് 'സൂര്യകാന്തി'യും 'മുത്തു'കളും 'നാളെ'യും എത്ര എളുപ്പം മനസ്സിലാക്കിക്കളയുന്നു. കാവ്യാസ്വാദനം പരിചയത്തെക്കൂടി ആശ്രയിച്ചാണിരിക്കുന്നത്. കാവ്യമാർഗ്ഗത്തിലെ ഓരോ നൂതനരീതിയും ഒരിക്കൽ ദുർഗ്രഹമായിരുന്നേ തീരൂ.

ഭാവോചിതമായ ഒരു പുതുരൂപം സ്വീകരിച്ചിരിക്കുന്നു എന്നതത്രേ 'കുടിയൊഴിക്ക'ലിന്റെ ദുർഗ്രഹത്വത്തിനു നിദാനം. സത്യവും മിഥ്യയും തമ്മിൽ മണ്ണും വിണ്ണും തമ്മിൽ ജാഗ്രൽ സ്വപ്നങ്ങൾ തമ്മിലുള്ള വൈരുധ്യമാണല്ലോ ഈ കാവ്യത്തിന്റെ ഭാവശില്പത്തിന്നാധാരം. ഈ വൈരുധ്യം രൂപശില്പത്തിന്റെ ഘടനയുടേയും ജീവനത്രേ. ഈ സൗന്ദര്യരഹസ്യം ആദ്യമായി ആസ്വദിച്ചുകണ്ടത് 'നാളത്തെ കവിത' എന്ന ജി. യുടെ ലേഖനത്തിലാണ്. 'കുടിയൊഴിക്കൽ' കവിതയിലെ ആന്തരവൈരുധ്യങ്ങൾ എങ്ങനെ രൂപം പൂണ്ടിരിക്കുന്നു എന്ന് സൂചിപ്പിച്ചു പോയിട്ടുണ്ട് അതിൽ. അന്തിയുണ്ട് പഴം നുണഞ്ഞ് കിനാക്കൾ കാണുന്ന കവിയുടെ ഭാവനയെ തൊഴിലാളിയുടെ തെറിപ്പാട്ട് കല്ലെറിഞ്ഞിറക്കിക്കൊണ്ടുവരുന്നിടത്ത് ഈ വൈരുധ്യം നിങ്ങൾക്കു കാണാം. തന്റെ ശ്യാമകാമുകിയെ വികാരവായ്പോടെ ആലിംഗനം ചെയ്യുന്ന കവിയുടെ കാതിൽ വന്നു തറയ്ക്കുന്ന പുലയാട്ടുകൾ ഈ വൈരുധ്യത്തിന് മറ്റൊരു ദൃഷ്ടാന്തമാണ്. കത്തിയമർന്ന കുടിലിൽനിന്ന് ആ 'പാപി'യെ കുടിയൊഴിപ്പിച്ചു കഴിഞ്ഞ ശേഷം സ്വൈരമായി കുറച്ചു സ്വപ്നം കാണുവാൻ തുനിയുമ്പോൾ അതേ പുലയാട്ടുകൾ വീണ്ടും തള്ളിക്കയറുന്നു. എവിടെയും സ്വപ്നസത്യങ്ങൾ തമ്മിലുള്ള സംഘട്ടനംതന്നെ. ഈ അനുഭവം കാവ്യത്തിലുണ്ടാക്കുന്നത് മിക്കപ്പോഴും ഗ്രാമ്യശൈലിയുടെ സന്നിവേശംകൊണ്ടാണ്. നോക്കുക,

*"വിദ്യുദൈന്ദ്രധനുസ്സുകൾ ചൂഴും*
*സത്യസൗന്ദര്യ ഗോപുരം പൂകെ*
*തള്ളിയേറുമെൻ കാതിലൊരുറ-*
*ക്കള്ളുനാറും തെറിയുടെ പൂരം."*

ആദ്യത്തെ ഈരടിയുടെ ഗംഭീരസൗന്ദര്യത്തിൽനിന്നു രണ്ടാമത്തേതിന്റെ പീറനാറ്റത്തിലേക്കുള്ള ഇറക്കം കുത്തനെയാണ്. ഗ്രാമ്യപദങ്ങളുടെ ദുർഗന്ധത്തിലൂടെ ഊറക്കള്ളിന്റെ മണം അനുഭവിക്കുവാനാണ് ഇവിടെ യത്നിച്ചിരിക്കുന്നത്.

അങ്ങനെ ഈ കാവ്യത്തിൽ ഉടഞ്ഞു ചിതറിയ ചില്ലുകളിൽക്കൂടിയെങ്കിലും അസ്വസ്ഥമായ മനുഷ്യാത്മാവിന്റെ വിരുദ്ധവിചിത്ര വർണ്ണങ്ങളിലെഴുതപ്പെട്ട ഒരുജ്ജ്വല ചിത്രം പ്രതിബിംബിക്കുന്നു. ജീവിതസത്യങ്ങളുടെ ഒരു വ്യാഖ്യാനഗ്രന്ഥമല്ല, ഇത് ഒരു സംഗ്രഹക്കുറിപ്പാണ്. വികാരങ്ങളെ വിസ്തരിച്ചു കാണിക്കുന്ന ഭൂതക്കണ്ണാടികൾ ഇതിൽ ഘടിപ്പിച്ചിട്ടില്ല. ഒരു മഞ്ഞുതുള്ളിയിൽ പ്രകൃതി എന്നപോലെ ഈ കൊച്ചു കാവ്യത്തിലെ കാച്ചിക്കുറുക്കിയ വരികളിൽ ഒരു യുഗത്തിന്റെ മുഴുവൻ ചൈതന്യവും പ്രതിഫലിപ്പിക്കുന്നു. എൻ.വി. മിതമായ ഭാഷയിൽ ഇതൊരത്ഭുതമാണെന്നഭിപ്രായപ്പെട്ടു.

## കാച്ചിക്കുറുക്കൽ

കവിതയിലെ കാച്ചിക്കുറുക്കലിന് പലയിടത്തുനിന്നും എതിർപ്പുണ്ടായി. മാതൃഭൂമിയിൽ ഒരു നിരൂപകൻ കവിതയെ വെള്ളത്തോടുപമിച്ചിട്ട് വെള്ളം കാച്ചിയാൽ കുറുകില്ലെന്നു പറഞ്ഞടങ്ങി. മുണ്ടശ്ശേരിക്ക്, അർത്ഥക്ലിഷ്ടതയ്ക്കുള്ള ഒരു കള്ളപ്പേരാണതെന്നു തോന്നലുണ്ടായി. മഹാരഥന്മാർ ഉദാസീനരായി ഇങ്ങനെ പലതും പറഞ്ഞുപോയിട്ടും എന്റെ സംശയങ്ങളെല്ലാം സമാധാനമില്ലാതെതന്നെ കിടന്നു. വെറുതെ ആശയക്കുഴപ്പം സൃഷ്ടിക്കരുതെന്ന് മുണ്ടശ്ശേരി ഉപദേശിച്ചപ്പോഴും ആശയക്കുഴപ്പം വർധിച്ചതന്നെ വന്നു. ചിത്രയോഗാദി കാവ്യങ്ങളിലേയും 'കുടിയൊഴിക്ക'ലിലേയും രീതികൾക്കു തമ്മിൽ ഉള്ളതായി എനിക്കു തോന്നിയ സ്പഷ്ടമായ വ്യത്യാസത്തിന് ആരുടേയും നിഷേധം ഒരു വിശദീകരണം നൽകുകയുണ്ടായില്ല. മിൽട്ടന്റെ പറുദീസാനഷ്ടവും എലിയട്ടിന്റെ *തരിശുഭൂമി*യും ഒരേ വകുപ്പിൽപെട്ട കാവ്യങ്ങളാണെന്നു വിശ്വസിക്കുക ഏറ്റവും ശ്രമകരമായിത്തോന്നി. അടുത്തകാലംവരെ നമ്മുടെ മലയാളത്തിൽ

*"വാനമേ, ഗഗനമേ, വ്യോമമേ, സുരസിദ്ധ-*
*സ്ഥാനമേ, വിഹായസ്സേ, നഭസ്സേ, നമസ്കാരം!"*
*എന്നും, "ഉത്തരമഥുരാപുരിക്കുത്തരോപാന്തത്തിലുള്ള*
*വിസ്തൃത രാജവീഥിതൻ കിഴക്കരികിൽ"*

എന്നും നീട്ടി നീട്ടി 'സുലഭ'മായി പാടാമായിരുന്നു. വാനമ്പാടിയെക്കണ്ട ഷെല്ലിയെ പോലെയോ രാക്കുയിലിനെ കണ്ട കീറ്റ്സിനെപ്പോലെയോ ഇന്നൊരുകവിയും ഭാവവിസ്താരം ചെയ്യാറില്ല. താൻ കവിതയിൽ അവസാനമായി ശ്രദ്ധിച്ച റൊമാന്റിക് റിവൈവലിനുശേഷം ഒരിടത്തും ഒന്നും നടന്നിട്ടില്ലെന്നും നടിക്കുന്നത് ഒരു നിരൂപകനെ സംബന്ധിച്ചാകുമ്പോൾ നിർഭാഗ്യകരമായ അവസ്ഥയാണ്. അജ്ഞാതമായ ഒരു കൈ ഇതിനിടയ്ക്ക് കവിതയിൽനിന്ന് വളരെയേറെ വെട്ടിയിറക്കിയിരിക്കുന്നു. ഋതുസംഹാരത്തിൽ അനേകം ശ്ലോകങ്ങളിലും 'കുടിയൊഴിക്ക'ലിൽ പന്ത്രണ്ടു വരികളിലും സാധിച്ചിരിക്കുന്ന ഋതുവർണ്ണന നോക്കുക. പഴയ കവിതയുടെ മാംസളത പലരുടേയും ഇഷ്ടാനിഷ്ടങ്ങൾ വകവെയ്ക്കാതെ നശിച്ചുപോയിരിക്കുന്നു.

പദ്യവും കവിതയും തമ്മിൽ വേർതിരിച്ചറിയണമെന്ന നിർബന്ധം ആധുനികകവിതയിൽ അധികമധികമായി വരികയാണ്. "ഗദ്യത്തിൽ പറയാവുന്നത് ഗദ്യത്തിൽതന്നെ പറയാമല്ലോ". ഇക്കാരണംകൊണ്ടുതന്നെ ഇന്നത്തെ നല്ല കവിതകളുടെ എണ്ണം അവരെഴുതിയതിന്റെ വണ്ണത്തോടു തട്ടിച്ചുനോക്കുമ്പോൾ തുലോം അധികമായിരിക്കുന്നു.

ജീവിച്ചിരിക്കുന്ന എല്ലാ മലയാളകവികളും കൂടി എഴുതിയിട്ടുള്ളേട ത്തോളം പദ്യം കുഞ്ഞിക്കുട്ടൻ തമ്പുരാൻ മാത്രം പണ്ടെഴുതിയിട്ടുണ്ട്. പ്രതിഭയുണ്ടെങ്കിലും അദ്ദേഹത്തെപ്പോലെ ഇന്നു കവിതയെഴുതുക സാധ്യമല്ലെന്നു വന്നിരിക്കുന്നു. ഈ മാറ്റത്തിനുള്ള കാരണങ്ങളിൽ മുഖ്യമായത് നാം കവിതയിൽ നിന്നും പോയവരേക്കാളധികം പ്രതീക്ഷിക്കുന്നു എന്നതുമാണ്.

വൈലോപ്പിള്ളിക്കവിത കാച്ചിക്കുറുക്കിയതാണെന്നു പറഞ്ഞപ്പോഴും അതു കവിതയുടെ ആധുനിക മാനദണ്ഡം അംഗീകരിക്കുന്നു എന്നു മാത്രമേ ഞാൻ അർത്ഥമാക്കിയുള്ളൂ. 'കുടിയൊഴിക്ക'ലിലെ അഞ്ഞൂറു വരികളിൽക്കൂടി സംക്രമിച്ചിരിക്കുന്ന അനുഭവം കുഞ്ചൻ നമ്പ്യാർ അമ്പതിനായിരം വരികളിൽ പരത്തിപ്പറയുമായിരുന്നു. വള്ളത്തോൾ ആറായിരം വരികളിലും. ഈ രണ്ടുപേരിൽ ഒരാളെക്കാളെങ്കിലും കവി എന്ന നിലയ്ക്ക് വൈലോപ്പിള്ളി ഏറിനിൽക്കുന്നു എന്ന് സ്ഥാപിക്കാൻ ഇവിടെ ഒട്ടുംതന്നെ ആഗ്രഹിച്ചിട്ടില്ല. കവിപ്രതിഭയ്ക്കല്ല കാവ്യരീതിക്കാണ് മാറ്റമുണ്ടായിട്ടുള്ളത്.

'കുടിയൊഴിക്കൽ' മലയാളത്തിലെ ഏറ്റവും കാച്ചിക്കുറുക്കിയ കവിതയാണെന്നു പറയുവാൻ ഞാൻ മടിക്കുന്നില്ല. എങ്കിലും ഈ ഒരു ഗുണം മാത്രമാണ് കാവ്യത്തിന്റെ ഔൽകൃഷ്ടത്തിനു കാരണമെങ്കിൽ ഈ ഒരു കുറിപ്പ് എഴുതപ്പെടുകയില്ലായിരുന്നു. 'കുടിയൊഴിക്ക'ൽപോലെ ഊർജ്ജസ്വലവും സത്യസന്ധവും വികാരതീക്ഷ്ണവും ആത്മദ്രാവകവും ആയ ഒരു കാവ്യം അടുത്തൊരിക്കലും രചിക്കപ്പെടുകയുണ്ടായിട്ടില്ല. ഉറക്കം വരാൻവേണ്ട ഒരു മയക്കമരുന്നായി ഇതുപകരിക്കുമോ എന്നെനിക്കു സംശയമാണ്. എന്തുകൊണ്ടെന്നാൽ എല്ലാ ജാഗ്രച്ഛക്തികളേയും കുലുക്കിയുണർത്താൻ പോന്ന ഒരു ഹൃദയമന്ഥനത്തിന്റെ കഥയാണിത്.

1953

# വൈലോപ്പിള്ളിയുടെ ചിരി

Humour finds its basis in the incongruity of life itself, the contrast between in the fretting cares and the pretty sorrows of the day and the long misery of the tomorrow. Here laughter and tears become one and humour becomes the contemplation and interpretation of our life. Stephen Leocock - Humour

*"വരട്ടെ ദുരിതങ്ങൾ;*
*കേരളത്തിനു മേലും*
*ചിരിക്കാൻ മറക്കാതെ-*
*യിരിക്കാൻ കഴിഞ്ഞെങ്കിൽ!"*

എന്ന്, കഴിഞ്ഞ വിഷുക്കാലത്ത് ആൾ ഇന്ത്യാ റേഡിയോവിന്റെ ശബ്ദായമാനമായ ഹൃദയത്തിലിരുന്നുകൊണ്ട് വൈലോപ്പിള്ളി ഉറക്കെ ആലപിക്കുന്നതിനും പതിനഞ്ചുകൊല്ലം മുമ്പായിരുന്നു സഞ്ജയൻ പ്രഥിതമായ തന്റെ 'സാഹിത്യത്തിലെ പുഞ്ചിരി' എഴുതിയത്. സഞ്ജയൻ ആ ഉപന്യാസം എഴുതുന്ന കാലത്ത്, വൈലോപ്പിള്ളിക്കവിതയുടെ രാഗലോലസങ്ങളായ അധരങ്ങൾ ജീവിതത്തെ മുറുകെ മുകരുകയായിരുന്നു. വിചിത്രമധുരവും ദുരന്തതിക്തവും ആയ അതിന്റെ രൂപം കുറച്ചകലെ മാറിനിന്നു നോക്കിച്ചിരിക്കാൻ കഴിയാത്തവിധം സക്തങ്ങളായിരുന്നു, വികാര മുദ്രിതങ്ങളായിരുന്നു, അവ. ചിരിപ്പിക്കുന്ന ഒരൊറ്റ വരിപോലും അന്നു വൈലോപ്പിള്ളി എഴുതിയിരുന്നില്ല. അല്ലെങ്കിൽ,

*"ഉമാമുഖേ ബിംബഫലാധരോഷ്ഠ*
*വ്യാപാരയാമാസ വിലോചനാനി"*

എന്ന *കുമാരസംഭവശ്ലോകാർദ്ധത്തിൽ* അമർന്നു കിടക്കുന്ന ചിരി കണ്ടെടുത്താസ്വദിക്കാൻ പോന്ന ഹാസമർമ്മജ്ഞതയുണ്ടായ

സഞ്ജയൻ, 'കുടിയൊഴിക്ക'ലിലെ തൊഴിലാളി, പ്രിയാലിംഗനമുക്ത യായ നായികയുടെ നേരെ,

*"പീറജീവിതവെറ്റിലയിന്മേൽ*
*നൂറു തേച്ചിടും നിൻപരിഹാസം"*

എറിഞ്ഞ എറിയലിലോ, 'പൂക്കൈത'യിലെ കൈത,

*"ചീർത്തോരു ലജ്ജയാ-*
*ലാരോടും മിണ്ടാതെ."*

കൈത്തോട്ടിൽ വക്കത്ത് പൂത്ത പൂക്കലോ 'ആ കണ്ണുകളിലെ' യുവ കമിതാക്കൾ,

*"പുല്ലരിയാൻ മറന്നനുരാഗ-*
*വല്ലരി മലരിട്ടതും നോക്കി,"*

നിന്ന നില്പോ എത്തിപ്പിടിച്ച് അവയിലെ അത്യുജ്ജ്വലവും അതി നിർമ്മലവും ഭാവനിർഭരവും ആയ ചിരി നുകരുവാൻ വിട്ടുപോകുകയി ല്ലായിരുന്നു!

സാഹിത്യത്തിലെ പുഞ്ചിരിയുടെ രണ്ടറകൾ സഞ്ജയൻ അതേ ഉപന്യാസത്തിൽ പകുത്തുകാട്ടുകയുണ്ടായി. സാരസ്യവും (humour) ഫലിതവും (wit). ചിരിയുടെ അന്തർജാതമായ മഹത്ത്വംകൊണ്ടും, ഔൽകൃഷ്ട്യംകൊണ്ടും, സാരസ്യം ഫലിതത്തെ അധഃകരിക്കുന്നു. ഭാഷയുടെ ചുണ്ടിണകൊണ്ട് ചിരിക്കുന്ന ഈ രണ്ടുതരം ചിരിയുടെ വൈജാത്യം എം.ആർ. വേണ്ടുംവണ്ണം ഉദാഹരിച്ചിട്ടുണ്ട്.

*"നമ്പിയാരെന്നു ചോദിച്ചു*
*നമ്പിയാരെന്നു ചൊല്ലിനേൻ,"*

എന്ന ഈരടിയിലെ ഹാസം ഫലിതമാണ്. ഇംഗ്ലീഷുകാരൻ അതിന് 'വിറ്റ്' എന്നു പറയും. മലയാളി, ഉരുളയ്ക്കുപ്പേരിയായി തൊടുക്കുന്നതെല്ലാം തന്നെയും പിന്നെക്കുറെയും ഈ വകുപ്പിൽ പെടും. ഭർത്തൃപ്രാർത്ഥിനി യായ വനിതയോട് ബെർണാഡ് ഷാ, "എന്റെ സൗന്ദര്യവും നിങ്ങളുടെ ബുദ്ധിയും ഉള്ള ഒരു കുഞ്ഞാണ് പിറക്കുന്നതെങ്കിലോ?" എന്നു ചോദി ച്ചപ്പോൾ അദ്ദേഹം ഒരു ഐറിഷ് ഫലിതം പൊട്ടിക്കുകയായിരുന്നു.

ഫലിതം, പ്രായേണ ഭാഷയുടെ വക്രതയിൽ അധിഷ്ഠിതമായിരിക്കും. ഭാഷയിൽ സാമാന്യമായ അവഗാഹവും കുറച്ചൊരു നർമ്മബോധവും ഉണ്ടെങ്കിൽ, ഫലിതം അനായാസം വരുന്നു. അഗാധമായ ജീവിതത ത്ത്വചിന്തനമോ വിപുലമായ മനുഷ്യസ്വഭാവപരിചയമോ ഫലിതത്തി നാവശ്യമില്ല. പടക്കംപോലെ പൊട്ടുമെന്നല്ലാതെ, വെളിച്ചംപോലെ നിങ്ങളുടെ ആത്മാവിനെ പ്രകാശപൂർണ്ണമാക്കുകയില്ല അത്.

മറിച്ച സാരസ്യം, നാളത്തിൽക്കൂടി ചിരിക്കുന്ന ഒരു കൈത്തിരിപോലെ നിശ്ശബ്ദം നിങ്ങളുടെ ഹൃദയത്തിലേക്ക് കടന്നുവന്നു അവിടെയാകെ ശുഭ്രവും നിർമ്മലവുമായ വെളിച്ചത്തിന്റെ വെള്ളപ്പൊക്കമുണ്ടാക്കുന്നു. 'ശർബ്ബാർത്തു'പോലെ പെട്ടെന്നിറക്കാനുള്ളതല്ല. കൽക്കണ്ടംപോലെ ഒരുപാടു നുണയാനുള്ളതാണ് ഇത്.

*"അർണ്ണോജ സംഭവൻ തന്നുടെ മൂക്കത്തു*

കണ്ണാടി വച്ചങ്ങുനോക്കിയിരിക്കു''ന്നതിലുള്ള സാരസ്യവും ഇന്ദുലേഖയിലെ കൊങ്ങണിയുടെ പുസ്തകനിരൂപണത്തിലെ മാത്രമല്ല, നല്ല തെറിയുണ്ടെന്നുകൂടി പറയേണ്ടിവന്നുപോയിരിക്കുന്നു'' എന്ന പ്രസ്താവത്തിലെ സാരസ്യവും സഞ്ജയൻ നമുക്കു വിളമ്പിത്തരുന്നു.

*"കട്ടിലുകണ്ടു പനിച്ചാൽ കണക്കല്ല*
*കിട്ടുമെന്നാകിലേ മോഹം തുടങ്ങാവൂ''*

എന്ന വരികൾ നമ്പ്യാരുടെ ചിരിപ്പിക്കുന്ന മറ്റനേകം ഈരടികളെപ്പോലെ തന്നെ ലോകോക്തിരൂപമായിരിക്കുന്നു. ഒരു വാക്യത്തിൽ സാരസ്യമൂറുന്നത് അർത്ഥത്തിലോ, വിഷയസ്വഭാവത്തിലോ, സന്ദർഭസവിശേഷത്തിലോ ഉള്ള പൊരുത്തക്കേടു (incongruity) കൊണ്ടായിരിക്കും. അർണ്ണോജസംഭവൻ കണ്ണാടിവച്ചപ്പോൾ, അദ്ദേഹത്തിന്റെ പൗരാണികത്വവും ദൈവികത്വവും കണ്ണാടിയുടെ ആധുനികത്വവും മാനുഷികത്വവും തമ്മിൽ പൊരുത്തപ്പെടാതെ ഹാസ്യം ജനിപ്പിക്കുകയുണ്ടായി. സന്ദർഭങ്ങളുടെ അനൗചിത്യമാണിവിടെ.

'കട്ടിലുകണ്ടു പനിച്ചാൽ കണക്കല്ല' എന്നു തുടങ്ങിയുള്ള ലോകോക്തികളിൽ ചിരി നിറയുന്നത് അനുഭവവും അഭിലാഷവും തമ്മിലുള്ള പൊരുത്തക്കേടുകൊണ്ടാണ്. മർത്ത്യജീവിതത്തിലെ ഒരനശ്വരസത്യത്തിന്റെ, അഗാധമായ ഒരു യാഥാർത്ഥ്യത്തിന്റെ ഹാസപൂർണ്ണമായ ആവിഷ്കരണമാകുക കാരണം, ചിരിയുടെ മറ്റു രൂപങ്ങളെ അപേക്ഷിച്ച്, ഈ ചിരിക്കു മാറ്റു കൂടുന്നു. മേലുദ്ധരിച്ച നമ്പ്യാരുടെ ഈരടിയിൽ മാനുഷാഭിലാഷങ്ങളും അവയുടെ സാക്ഷാത്ക്കാരത്തിനുള്ള ക്രൂരമായ പരിമിതികളും ഒളിഞ്ഞിരിക്കുക കാരണം നമ്മിൽ ഓരോരുത്തന്റെയും ഹൃദയത്തിൽ അതു കടന്നു വന്നു നൂറായിരം സംശയങ്ങൾക്കുള്ള സമാധാനവും പിന്നെയും നൂറായിരം സമാധാനങ്ങൾക്കുള്ള ചോദ്യങ്ങളും എറിഞ്ഞിട്ട് കടന്നുപോകുന്നു.

നമ്പ്യാരുടെ പദ്യശകലത്തെക്കുറിച്ചിത്രയും പറഞ്ഞത് അതിനോടു സാദൃശ്യമുള്ള വൈലോപ്പിള്ളിയുടെ രണ്ടുവരി അവതരിപ്പിക്കാൻ വേണ്ടിയാണ്. കുടിയൊഴിക്കലിലെ നായകൻ- കവി-പ്രേമവഞ്ചകവും വ്യഭിചാരോന്മുഖവും ആയ തന്റെ ഹൃദയത്തെ നോക്കി.

*"മറ്റു പൂച്ചെടി ചെന്നു തിന്നാനെൻ*
*കൊറ്റനാടിനുണ്ടിപ്പോഴേ മോഹം."*

എന്നാത്മഗതം ചെയ്യുപ്പോൾ, ആത്മഗതത്തിലെ ചിരി, നമ്പ്യാരുടെ ഈരടിയിലുള്ളതിനേക്കാൾ പ്രകാശമാനമായിരുന്നു എന്നാണെന്റെ പക്ഷം. കൊറ്റനാടിന്റെ വിടത്വവും മനുഷ്യനുണ്ട്. ഒരാടിനേപ്പോലെ പൂച്ചെടികൾ മാറിമാറിക്കടിച്ചു നശിപ്പിച്ചുകൊണ്ടും എന്നാൽ ഒന്നിലും തൃപ്തിവരാതെയും അവർ തെണ്ടിനടക്കുന്നു. എങ്കിലും, ഒരു മൃഗത്തോടു സദൃശനാണ് താനെന്ന് കാണുന്നത് അവനിഷ്ടമല്ല. ഈ പ്രതിരോധം തന്നെത്തന്നെ ആഹുതി ചെയ്തു കവി തകർത്തുകളഞ്ഞിരിക്കുകയാണ്. (സ്വന്തം ചെലവിൽ ഇങ്ങനെ ചിരിക്കുന്നത് വൈലോപ്പിള്ളിക്ക് വളരെ പത്ഥ്യമാണെന്നു തോന്നുന്നു.) കൊറ്റനാടും മനുഷ്യനും തമ്മിലുള്ള പൊരുത്തത്തിലെ പൊരുത്തക്കേടാണ് ഇവിടെ ഹാസകാരിയായിരിക്കുന്നത്. ലോകത്തിലെ സമസ്തസൗന്ദര്യവും തന്റേതാകണമെന്നും തനിക്കാരുടേയും വകയാകാതെ പറന്നു നടക്കാൻ കഴിയണമെന്നും ആഗ്രഹിക്കുന്ന മനുഷ്യരെയെല്ലാം കവി ഇവിടെ അപഹസിച്ചിരിക്കുന്നു. അഭിലാഷ വാസ്തവങ്ങൾ തമ്മിലുള്ള ഈ വൈരുധ്യം നാം ആ സംഘട്ടനത്തിൽ ഭാഗഭാക്കുകളാകകൊണ്ട് തിരിച്ചുകാണുവാൻ വിഷമമുണ്ട്. ജീവിതത്തിന്റെ മോഹകാരികളായ വ്യാപാരങ്ങിൽ ആണ്ടുപോയ ഒരു കവിയുടെ ആത്മാവിന്, അത്തരം ശബ്ദജാലങ്ങളിൽ നിന്നകന്നു നിന്ന് 'ഭയങ്കരസുന്ദരമാ'യ ജീവിതനൃത്തത്തിൽ അന്തർഭൂതമായ ചിരി അറിഞ്ഞനുഭവിക്കുക സാധ്യമല്ല. ചിരക്കാവശ്യമായ ഒരു നിസ്സംഗത്വം, താരതമ്യേനയുള്ള ഈ നിർമ്മമത്വം നമ്പ്യാർക്കുണ്ടായിരുന്നു. നമ്പ്യാരെപ്പോലെ ജീവിതത്തിലെ പൊരുത്തക്കേടുകൾ കാവ്യത്തിൽ കലർത്തിയിട്ട് പ്രകാശം ചിതറുന്ന ചിരി ചിരിക്കാറുള്ള വൈലോപ്പിള്ളിക്കുമുണ്ട് ഏറെക്കുറെ നിസ്സംഗത്വം. പോരാ നമ്പ്യാരേക്കാൾ കൂടുതലുണ്ട് എന്നു കൂടി പറഞ്ഞേ തീരൂ. അങ്ങനെ പറയുന്നതുകൊണ്ടു ആ ഫലിതമൂർത്തി പരിഭവിക്കുകയില്ല. ഇതിലും പ്രപഞ്ചത്തെയാകെ പ്രപഞ്ചത്തിൽ നിന്നു മാറി നിന്നു നോക്കിക്കാണുവാനുള്ള കഴിവിലും, വൈലോപ്പിള്ളി ആധുനിക സംസ്കാരത്തിന്റെ നേട്ടങ്ങളാർന്നു കൊണ്ടു മിടുക്കനായിരിക്കുന്നു. ഈ മിടുക്കു മലയാളത്തിൽ അപൂർവ്വമാണ് എന്നു കൂടി പ്രസ്താവിക്കുവാൻ എനിക്കാഗ്രഹമുണ്ട്.

വാക്കിലും അർത്ഥകല്പനത്തിലും സന്ദർഭവൈരുധ്യത്തിലും ഹാസം തൊടുക്കുവാൻ കഴിഞ്ഞിരുന്ന പോയ തലമുറയെ അപേക്ഷിച്ച് ഇന്നത്തെ തലമുറയ്ക്കു വിശ്വത്തിന്റെ അനാദ്യന്തതയേയും അപാരതയേയും ആത്യന്തികമായ അർത്ഥരാഹിത്യത്തേയും മനുഷ്യന്റെ

ജീവിതവുമായി തട്ടിച്ചു നോക്കി അനന്തമായ ചിരി ചിരിക്കാമെന്നു വന്നിരിക്കുന്നു. പണ്ടു ദാർശനികന്റെ സാമ്രാജ്യമായിരുന്ന അന്വേഷണമണ്ഡലമാകെ ഇന്നു ശാസ്ത്രജ്ഞന്റെ പരീക്ഷണശാലയാണല്ലോ! കവിക്ക് ഈ രണ്ടു കൂട്ടരുടേയും സമ്പാദ്യം ഉപയോഗിച്ചുകൊണ്ടിരിക്കുവാൻ കഴിയും. സാഹിത്യത്തിലെ ഹാസം അത്രയും ഉത്തുംഗമായ ഒരു നിലയിലേയ്ക്ക് ഉയരുകയും ചെയ്തിരിക്കുന്നു.

വിശിഷ്ടമായ ചിരി ജീവിതത്തിലെ തന്നെ പൊരുത്തക്കേടുകളാൽ പോഷിക്കുന്നുവെന്നർത്ഥം വരുന്ന ലീക്കോക്കിന്റെ വാചകം ലേഖനത്തിനു മുകളിൽ ഉദ്ധരിച്ചു ചേർത്തിട്ടുണ്ടല്ലോ ഭാഷാമൂലമായ ഫലിതമല്ല, സന്ദർഭത്തിന്റെയോ, അർത്ഥത്തിന്റേയോ, വിഷയത്തിന്റെയോ അനൗചിത്യം ഊട്ടുന്ന സാമാന്യസാരസ്യമല്ല, ജീവിതത്തിലെ തന്നെ വിഷാദമയങ്ങളും ദുരിതനിർഭരങ്ങളുമായ പൊരുത്തക്കേടുകളാണ് 'ശ്രീ'യുടെ ചിരിക്കു പുറകിലുള്ളത്. ലീക്കോക്കിന്റെ അഭിപ്രായം അംഗീകരിച്ചുകൊണ്ട് ഈ ചിരി, ഹാസത്തിന്റെ അധിത്യകയോടടുത്തു നിൽക്കുന്ന എന്നു വ്യക്തമാക്കുവാനും ഞാനാഗ്രഹിക്കുന്നു. പലയിടങ്ങളിലും കണ്ണുനീരോളം എത്തുന്നു ആ ചിരി.

*"പീറ ജീവിത വെറ്റിലയിന്മേൽ*
*നൂറു തേച്ചിട്ടും നിൻ പരിഹാസം."*

എന്ന വരികളിൽ മർത്ത്യജീവിതത്തിന്റെ പീറത്തരം അതിന്റെ അനിവാര്യതയോടൊപ്പം, അതിലെ നിഗൂഢഹാസത്തോടൊപ്പം വിഷാദ കലുഷങ്ങളായ ഓർമ്മകളുണർത്തിയേ തീരൂ. ആശുപത്രിയിലെ കിടക്കയിൽ കിടന്നുകൊണ്ട്,

*"ഹാ വെറുത്തിലേ ഞാനീയാശുപത്രിയെജ്ജീർണ്ണ-*
*ജീവിതഗന്ധം ചിന്തുമുലകാമാസ്പത്രിയെ,"*

എന്നു കവി പാടിയപ്പോൾ, ഉലകത്തെ ആശുപത്രിയായി രൂപണം ചെയ്തതിലുള്ള പുതുമയോർത്തു നാം ചിരിച്ചെങ്കിലും, ആ ചിരിയിൽ ജീർണ്ണജീവിതത്തിന്റെ കണ്ണുനീർ കലർന്നേ പറ്റൂ. വൈലോപ്പിള്ളിയുടെ ചിരിയിൽ ഈ കണ്ണുനീർ കലർന്നു ഈർപ്പമുണ്ടാക്കിയിരിക്കുന്നു.

അഥവാ, മഹത്തായ ഹാസത്തിന്റെയെല്ലാം പിറകിൽ വിഷാദം, നിർവേദം ഉണ്ടാകേണ്ടതാണ്. നാം അതു ശ്രദ്ധിക്കുന്നില്ലെന്നേയുള്ളൂ. ഹാർഡിയുടെ ചിരി നോക്കുക. അദ്ദേഹത്തിന്റെ ഓരോ കഥാപാത്രവും ചിരിപ്പിക്കുന്നതിനേക്കാൾ അധികം കരയിക്കുന്നില്ലേ? സഞ്ജയന്റെ പ്രതിഭയെ ഇത്രമാത്രം ഉപഹാസോന്മുഖമാക്കിത്തീർത്തത്, അദ്ദേഹം തിന്ന അറുതിയറ്റ വേദനയാണെന്നു വിശ്വസിക്കുന്ന ഒരാളാണ് ഞാൻ. വേദന സഞ്ജയനെ നിത്യജീവിതത്തിലെ കശപിശയിൽ

നിന്നകറ്റിയിട്ട് ഒരു തത്വചിന്തകന്റേയോ ഹാസ്യകുശലന്റേയോ ദൂരത്തിൽ കൊണ്ടുപോയി നിർത്തി. അവിടെ നിന്നു കൊണ്ട് മനുഷ്യരുടെ നൂറായിരം കമ്പങ്ങൾ കണ്ടു ചിരിച്ച്, ചൂണ്ടിപ്പരിഹസിച്ചു. മഹത്വം കൊണ്ട് സഞ്ജയനേറ്റ അടിയോളമില്ലെങ്കിലും, നിർദയമായഏതോ ദുരന്തസംഭവം വൈലോപ്പിള്ളിയുടെ ആത്മാവിനേയും ഉലച്ചു കാണണമെന്നു ഞാനൂഹിക്കുന്നു. കവിതയിൽ നിന്നു മാത്രമുള്ള തെളിവുവെച്ചു കൊണ്ട് 1930-ന്റെ അവസാനത്തിൽ, ഒരു പന്ത്രണ്ടു വർഷം മുമ്പാണ് ഈ സംഭവം നടന്നതെന്നു വിശ്വസിക്കുവാൻ തെളിവുണ്ട്. അതിനുമുമ്പ് ചിരിപ്പിക്കുന്ന ഒരു വരി കവിതപോലും വൈലോപ്പിള്ളി എഴുതിയിട്ടില്ല.

കവിയുടെ വ്യക്തിഗതമായ ജീവിതത്തിലേക്കു കടന്നു ചെല്ലുന്നതെന്തിനെന്നു നിങ്ങൾ ഇടയ്ക്കു കടന്നു ചോദിക്കരുത്. ചിരിയെ സംബന്ധിച്ചേടത്തോളം ചിരിക്കുന്ന വ്യക്തിയുടെ സ്വകാര്യജീവിത്തിലെ കരച്ചിൽ അത്രയ്ക്കു മർമ്മഭൂതമാണ്.

*"കരളെരിഞ്ഞാലും തല പുകഞ്ഞാലും*
*ചിരിക്കണമതേ വിദൂഷക ധർമ്മം,"*

എന്നു സഞ്ജയൻ തന്നെ സ്വയം ഒരു വിദൂഷകനാക്കിയെങ്കിലും ആ വിദൂഷകന്റെ കരളെരിച്ചൽ വളരെക്കുറച്ചു പേരെ ശ്രദ്ധിച്ചുള്ളൂ. പുലർകാലത്തിൽ ഒരു മൃദുസ്മിതത്തോടെ വികസ്വരമാകുന്ന പനിനീർപ്പൂവിന്റെ ഹൃദയത്തിലെ ഹിമകണം, ഇതളുകളുടെ ആർദ്രത, ആർ ശ്രദ്ധിക്കുന്നു? രാവിന്റെ നിതാന്ത വേദനയലിഞ്ഞ ആ നീർത്തുള്ളിയുമായി അരുണാഭമായ പുഞ്ചിരിക്കുള്ള ബന്ധം ആർ തിരക്കുന്നു?

നമ്മുടെയെല്ലാം ജീവിതത്തിൽ ഉഗ്രങ്ങളായ ആഘാതങ്ങളേല്ക്കാറുണ്ട്. അവ നമ്മെ സമൂലം നശിപ്പിക്കുകയോ നമ്മുടെ ബാഹ്യപ്രവർത്തനങ്ങളുടെ ചാലുമാറ്റിക്കീറുകയോ ചെയ്തേക്കാം. എങ്കിലും അതൊരു വ്യക്തിയുടെ കാര്യം മാത്രമായി, അല്ലെങ്കിൽ ഒരു ചുരുങ്ങിയ വൃത്തത്തിലുള്ള കുറേ മനുഷ്യരുടെ കാര്യം മാത്രമായി അവസാനിക്കുന്നു. ഒരു കവിയെക്കുറിച്ചാകുമ്പോൾ അയാളുടെ ആത്മാവിലേല്ക്കുന്ന ഒരടി പുതിയ ഒരു തത്ത്വചിന്തകനേയോ ഹാസ്യകാരനേയോ സാഹിത്യത്തിനു സമ്മാനിച്ചുവെന്നു വരാം. തന്റെ ജീവിതേശ്വരിയുടെ നഷ്ടം നാലപ്പാടനെ തത്ത്വചിന്തകനാക്കി മാറ്റിയല്ലോ! അതേ ദുസ്സഹദുഃഖം എം.ആർ. നായരെ സഞ്ജയനാക്കി മാറ്റുകയാണുണ്ടായത്. കവിയുടെ വൈകാരിക മണ്ഡലത്തിന്റെ നനുപ്പനുസരിച്ചു ഈ പരിവർത്തനം വ്യത്യസ്തമായിരിക്കും. താരതമ്യേന മൃദുലവും ദുർബലവുമായ ഹൃദയത്തോടുകൂടിയ കവി, വികാരസന്തുലനത്തിനോ, എന്നു തോന്നുമാറ്, വിഷാദമൂകതയിലും പൊട്ടിച്ചിരിച്ചു കളയുന്നു. തത്ത്വചിന്തയ്ക്കു കുറേക്കൂടി വികാരനിഷേധം

ആവശ്യമത്രേ! വൈലോപ്പിള്ളി ഒരു തത്ത്വചിന്തകന്റേയും ഹാസ്യാകരന്റെയും ഇടയ്ക്കു നിൽക്കുന്നു. കവിതയിലെ ചിരികൊണ്ടു മാത്രമല്ല, അടുത്ത കാലത്ത് അദ്ദേഹം എഴുതിയ കാവ്യങ്ങളിൽ പ്രകടമായ ചിന്തയുടെ വാർധക്യവും (ക്ഷീണമല്ല) ഉപദേശപരതയും ഓർമ്മവച്ചുകൊണ്ടു കൂടിയാണ് ഞാനിങ്ങനെ പറയുന്നത്. കവിയുടെ ജീവിത്തിലെ ഏതോ ദുസ്സഹമായ നീറ്റലിലേക്കു ചൂണ്ടുന്നു ഈ രണ്ടു സവിശേഷതയും. ഉള്ളിൽ കൂടുതൽ പ്രായമായി തനിക്ക് എന്നു വൈലോപ്പിള്ളി പലയിടത്തു തെറ്റിദ്ധരിച്ചിട്ടുണ്ട്.

*"ഹാ! ഭയങ്കരമെൻ തലയിങ്കൽ*
*സ്വാപഹാസം പൊഴിക്കയാം മൃത്യു"*
*(ഒരു ഗാനം)*
*"പോക, ഞങ്ങൾ കിനാവുകണ്ടോരാ*
*സ്നേഹമാർഗ്ഗം വഴിയിനി നിങ്ങൾ!*
*പോക ഭൗതിക തൃഷ്ണ തൻ മധ്യ-*
*മേഖലയിൽ മയങ്ങി മേവാതെ!*
*പോരുമിത്തിര മെയ്യിനു, സർവ്വം*
*പോരാ, മാനുഷസത്ത പുലർത്താൻ*
*ആകിലും മൺതുരുമ്പിൽക്കിടപ്പൂ*
*നാകലോകം തുറന്നിട്ടും താക്കോൽ*
*കെട്ട ഞങ്ങൾ തൻ കേവല സ്വപ്ന-*
*ക്കെട്ടെടുത്തു കയറുക നിങ്ങൾ!"*
*(കുടിയൊഴിക്കൽ)*
*"വാങ്ങുകയായി, ഞങ്ങൾ കരുത്തൊട്ടു*
*വാങ്ങുക വന്നീപ്പന്തങ്ങൾ!....*
*ചോര തുടിക്കും ചെറുകയ്യുകളേ,*
പേറുകവന്നീപ്പന്തങ്ങൾ"
(പന്തങ്ങൾ)

ആശ്ചര്യകരമായ ഈ അകാലവാർധക്യബോധവും കൗതുകകരമായ ഈ ഹാസപ്രസക്തിയും ദുഃഖജന്യമായ ഏതോ ആന്തരവിക്ഷോഭത്തിന്റെ ഫലമായേ തീരൂ. പക്ഷേ, താൻ തിന്ന വേദന, 'ശ്രീ'യെ കേവലമൊരു ഹാസസാഹിത്യകാരനോ കേവലമൊരു തത്ത്വചിന്തകനോ ആക്കിത്തീർക്കുകയുണ്ടായില്ല. അതുകൊണ്ട് വൈലോപ്പിള്ളിയുടെ കവിതകളിൽ ഏറ്റവും മാനുഷമായ ഒരുതരം ചിന്തയും ഏറ്റവും മാനുഷമായ ഒരുതരം ചിരിയും അപൂർവ്വസുഭഗതയോടെ കലർന്നു നില്ക്കുന്നു.

അങ്ങനെ അദ്ദേഹം ചിരിക്കുമ്പോൾ, ഉൽകൃഷ്ടമായ സാരസ്യത്തിനു ലീക്കോക്ക് കൊടുത്ത ലക്ഷണമനുസരിച്ച് ആ ചിരിയെ പോഷിപ്പിക്കുന്നതിന് മനുഷ്യവാഴ്‌വിലെ ഏതെങ്കിലും പൊരുത്തക്കേടുണ്ടാകും. ഈ പൊരുത്തക്കേട് കവി ആവിഷ്കരിക്കുന്നത് സവിശേഷമായ ഒരു രീതിയിലാണ്. 'കുടിയൊഴിക്ക'ലിലെ ചില വരികൾ ഉദ്ധരിച്ച് ഈ രീതി വിശദമാക്കുവാൻ ശ്രമിക്കട്ടെ.

സ്വഗതാഖ്യാനരൂപമായ ആ ഗാനത്തിലെ നായകൻ പ്രേമവഞ്ചനത്തിനു യുക്തികളാരായുന്ന സന്ദർഭം. സ്ത്രീ ചപലയാണെന്നു പ്രഖ്യാപിതമായിരിക്കേ, പുരുഷനും എന്തുകൊണ്ട് ചപലനായിക്കൂടാ എന്നൊരു യുക്തി. സ്ത്രീയെക്കുറിച്ചുള്ള ഈ ആക്ഷേപം പണ്ടുപണ്ടേ കവികൾ ഉന്നയിച്ചിട്ടുണ്ടെങ്കിലും നർമ്മത്തിൽ മുക്കിയ ശ്രീയുടെ തൂലിക അവിടം സ്പർശിക്കുമ്പോൾ നൂതനമായ ഒരു നിർമ്മലഹാസം സംജാതമാകുന്നു.

*"കന്യമാർക്കു നവാനുരാഗങ്ങൾ*
*കമ്രശോണ സ്ഫടികവളകൾ*
*ഒന്നു പൊട്ടിയാൽ മറ്റൊന്നിവണ്ണ*
*മുന്നയിപ്പൂ ഞാൻ തത്ത്വനിരകൾ"*

ഇവിടെ, നവാനുരാഗത്തിന്റെ നൈമിഷികത-- എങ്കിലും അതിനുള്ള പളപളപ്പും വശ്യതയും, --വളയുടെ സമാനഗുണങ്ങളുമായി സ്പർധിക്കുന്നു. അസുലഭസുന്ദരമായിട്ടില്ലേ ഈ ഔപമ്യദർശനം?

പക്ഷേ, ഈ സന്ദർഭത്തിലെ ചിരി എവിടെക്കിടക്കുന്നു? ഈ സൗന്ദര്യത്തിലെ വൈകൃതം (അഥവാ വൈകൃതത്തിലെ സൗന്ദര്യം) എവിടെ ഒളിക്കുന്നു?

ഇവിടെയാണ്, ഇവിടെയാണ് ആ ചിരി. അനുരാഗം എന്ന ദിവ്യവും ശാശ്വതവും ദുസ്പർശവും ആയ ആശയത്തെ- സത്യത്തെ എന്നു പറയുക- തൊട്ടാൽ പൊട്ടുന്ന പീറക്കുപ്പിവളകളുമായിക്കലർത്തിയിട്ടു, വൈലോപ്പിള്ളി മനഃപൂർവ്വം ചിരിപ്പിക്കുന്ന പൊരുത്തക്കേടുണ്ടാക്കിയിരിക്കുകയാണ്.

വൈലോപ്പിള്ളിയുടെ ഹാസം മിക്കപ്പോഴും സമാനധർമ്മങ്ങളായ വസ്തുക്കളുടെ (ഉപമിത സന്ദർഭങ്ങളുടെ) അസാമാനതയിൽ (അനൗചിത്യത്തിൽ) അധിഷ്ഠിതമാണ് എന്ന് സൂചിപ്പിച്ചല്ലോ. സശ്രദ്ധം കാവ്യവ്യവസായം ചെയ്യുന്ന ഒരു കവിയായതുകൊണ്ട് വൈലോപ്പിള്ളി അനുസന്ധാനം ചെയ്യുന്ന മാർഗ്ഗത്തെ അദ്ദേഹത്തിന്റെ ടെക്നിക് എന്നു വിളിക്കുക-മാർക് ട്വെയിന്റേയും ഹാർഡിയുടേയും ചിരിയുടെ ടെക്നിക് പോലെ. ഈ മൗലികമായ സവിശേഷത മനസ്സിലൂന്നിക്കൊണ്ട് ചിരി നുണയാൻ പറ്റിയ കുറെ വരികളിതാ:

*"പുറത്തു തള്ളട്ടെയൊരു മുറിവീടി-*
*പ്പുകയായീ നാട്ടിൽ ശ്വസിച്ചു ഞങ്ങൾ"*
*(ആസ്സാം പണിക്കാർ)*

*"മുതിരും കഴുകിൻ-*
*കുഞ്ഞഗ്രനീലയെപ്പോലെ*
*ഹൃദയം കടലിനെ,-*
*സ്വാതന്ത്ര്യത്തിനെത്തേടി*
*എത്രമേൽ മെഴുകിട്ടു*
*വാർന്നുവെച്ചാലും വീണ്ടു-*
*മെൻ തലമുടിപ്പറ്റ-*
*മെതിർത്തു നില്പൊന്നല്ലോ"*
*(ഒരു കൊടി)*
*"രോമഹർഷാഭിരാമമായ്പ്പോമെ-*
*ന്നോമലിൻ നേർക്കെറികയും ചെയ്താൻ*
*പീറ ജീവിതവെറ്റിലയിന്മേൽ*
*നൂറു തേച്ചിട്ടും നിൻ പരിഹാസം....*
*മെല്ലെ ഞാനെണീറ്റാഭിജാത്യത്തിൽ*
*വെള്ളി കെട്ടിയ ചൂരലുമായി*
*പാതയിങ്കൽ വന്നാജ്ഞയാൽ നിന്നെ-*
*ക്കാതിനു പിടിച്ചെന്മുന്നിൽ നിർത്തി."*
*(കുടിയൊഴിക്കൽ)*
*"ഏറെ വേലയാൽ വേദനയാലും*
*ചോരനീർ വറ്റിച്ചുണങ്ങിയ തന്മെയ്*
*നാലും കൂട്ടിമുറുക്കിയശേഷം*
*കാലം തുപ്പാൻ പോം തമ്പലം പോലായ്."*
*(കന്നിക്കൊയ്ത്ത്)*

അവസാനത്തെ നാലുവരി വായിച്ചുകഴിയുമ്പോൾ, 'കന്നിക്കൊയ്ത്തി'ലെ ചോരനീർ ചുങ്ങിയ വൃദ്ധയോടൊപ്പം, വള്ളത്തോളിന്റെ കൊച്ചുസീതയിൽ 'മല്ലീശ്വരന്റെ ഒടിഞ്ഞവിൽ'പോലെ സൗന്ദര്യത്തിന്റെ പകവീട്ടലെന്നോണം കിടക്കുന്ന കിഴവിയെ നിങ്ങളോർത്തുപോകും. അടുത്ത സാദൃശ്യമുള്ള ഈ രണ്ടു സന്ദർഭങ്ങളും ചിരിയുടെ കാര്യത്തിൽ എന്തുകൊണ്ടകന്നുനിൽക്കുന്നു? വള്ളത്തോളിന്റെ കിഴവി ഒരിക്കലും നിങ്ങളെ ചിരിപ്പിക്കുകയില്ല. അനുവാചകൻ ചിരിക്കണമെന്നല്ല, തന്റെ ചിന്തയെ ഉണർത്തണമെന്നാണ് കവി അവിടെ ആവശ്യപ്പെടുന്നതും.

വൈലോപ്പിള്ളിയുടെ വരികളിൽ മറിച്ച്, കാലം എന്ന അമൂർത്താശയം മുറുക്കാൻ തമ്പലമെന്ന നീചവസ്തുവുമായിക്കലർന്നു രംഗം മുഴുവൻ ചിരിപ്പിക്കുന്നതാക്കി മാറ്റുന്നു. കാലവും മുറുക്കലും തമ്മിലുള്ള പൊരുത്തക്കേട് (അർണ്ണോജസംഭവനും കണ്ണടയുമെന്നപോലെ) ഇല്ലാതിരുന്നുവെങ്കിൽ, ഉപമ വള്ളത്തോളിന്റേതുപോലെ സങ്കുചിതമായിരുന്നുവെങ്കിൽ, വൈലോപ്പിള്ളിയുടെ വരികൾ ഹാസത്തിനു പകരം വിഷാദനിർഭരമായ ഒരുവിധം വിചാരഭാരംകൊണ്ടു മനസ്സിനെ മർദ്ദിക്കുമായിരുന്നു. കാലത്തിന്റെ നിർദ്ദയത ഓർമ്മിപ്പിക്കുന്നതോടൊപ്പം ഹാസരസത്താൽ നിർവേദത്തിനു ഒരു വിമോചനം (Relief) കവി സമ്പാദിച്ചുതരുന്നു. വാസ്തവത്തിൽ ദുഃഖത്തിൽനിന്നുള്ള ഈ വിമോചനം എല്ലാ ഉത്തമ ഹാസ്യത്തിന്റേയും മൗലികധർമ്മവുമാണ്.

വൈലോപ്പിള്ളിക്കവിതയിലെ ചിരിയുടെ താക്കോൽ സാജാത്യത്തിലെ വൈജാത്യത്തിൽ നിക്ഷിപ്തമായിരിക്കേ, ആ ചിരിയുടെ ഔൽക്കൃഷ്ട്യം ജീവിതത്തിലെ സാനതനപ്രമേയങ്ങളുമായി അതിനുള്ള സമ്പർക്കത്തെ ആശ്രയിച്ചാണിരിക്കുന്നത്. വെറും ഫലിതത്തെക്കാളും വെറും സാരള്യത്തെക്കാളും വെറും ആക്ഷേപഹാസത്തെക്കാളും മഹനീയമാണ് ആ ചിരി. എന്തുകൊണ്ടെന്നാൽ, അഗാധത, വിശാലത, ശാശ്വതികത്വം എന്നീ ഗുണങ്ങളിൽ അതു മറ്റു മലയാളികളുടെ ചിരിയെ പലയിടത്തും അതിക്രമിക്കുന്നു.

അതെ, അസാധാരണമായ സാധർമ്മ്യദർശനംകൊണ്ടു വൈലോപ്പിള്ളി തന്റെ കവിതയെ ഹാസോജ്ജ്വലമാക്കുന്നുവെന്നാണ് നാം കണ്ടത്. എങ്കിലും കവിതയിലെ ഈ അസാധാരണത്വം എല്ലായ്പ്പോഴും ഹാസകാരിയായിക്കൊള്ളണമെന്നില്ല. ചിരിക്കുപകരം, അഥവാ, ചിരിയേക്കാളധികം, അത്ഭുതമോ വിഷാദമോ മറ്റൊ ആകാം, പലയിടത്തും ഉദ്ദീപ്തമായിരിക്കുന്നത്. മലയാളി വായിച്ചിട്ടുള്ള ഏറ്റവും മികച്ച ഖണ്ഡകാവ്യങ്ങളിലൊന്നായ 'ആശ്രുപത്രി' യിൽ, ചിരിയേക്കാൾ ശോകം, ജുഗുപ്സ എന്നിവ മുന്തിനിൽക്കുന്ന വരികളുണ്ട്. അവിടങ്ങളിലെ സാധർമ്മ്യദർശനം സാധാരണമല്ലെങ്കിലും!

*"ഹാ വെറുത്തീലേ ഞാനീയാശുപത്രിയെജ്ജീർണ്ണ-*
*ജീവിതഗന്ധം ചിന്തുമലകാമാസ്പത്രിയെ,"*

ജീവിതഗന്ധത്തിന്റെ ദുസ്സഹതമൂലം മൂക്കുപൊത്തുമ്പോഴും, ആ ജീർണ്ണിപ്പോർത്തു മിഴികൾ നനയുമ്പോഴും 'എത്ര ഞാൻ വെറുത്തില' എന്ന ഭൂതകാലസ്മരണ ചുണ്ടിണകളിൽ ചിരി പുരട്ടുന്നു. പക്ഷേ, ശോകം, ജുഗുപ്സ, ഹാസ്യം എന്നീ ഭാവങ്ങൾ കെട്ടുപിണഞ്ഞ് ഒന്നു മറ്റൊന്നിനെ മറച്ചുകളയുവാൻ ശ്രമിക്കുകയാണിവിടെ.

മറ്റൊരിടത്ത്, '47-ലെ സ്വാതന്ത്ര്യദിനത്തിൽ നാട്ടുരാജ്യക്കൊടിയുടെ അകമ്പടി കൂടാതെ ഭാരതപതാക നാട്ടി വന്ദിപ്പാൻ മുതിർന്ന ഒരു സംഘം കലാശാലാ വിദ്യാർത്ഥികളുടെ അനുഭവത്തെ ആസ്പദമാക്കിയെഴുതിയ 'ഒരു കൊടി'യിൽ,

*"നിൻ നിണം നിന്മാംസമാംകേരളം നിവർന്നേറ്റോ-*
*രിന്ത്യയിൽ ദാസ്യത്തിന്റെ മന്തുകാലായ് നില്ക്കയോ?"*

എന്നു കവി ഉദ്ധതരോഷം ചോദിക്കുമ്പോൾ മന്തുകാലിനെ ദാസ്യത്തിന്റെ പ്രതിരൂപമായി രൂപണം ചെയ്തതിലടങ്ങിയ ഉജ്ജ്വലനർമ്മബോധമോ, അതോ, വിജൃംഭിതങ്ങളായ അഭിമാനാവമാനബോധങ്ങളോ തലയുയർത്തി നിൽക്കുന്നതെന്നു തീർത്തു പറയാൻ വിഷമമായിരിക്കുന്നു.

അല്ലെങ്കിൽ, കൊയ്ത്തുപാടത്തിന്റെ വരമ്പിൽ ശീലക്കുടയും പിടിച്ച മേൽനോട്ടം നോക്കുന്ന കവിയെ പിന്തുടരുക, തനിച്ചിരിയുണ്ടവിടെ. 'കന്നിക്കൊയ്ത്തി'ലെ കൊയ്ത്തുകാരുടെ 'കശപിശ' ഓർമ്മയിൽനിന്നു 'മൂരിനീർന്നെണീറ്റു' വരുന്ന ഒരു മൃദുസ്മിതത്തോടെയല്ലാതെ മലയാളിക്കു നോക്കിക്കാണുവാൻ കഴിയുകയില്ല.

*"തത്തപോലെ മണിക്കതിർമാത്രം*
*കൊത്തിവയ്ക്കൊലാ നീ കൊച്ചുപെണ്ണേ*
*കൊയ്യുവാനോ നീ വന്നതു കൊള്ളാം*
*കൊഞ്ചു, കാളാഞ്ചി മീൻ പിടിപ്പാനോ?*
*നീട്ടിയാൽ പോരാ നാവുകൊണ്ടേവം*
*നീട്ടിക്കൊയ്യണം നീയനുജത്തീ!"*

കൊയ്ത്തുപാടത്തു കള്ളക്കളി കളിക്കുന്ന ചെറുപ്പക്കാരികളുടെ കുസൃതിയോ, ആ കുസൃതിയുടെ തലയ്ക്കുകത്തോട്ടുന്ന മുതിർന്നവരുടെ നർമ്മമോ ഏതാണ്, ഏതാണ് അയാളെ ചിരിപ്പിക്കുക? അഥവാ ഏതാണയാളെ ചിരിപ്പിക്കാതിരിക്കുക!

ചിരിച്ചാൽ മാത്രം പോരാ, മസ്തിഷ്കത്തിനു കുറച്ചു വിറകുംകൂടി കൊടുക്കണം നിങ്ങൾക്ക് എന്നുണ്ടെങ്കിൽ, ആത്മോപഹാസകുതുകിയായ 'കുടിയൊഴിക്ക'ലിലെ നായകനെ ശ്രദ്ധിക്കുക:

*"എങ്കിലെന്തേ കെട്ടത്തി നീ ചെന്നാ-*
*പെൺകിടാവിനെയാദർശവാനേ?*
*ചെറ്റയാം വിടൻ ഞാനിനിമേലിൽ*
*കഷ്ടമെങ്ങനെ കണ്ണാടിനോക്കും?"*

'ഇനി ഞാനെങ്ങനെ മറ്റുള്ളവരുടെ മുഖത്തുനോക്കും?' എന്നു സാധാരണക്കാർ ചോദിക്കുന്ന ദിക്കിൽ വൈലോപ്പിള്ളി മാത്രമേ 'ഞാനിനിമേലിൽ കഷ്ടമെങ്ങനെ കണ്ണാടിനോക്കും' എന്നാവലാതിപ്പെടുകയുള്ളൂ.

അപരാധബോധത്തിന്റെ ദംശനമേറ്റ വളഞ്ഞു കത്തുന്ന ഒരു വ്രണിതാത്മാവിന്റെ ചിത്രം കണ്ണാടി നോക്കുന്നതിലേ നാം കാണുന്നുമുള്ളൂ.

മുൻചേർത്ത ഒന്നുരണ്ടുദാഹരണങ്ങളിൽ നമ്മുടെ ജീവിതത്തിൽ എന്നപോലെതന്നെ, ഭിന്നരസങ്ങൾ ഇടകലർന്നു, ഭിന്നഭാവങ്ങൾ ഇണചേർന്നു ഒന്നിനെയൊന്നു മറച്ചുകളയുന്നു. അവിടെയെല്ലാം, തങ്ങിനിൽക്കുന്ന ചിരിയിന്മേൽ ഇതരരസങ്ങളുടെ നിഴൽവീണു മൂടലുണ്ടാക്കുകയാണ് ചെയ്യുന്നത്. ഈ മൂടലിൽക്കൂടിയും നീഹാരത്തിരശ്ശീലയുടെ മറവിൽ ഉണരുന്ന പ്രഭാതത്തിന്റെ പുഞ്ചിരിപോലെ, വൈലോപ്പിള്ളിക്കവിതയുടെ സ്മിതം സൂക്ഷിക്കുന്നവർക്കു കാണാം. അങ്ങനെ സൂക്ഷിക്കുവാൻ മാത്രം കാഴ്ചയില്ലാത്തവർക്കുപോലും 'ത്യാഗോപഹാര'വും, 'കാക്ക'യും, 'പൂക്കൈതെ'യും 'കേരളത്തിന്റെ ചിരി'യും വായിച്ചു പൊട്ടിച്ചിരിക്കുവാൻ കഴിയും. ഇവയെല്ലാം ഒരു നിലയിൽനിന്നു നോക്കുമ്പോൾ വൈലോപ്പിള്ളിയുടെ പിൻവരിക്കവിതകളാണ്. 'ശ്രീ'യുടെ സാരസ്യം, അതിന്റെ സ്ഫടീകൃതരൂപത്തിൽ പ്രത്യക്ഷപ്പെടുന്നത് 'കന്നിക്കൊയ്ത്തും' 'കുടിയൊഴിക്ക'ലും ആകുമ്പോഴത്രെ! പക്വതയും മാധുര്യവും കൂടുതലുണ്ട് അവയിൽ.

ഇതുവരെയുള്ള ചർച്ചയിൽ സ്പർശിച്ചിട്ടില്ലാത്ത ഒരു ലഘുകൃതിയെക്കുറിച്ചും ഒന്നു രണ്ടു കാര്യം എടുത്തുപറയാനുണ്ട്. ഞാനുദ്ദേശിക്കുന്നത്, പുറത്തുവന്നകാലത്ത് പലരുടേയും തലയിൽ കയറാതിരുന്നതും, കയറിയ പലരുടേയും തലയിൽ സൂചിപോലെ നോവുണ്ടാക്കിയതുമായ 'സ്വർണ്ണമത്സ്യങ്ങ'ളാണ്. സമകാലിക സംഭവങ്ങളുമായി അതിനുള്ള ബന്ധംകൊണ്ടു മാത്രമല്ല, ആക്ഷേപഹാസാത്മകമായി 'ശ്രീ' രചിച്ച ഒരേ ഒരു കൃതിയെന്ന നിലയിൽക്കൂടി ശ്രദ്ധേയമാണത്. 1949-ൽ തെന്നിന്ത്യയിലെ നാലുകവികളെ മദിരാശി ഗവൺമെന്റ് ആസ്ഥാനകവികളാക്കി മാറ്റിയതിനുശേഷമാണ് 'സ്വർണ്ണമത്സ്യ'ങ്ങൾ മാതൃഭൂമിയിൽ പ്രത്യക്ഷപ്പെട്ടത്.

'സ്വർണ്ണമത്സ്യങ്ങ'ളെന്ന ഈ ആക്ഷേപഹാസകാവ്യം (Satire) ഭാരതീയ സ്വാതന്ത്ര്യദാഹത്തെ ഉഗ്രവേഗമായ ഒരു മഹാനദിയോടുപമിച്ചു; നാലു ദക്ഷിണേന്ത്യൻ ജനവിഭാഗങ്ങളെ നാലു നദങ്ങളോടും; കടലിലേക്ക് ('ഒരു കൊടി' എന്ന കവിതയിൽ 'എന്മനം കടലിനെ സ്വാതന്ത്ര്യത്തിനെത്തേടി' എന്നു കടലിനെ സ്വാതന്ത്ര്യത്തിന്റെ ചിഹ്നമായി രൂപണം ചെയ്തിട്ടുള്ളതോർക്കുക.) സ്വാതന്ത്ര്യത്തിലേക്ക് കുതിക്കുന്ന ഈ നദങ്ങളെ, മഹാനദിയോടൊപ്പം വിദേശാധിപത്യം ചിറകെട്ടിത്തടുക്കുകയുണ്ടായി. ചിറ തകർത്തു കടലിനെ പ്രാപിക്കുവാൻ കുതിച്ചുകൊണ്ടിരുന്ന മീനണിയെ 'കവിത തലോടിയ' നാലു സ്വർണ്ണമത്സ്യങ്ങൾ അന്നു

ആവേശംകൊള്ളിച്ചു. വിപ്ലവത്തിന്റെ നീർക്കുത്ത് ആ മണൽക്കെട്ടുകൾ ഊതിപ്പറപ്പിച്ചുകളഞ്ഞു. മീനണികൾ സ്വാതന്ത്ര്യത്തിലേക്ക് ഉന്മത്തമായി കുതിക്കുകയും ചെയ്തു എങ്കിലും അന്നു 'മുന്നണി മിന്നലേറ്റിയ' ഹിരണ്മയ മത്സ്യങ്ങളിന്നിവിടെയില്ല. തമ്പുരാൻ അവയെപ്പിടിച്ചു അരമന നടയിൽ കാഴ്ചവെച്ചിരിക്കുകയാണ്. കരയുന്ന മീനണികൾ അവയുടെ മുന്നണി മീനുകളെ വിളിച്ചുകൊണ്ട് --പാരതന്ത്ര്യത്തിൽനിന്നു മടക്കിവിളിച്ചുകൊണ്ട്-- സ്വാതന്ത്ര്യോന്മുഖമായി പുരോയാനം തുടരുകയും ചെയ്യുന്നു.

പലർക്കും നിസ്സാരമായിത്തോന്നാവുന്ന ഒരു സംഭവത്തെ വസ്തുവാക്കിച്ചെയ്ത ഈ ആക്ഷേപഹാസകാവ്യം എന്തുകൊണ്ട് മലയാളത്തിലെ ആപാദസുന്ദരങ്ങളായ ചുരുക്കം കൊച്ചുകൃതികളുടെ ഒപ്പം നിൽക്കുന്നു? അല്ലെങ്കിൽ, കാവ്യവസ്തു എന്തുതന്നെ ആയാലെന്താണ്? ശ്രീ. കുട്ടികൃഷ്ണമാരാർ പറയുംപോലെ 'കാവ്യവിഷയം പ്രപഞ്ചമായിരിക്കേ, പ്രപഞ്ചത്തിലുള്ളതും, ഭാവനയിൽ മാത്രമുള്ളതുപോലും കവിക്കു വർണ്ണിക്കാം --സൂക്ഷ്മമായതൊന്നിനെ വിവരിക്കാനാണെങ്കിൽ' (സന്ധിശില്പം അഥവാ പ്രകരണശുദ്ധി.)

എങ്കിൽ ഈ 'സൂക്ഷ്മമായതൊന്ന്' ഏതാണ് ഈ കവിതയിൽ എന്ന പ്രശ്നം ഉയരുന്നു. 'സ്വർണ്ണമത്സ്യങ്ങ'ളെ കലാപരമായ ഔത്തമ്യത്തിലേയ്ക്കെത്തിക്കുന്ന അതിലെ ആന്തരപ്രമേയം, സൂക്ഷ്മസത്യം എവിടെക്കിടക്കുന്നു?

ഈ പ്രമേയം കലാകാരന്റെ ആത്മീയസ്വാതന്ത്ര്യമാണെന്നാണ് ഞാൻ മനസ്സിലാക്കുന്നത്. കവിത തലോടിയ സ്വർണ്ണമത്സ്യങ്ങളെ സ്ഫടികപാത്രങ്ങളിൽ കാഴ്ചയ്ക്കു പിടിച്ചിടുന്ന തമ്പുരാക്കന്മാരോടുള്ള ധാർമ്മികരോഷം, അനുപമമായ ഭാവപൗഷ്കല്യത്തോടെ പ്രസ്തുതമായ കവിത പ്രഖ്യാപനം ചെയ്യുന്നു. എല്ലാ കലാവ്യാപാരത്തിന്റേയും പ്രാഥമികപരിതോവസ്ഥയാണ് നിർമ്മാതാവിന്റെ സ്വാതന്ത്ര്യം! കലയുടെ മാത്രമല്ല, ശാസ്ത്രമടക്കമുള്ള എല്ലാ സർഗ്ഗാത്മകപ്രവർത്തനങ്ങളുടേയും, മനുഷ്യന്റെ നിർമ്മാണൗത്സുക്യം എത്രത്തോളം പരാപേക്ഷകൂടാതെ പ്രകടമാക്കുവാൻ സന്ദർഭമുണ്ടോ, അത്രയുംകണ്ടു സംസ്കാരപുരോഗതിയെ അതു ത്വരിപ്പിക്കുന്നു. കലയുടെ സർവ്വപ്രധാനമായ ഈ ആത്മീയോപാധി (Subjective Condition) വസ്തുവായി സ്വീകരിച്ചിട്ടുള്ളതുകൊണ്ട് 'സ്വർണ്ണമത്സ്യങ്ങ'ൾക്കു മനോഹാരിതയോടൊപ്പം, കലാസുഭഗതയോടൊപ്പം, ശശ്വൽഭാവവും ഉണ്ട്.

പരസ്യമായ നിയന്ത്രണമായാലും പരോക്ഷമായ പ്രലോഭനമായാലും പ്രായേണ നിരുപദ്രവകരമെന്നു തോന്നാവുന്ന രാജകീയ പ്രചോദനമായാലും, കലാകാരന്റെ ആത്മവികാസത്തെ സംവരണം

ചെയ്യുന്ന ഒന്നും സ്വർണ്ണമത്സ്യങ്ങളുടെ കവി സഹിക്കുന്നില്ല. അദ്ദേഹത്തിന്റെ കവിത വായിക്കുമ്പോൾ, പ്രാചീന ഭാരതത്തിലെ 'പ്രശസ്തി'യെഴുത്തുകാരേയും, പക്കത്തിലെ ചോറിനും തമ്പുരാക്കന്മാരുടെ സന്തുഷ്ടിക്കുംവേണ്ടി വാലാട്ടി നടക്കേണ്ടിവന്നിരുന്ന അനേകം മലയാള കവികളെയും നാമോർമ്മിക്കണം! ഇംഗ്ലണ്ടിലെ ആസ്ഥാനകവികളുടെ പരമ്പര നമ്മുടെ മുമ്പിൽ നിരക്കണം. അവരെ ഓർക്കുകയും കാണുകയും ചെയ്തിട്ട് ഒരിക്കൽക്കൂടി 'സ്വർണ്ണമത്സ്യങ്ങ'ൾ വായിക്കുക. നമ്മുടെ സൗന്ദര്യഗായകന്മാർക്കു സർക്കാർ-കറുത്തതോ വെളുത്തതോ ആയ സർക്കാർ - കെട്ടുന്ന പട്ടമൊന്നും ആവശ്യമില്ലെന്നു അപ്പോൾ നിങ്ങൾ സമ്മതിക്കും. ആ സ്ഥാനമാനങ്ങൾ അവരുടെ ആത്മാവിനെ ചങ്ങല കൂടാതെ കെട്ടിയിടുന്നു.

'സ്വർണ്ണമത്സ്യങ്ങ'ളിലെ ഉപഹാസം, അതിന്റെ ഭാവൈകാഗ്ര്യം കൊണ്ടെന്നപോലെ വികാരപ്രകടനത്തിലുള്ള സമതകൊണ്ടും ശോഭിക്കുന്നു. സ്വാതന്ത്ര്യദാനത്തിനും സൗന്ദര്യബോധത്തിനും ആ മുന്നണി മീനുകളുടെ ബന്ധനം വരുത്തിവെച്ച വിന അനുസ്മരിക്കെത്തന്നെ, ആ നദങ്ങളെ മത്സ്യസമൂഹം അമർത്തിപ്പിടിച്ച ചിരിയോടെ അവയെ പരിഹസിക്കുന്ന ഭാഗം ശ്രദ്ധിക്കേണ്ടതാണ്:

*"എങ്കിലുമീയാസ്ഥാനം വിശ്രമ-*
*ഭംഗികൾ ചൂഴുമൊരാവാസം*
*വെള്ളിമണൽത്തിട്ടിളനീരൊക്കും*
*വെള്ളം പച്ചപ്പായലുകൾ*
*തീനിനു മധുരം പൊന്നീച്ചകളും*
*മീനുകളേയെന്താഹ്ലാദം!"*
*"നിങ്ങളെ നോക്കിക്കൊണ്ടാട്ടും പുകൾ*
*പൊങ്ങിയ മന്ത്രികൾ പൗരന്മാർ*
*സ്ഫടികതലത്തിൽ വെളിച്ചംപോലെ*
*സ്ഫുടതരമിളകും വെള്ളത്തിൽ*
*പൊൻചിറകാട്ടിപ്പൊങ്ങിപ്പൊങ്ങി*
*പ്പുഞ്ചിരിതൂകും മാതിരിയിൽ*
*കുമിളകൾ വിടുക, കിനാവിൻ മുട്ടകൾ*
*കുളിർനീർ നിറുകയിലുടയട്ടെ!"*

വൈലോപ്പിള്ളിയുടെ വികാരസംയമനം പൊട്ടിത്തെറിക്കാമായിരുന്ന , രോഷാകുലമാകാമായിരുന്ന ഈ പരിഹാസത്തെ സാത്വികമാക്കിത്തീർത്തിരിക്കുന്നു. കലാപരമായി നോക്കുമ്പോൾ പുസ്തകം അടച്ചുവെച്ചതിനുശേഷവും വളരെ നേരത്തോളം നിങ്ങളുടെ അധരങ്ങളിൽ ഒരു

മൃദുഹാസം തങ്ങിനിർത്തുന്ന വിധമായിട്ടുമുണ്ട് ഈ സംസ്കരണക്രിയ. അങ്ങനെ, കവിയുടെ ധാർമ്മികരോഷം, ശുദ്ധീകൃതമായി ധാർമ്മിക ഹാസമായിത്തീർന്നിരിക്കുന്നു.

എങ്കിലും, തങ്ങളുടെ നായകന്മാരെ നഷ്ടപ്പെട്ടതിലുള്ള ഖേദം മീനണികളെ നോവിക്കുന്നുണ്ട്. സ്വാതന്ത്ര്യലബ്ധിയോടൊപ്പം തങ്ങളെ സ്വാതന്ത്ര്യത്തിലേക്ക് നയിച്ചവർ മാത്രം ബദ്ധരായല്ലോ എന്ന ഖേദം!

*"എങ്കിലുമലകടൽ വിസ്തൃതിപൂകാൻ*
*തൻഗതി തുടരും മീനണികൾ*
*ഭംഗികലർന്നൊരു തടവിൽ വസിക്കും*
*നിങ്ങളെയോർത്തിഹ കേഴുന്നു."*
*ഈ കാടിന്റെ ഭംഗിയും ആ ഭംഗിയിലെ അഭംഗിയും,*
*"ബന്ധുരകാഞ്ചനക്കൂട്ടിലാണെങ്കിലും*
*ബന്ധനം ബന്ധനം തന്നെ പാരിൽ,"*

എന്നു പാടിയ കവിസാർവ്വഭൗമനെ അനുസ്മരിപ്പിക്കാതിരിക്കുമോ? അത്രത്തോളം പെരുക്കുകയും ചെയ്യുന്നില്ലേ കവിതയിലെ സാരസ്യം? വൈലോപ്പിള്ളിയുടെ ചിരിയെക്കുറിച്ച് ഒരേ ഒരു കാര്യം കൂടിപ്പറയുവാൻ അനുവദിക്കുക. പ്രമുഖരായ മറ്റു മലയാള കവികളെ അപേക്ഷിച്ച് വൈലോപ്പിള്ളിയിൽ ശൃംഗാരം അത്ര പുഷ്കലമല്ല. വള്ളത്തോളിനേയോ, ആശാനേയോ, ഉള്ളൂരിനേയോ, ജി. യേയോ ചങ്ങമ്പുഴയേയോ എടുത്തു നോക്കുക; വൈലോപ്പിള്ളി വ്യത്യസ്തനാണ്. ശൃംഗാരത്തെ സംബന്ധിച്ചുള്ള ഈ ഭിന്നസ്വഭാവം അദ്ദേഹത്തിന്റെ ഹാസ്യകൗതുകത്തോടു ചേർന്നു പോകുന്നു. ഒരു നിലയ്ക്ക് 'ശ്രീ'യുടെ ചിരി, ആ കവിയിലെ ശൃംഗാരത്തെ ഉപജീവിച്ചുകൊണ്ട് കവിതയിലെ ശൃംഗാരത്തെ കൊന്നുകളയുന്നു എന്നു പറയാം. തന്റെ ചിരിക്കാലത്ത് (1940 മുതൽ ഇന്നേവരെ) രതി സ്ഥായീഭാവമായിട്ടുള്ള ഒരൊറ്റ കാവ്യവും വൈലോപ്പിള്ളി എഴുതിയതായി ഞാനോർക്കുന്നില്ല. അതേസമയം വള്ളത്തോളിന്റേയോ ആശാന്റേയോ ജി. യുടേയോ ഏറ്റവും മികച്ച കാവ്യങ്ങൾ രതിഭാവസുരഭിലങ്ങളാണ്.

ശൃംഗാരത്തെ ഉപജീവിക്കുകയും നശിപ്പിക്കുകയും ചെയ്യുന്നു എന്നത് ചിരിയുടെ ഒരു മൗലികതത്ത്വമായി സ്വീകരിക്കാമെന്നു ഞാൻ വിശ്വസിക്കുന്നു. *സഞ്ജയനി*ലേയും *വിശ്വരൂപ*ത്തിലേയും ഭാര്യാഭർത്താക്കന്മാരുടെ കാർട്ടൂണുകളും, മഹിളാസമാജങ്ങളുടെ വിവരണങ്ങളും ഈ വിശ്വാസത്തിനുപോൽബലകങ്ങളാണ്. ചങ്ങമ്പുഴയുടെ 'ഓമന'യെ സഞ്ജയൻ നിത്യവും പരിഹാസംകൊണ്ട് അഭിഷേകം ചെയ്തിരുന്നല്ലോ. ഫലിത ചക്രവർത്തിയായ കുഞ്ചനെക്കുറിച്ചുള്ള വലിയ ആക്ഷേപം അദ്ദേഹം സ്ത്രീകളേയും ശൃംഗാരത്തേയും എടുത്തു പെരുമാറുന്നതിൽ

അസമർത്ഥനായിരുന്നു എന്നതാണ്. കഴിഞ്ഞ രണ്ടുതലമുറയിലെ മഹത്തമനായ ഫലിതസാഹിത്യകാരൻ ഷാ, ശൃംഗാരവിരുദ്ധ നാടകങ്ങളെഴുതുന്നതിൽ ഉത്സുകനായിരുന്നു. സാഹിത്യത്തിൽനിന്ന് ശൃംഗാരകേളികൾ തുത്തുകളയുകയാണ് തന്റെ ലക്ഷ്യങ്ങളിൽ മുഖ്യമായതെന്ന് എന്നു പ്രഖ്യാപിക്കുവാൻ ഷാ മടിച്ചില്ല. ഇവയ്ക്കെല്ലാം പുറമെ, ചിരിയെക്കുറിച്ചുള്ള നല്ല പുസ്തകത്തിൽ, ചിരിപ്പിക്കാനും സമർത്ഥനായ ലീക്കോക്ക് എഴുതി, ആരോഗ്യകാരിയായ സാരസ്യത്തിന്റെ നേർവിപരീതമാണ് സാഹിത്യത്തിൽ ഇന്നു വളർന്നു മുറ്റുന്ന ശൃംഗാരം എന്ന്. ഭാരതീയ കാവ്യശാസ്ത്രജ്ഞന്മാരുടെ രസപക്ഷം ഹാസ്യ ത്തെ ശൃംഗാരത്തിന്റെ ഒരു ഉപരസമായി വിവരിക്കുകയും ചെയ്തിരുന്നു.

ഇവിടെ ഒരു വൈരുധ്യഭാസം (Apparent Contradiction) അനുഭവപ്പെടുന്നില്ലേ? രതിയെ നശിപ്പിക്കുന്ന ചിരി, രതിയെ വെറുക്കുന്ന ചിരി, അതിനെ ഉപജീവിച്ചു കഴിയുന്നു. ഹാസ്യത്തിന് ഒരു പരോപജീവിയുടെ (Parasite) സ്വഭാവമുണ്ട്. മൾബറിയിലകൾ പട്ടുനൂലാക്കുന്ന പുഴവെപ്പോലെ, വൃക്ഷങ്ങളെ നശിപ്പിച്ചു സ്വയം വളരുന്ന ഇത്തിൾക്കണ്ണികളെപ്പോലെ, ഹാസം ശൃംഗാരത്തെ മുടിച്ച് അതിന്റെ ഭൗതികാംശങ്ങൾകൊണ്ട് സൗധം പടുത്തുയർത്തുന്നു.

വൈലോപ്പിള്ളിയേക്കുറിച്ചാകുമ്പോൾ, പൂർണ്ണഹാസകാരനല്ലാത്ത അദ്ദേഹത്തിന്റെ കവിതയിൽ രതിഭാവം പിന്നെയും അവശേഷിക്കുന്നുണ്ട്. എങ്കിലും മൊത്തത്തിൽ ശൃംഗാരവൈരള്യം വൈലോപ്പിള്ളിക്കവിതയുടെ ഒരു സവിശേഷതയാണ് എന്നു ഉറപ്പിച്ചു പറയാം.

ചുരുക്കത്തിൽ, വൈലോപ്പിള്ളിയുടെ ചിരി വിടരുന്നത് ഫലിതത്തിന്റെ പൊയ്കയിലല്ല; സാരസ്യത്തിന്റെ പൂന്തോപ്പിലാണ്. ഉൽകൃഷ്ടമായ ഹാസത്തിന്റെ അധിത്യകയോടടുത്തുനിൽക്കുകയും ചെയ്യുന്നു അത്. ഭാഷയുടെ വക്രതയ്ക്കു പകരം ജീവിതത്തിന്റെ സനാതനങ്ങളും നിത്യനൂതനങ്ങളുമായ വൈരുധ്യങ്ങൾ ആ ചിരിയെ പോറ്റുന്നു. ഈ വൈരുധ്യങ്ങൾ അഭിദർശിക്കുന്നതിനാവശ്യമായ നിസ്സംഗത്വം വൈലോപ്പിള്ളിക്കുണ്ട്. സ്വാഭാവികമായി, നിസ്സംഗത്വം കവിയുടെ ജീവിതത്തെത്തുടർന്നുണ്ടായതാണെന്നും കവിതയിലെ തെളിവുകൊണ്ട് ഈ മുറിവ് 1939-ലോ നാല്പതിലോ സംഭവിച്ചിരിക്കണമെന്നും പറഞ്ഞത് എന്റെ ഊഹം മാത്രമാണ്. 'ശ്രീ'യിൽ കാണുന്ന അകാലവാർധക്യബോധവും എന്റെ ഊഹം ശരിവെക്കുന്നു.

അസാധാരണവും അനുചിതവും ആയ സാധർമ്മ്യദർശനം ആണ് 'ശ്രീ'യുടെ ചിരിയെ രൂപപ്പെടുത്തുന്ന ടെക്നിക് എന്നു സാമാന്യമായി ഒരു നിയമമുണ്ടാക്കാം. എങ്കിലും ആ ചിരി പലപ്പോഴും

ഇതരവികാരങ്ങളുമായി ഇടകലർന്ന് അസ്പഷ്ടമായിത്തീരുന്നു.

ഇവയ്ക്കെല്ലാം പുറമേ വൈലോപ്പിള്ളിയുടെ ചിരി, അദ്ദേഹത്തിന്റെ കവിതയിലെ രതിഭാവത്തെ ഭക്ഷിച്ചുകളയുന്നു എന്നുകൂടി നാം കണ്ടു. പക്ഷേ, അതു നന്മയ്ക്കോ തിന്മയ്ക്കോ എന്നു പറയാൻ നിരൂപകനു ധികാരമില്ല. ആകാമായിരുന്നതിനെക്കുറിച്ചുള്ള അന്വേഷണം നിരൂപകന്റെ സാമ്രാജ്യത്തിനപ്പുറത്താണല്ലോ!

1951

# വൈലോപ്പിള്ളിക്കവിതയുടെ ഒരു സവിശേഷത

'The ideals of the age we live in may be classed under two heads. Humanism and Scientific spirit. Between theses two there has been an apparent conflict, but the great upheavel of thought to day. With its questioning of all values is removing the old boundaries between these two approaches, as well as between the external world of science and the internal world of introspection. There is a growing synthesis between Humanism and the Scientific Spirit resulting in a kind of Scientific Humanism.'

- Discovery of India

വള്ളത്തോളിന്റെ കവിത വായിച്ചിട്ട്, അവയിൽ പൗരാണികമായ ഒരു സംസ്കാരം സ്പന്ദിക്കുന്നു എന്നു നിരൂപകന്മാർ പറയാറുണ്ട്. പൗരാണികസംസ്കാരം എന്നതുകൊണ്ട് അവർ വിവക്ഷിക്കുന്നത് പ്രധാനമായും വാല്മീകിയുടെ കാവ്യകാമിനിയുടെ സൗന്ദര്യച്ഛായയത്രെ! ഉള്ളൂരിലാകട്ടെ ഇതുപോലെ ഇതിഹാസങ്ങളുടെ പ്രേരണ സജീവമാണെന്നു സൂചിപ്പിക്കപ്പെട്ടിരിക്കുന്നു. വ്യാസൻ പണ്ഡിതനായ നമ്മുടെ മഹാകവിയെ അത്യധികം ആകർഷിച്ച് അടിമപ്പെടുത്തിയിട്ടുണ്ടായിരുന്നുവല്ലോ!

എന്നാൽ, ഇങ്ങോട്ടു കടന്ന് ഇന്നത്തെ കവികളിലേക്ക് നോക്കുമ്പോൾ, (വള്ളത്തോളും ഉള്ളൂരും ഇന്നത്തെ കവിതയുടെ പ്രതിനിധികളല്ല എന്ന ശ്രീ.ഗുപ്തൻനായരുടെ അഭിപ്രായം ശ്രദ്ധിക്കുക-ഓടക്കുഴലിന്റെ അവതാരികയിൽ) ജി.യിൽ 'നക്ഷത്രങ്ങളുടെ സംസ്കാര'മാണ് പ്രബലമായിരിക്കുന്നത് എന്നു പറയാൻ തോന്നുന്നു. വാസ്തവത്തിൽ, ആ

പ്രയോഗത്തിന്റെ അർത്ഥം തികച്ചും മനസ്സിലാക്കുന്നു എന്ന വിശ്വാസമു ണ്ടായിട്ടല്ല; എങ്കിലും അങ്ങനെ തോന്നിപ്പോകുന്നു. ഐൻസ്റ്റീന്റെ ജീവി തചരിത്രകാരൻ അദ്ദേഹത്തെക്കുറിച്ചു പറയുംപോലെ, നമ്മുടെയിടയ്ക്കും, മണ്ണിൽനിന്ന് അണുമാത്രം അനങ്ങാൻ തയ്യാറില്ലാത്ത നമ്മുടെയിടയ്ക്കും, നക്ഷത്രങ്ങളെക്കുറിച്ചുള്ള വിചാരത്തിൽ സ്വയം നഷ്ടപ്പെടുത്തിയിരിക്കു ന്ന അപൂർവ്വദർശനനായ ഒരു മനുഷ്യൻ ജീവിച്ചിരിക്കുന്നു എന്നതിൽ നമുക്കഭിമാനം കൊള്ളാമല്ലോ!

അങ്ങനെ, വൈലോപ്പിള്ളിയുടെ സംസ്കാരത്തിന്റെ സവിശേഷത യെന്തെന്ന് ആരെങ്കിലും ചോദിക്കുകയാണെങ്കിൽ, ഒന്ന് എന്നക്കമിട്ടു ഞാൻ മറുപടികൊടുക്കുക, വിജ്ഞാനത്തിനുമാത്രം സംഭാവനചെയ്യാൻ കഴിയുന്ന അദമ്യമായ പൗരുഷവും തളർച്ചപറ്റാത്ത ശുഭാപ്തിവിശ്വാസവും ആണത് എന്നത്രെ. മലയാള സാഹിത്യത്തിൽ ആ നൂതന വിശ്വാസ ത്തിന്റെ സുവ്യക്തപ്രവണതകൾ ആദ്യമായി പ്രദർശിപ്പിച്ചതു വൈലോ പ്പിള്ളിയാണ്.

രണ്ടുവർഷംമുമ്പ് കന്നിക്കൊയ്ത്തിന്റെ ഒന്നാം പതിപ്പ് പുറത്തുവന്ന പ്പോൾ തന്റെ ആദ്യകൃതിയിലെ ആദ്യഖണ്ഡമായി അദ്ദേഹം 'പടയാ ളികൾ' എന്ന കവിത തെരഞ്ഞെടുത്തത് സോദ്ദേശ്യമായിരിക്കണം.

*"ഹാ! കഷ്ടമെങ്ങിനെ മർത്ത്യൻ സഹിക്കുമീ-*
*മൂകപ്രകൃതിതന്നന്ധമാം ക്രൂരത?*
*ഇപ്പെരും ക്രൂരതയോടു പോരാടുവോ-*
*രിപ്പൊഴും പഞ്ചക്കുതേവുമീ വേട്ടുവോർ*
*പഞ്ചഭൂതങ്ങളോടങ്കമാടീടുമീ-*
*പ്പഞ്ചമരത്രേ പെരുംപടയാളികൾ!"*

എന്നിങ്ങനെ ഒരു നൂതന ജീവിതവീക്ഷണത്തിന്റെ ചൈതന്യം അദ്ദേഹം പ്രസരിപ്പിച്ചു. പ്രകൃത്യുപാസനയിൽനിന്ന് വ്യതിരിക്തവും ശാസ്ത്രത്തോടടുത്തു നിൽക്കുന്നതുമായ ഒരു നൂതനവീക്ഷണമാണിത്. ഒരുവശത്ത് മൂകയും അന്ധയും ക്രൂരയുമായ പ്രകൃതി, മറുവശത്ത് ധീരനും ആത്മവിശ്വാസിയും സർവ്വംജയിയുമായ മനുഷ്യൻ! വാസ്തവത്തിൽ ഒരു സംഗരത്തിന്റെ --സനാതനവും ജീവിതനിയാമകവും ആയ സംഘട്ടന ത്തിന്റെ-- ചിത്രംതന്നെയാണിത്! ഈ പടയൊരുക്കത്തിൽ മനുഷ്യന്റെ നിസ്സഹായതയെക്കുറിച്ചും ദൗർബല്യങ്ങളെക്കുറിച്ചും ചിന്തിച്ചു ചിന്തിച്ചു നിർവേദം തിന്നുകയല്ല, ഉയർന്നുയർന്നുപോകുന്ന മാനുഷപൗരുഷത്തി ന്റെ അപദാനങ്ങൾ, സമരഗാഥകൾ, പ്രകീർത്തിക്കുകയാണ് കവിയുടെ ധർമ്മമെന്ന് വൈലോപ്പിള്ളി ഉറപ്പിക്കുന്നതുപോലെ തോന്നുന്നു. 'പടയാ ളികൾ' എന്ന കവിത ഇങ്ങനെ അവസാനിച്ചു;

*"ആരാണു വീറോടു പോരാടുമീ രണ്ടു*
*പോരാളിമാർകളെപ്പാടിപ്പുകഴ്ത്തുവാൻ"*

ഈ ഈരടി വായിച്ചു തീർന്നപ്പോൾ നവനവങ്ങളായ സൗന്ദര്യ സങ്കേതങ്ങൾ സ്വപ്നംകണ്ടുകൊണ്ട് ജോൺമിൽട്ടൻ യുവാവായിരുന്ന കാലത്തെഴുതിയ ഒരു വരിയാണ് ഞാനോർത്തുപോയത്:

'To-morrow to Fresh Woods and Pastures new.'

ഒരു പുതിയ തുടക്കത്തിന്റെ മുഴക്കം ആ വരികളിൽ ഇരമ്പുന്നു. പക്ഷേ, മിൽട്ടൻ പുതുതായി ഒന്നും തുടങ്ങിയില്ല. 'ശ്രീ'യാകട്ടെ മനുഷ്യരും മനുഷ്യരും തമ്മിലുള്ള പോരിന്റെ ചരിതം മാത്രം വർണ്ണിച്ചുപോന്നിരുന്ന പഴയ കവികളെ വെല്ലുവിളിച്ചു. മനുഷ്യരുടെ ഇടക്കുള്ള പോര് പരസ്പരവിനാശകമാണ്; മറിച്ച് മനുഷ്യനും പ്രകൃതിയും തമ്മിലുള്ള ശണ്ഠയിൽനിന്ന് നാഗരികതയും വിജ്ഞാനവും കിളിർക്കുന്നു. ഒന്നു മരണവും മറ്റേത് സൃഷ്ടിയുമത്രെ. കവികൾ, കഴിഞ്ഞ കാലങ്ങളിൽ മരണത്തിന്റെ താണ്ഡവത്തിനു പന്തം പിടിച്ചവരുടെ മഹിമാതിരേകം ഉദ്ഗാനം ചെയ്യുകയും താരതമ്യേന നിശ്ശബ്ദം പ്രകൃതിയോടു പൊരുതിയവരെ മറക്കുകയും ചെയ്തു. ഈ പഴക്കത്തിൽനിന്ന് ഒരു വ്യതിയാനം കുറിക്കുവാനുള്ള വ്യഗ്രത 'പടയാളികൾ' എന്ന കവിതയുടെ ഉദ്ധൃതശകലത്തിൽക്കൂടി വൈലോപ്പിള്ളി പ്രതിധ്വനിപ്പിക്കുകയാണുണ്ടായത്. ഈ വ്യഗ്രത --പല കാരണംകൊണ്ടുമാകാം-- വൈലോപ്പിള്ളി സംരക്ഷിച്ചു പോരുകയും ചെയ്യുന്നു!

1938-ൽ എഴുതിയ 'പടയാളികൾ'ക്കുശേഷം, നാല്പതിൽ 'കടലിലെ കവിത'കളും നാല്പത്തൊന്നിൽ 'ആസ്സാം പണിക്കാ'രും പുറത്തുവന്നു. അവിടൊക്കെയും, കവി പ്രകൃതിയുടെ പ്രതിയോഗിയായ മനുഷ്യനെ ഓർക്കുകയുമുണ്ടായി.

'കടലിലെ കവിതകൾ' കൊച്ചിയിൽനിന്ന് ബോംബെയിലേക്ക് പത്തേമ്മാരികൾ പായിക്കുന്ന മരയ്ക്കാരുടെ രൂക്ഷമധുരമായ ജീവിതഗാഥയാണ്. എത്രയും സാധാരണമായ ഈ കാവ്യവസ്തുവിൽപ്പോലും മനുഷ്യശക്തിയോടു പക്ഷപാതിത്വമുള്ള കവി, പ്രകൃതിയുടെ മേൽ മനുഷ്യനുള്ള അധീശത്വത്തെക്കുറിച്ച് ആത്മാർത്ഥമായ വിശ്വാസമുള്ള കവി, പാടി,

*"കൂരിരുളും കൊടുങ്കാറ്റും*
*കരിങ്കോണ്ടൽക്കാട്ടിൽനിന്നു*
*കേറിവന്നു കടലിൽ വെ-*
*ച്ചാക്രമിക്കുമ്പോൾ*

*പായതാഴ്ത്തി,സ്സൂചിനോക്കി-*
*സ്സിരകൾ മുറുക്കി ഞങ്ങൾ*
*പായുമല്ലോ വിപത്തിന്റെ*
*പാണികൾ തട്ടി*
*കയർ വരിഞ്ഞോരുതേക്ക-*
*മരബികളുടെയൂക്കും*
*കരുമനപെരുകുമ്പോ-*
*ളൊരുകൈ നോക്കും!"*

സരളമെങ്കിലും, ധീരമായ ചിന്ത! കടലിന്റെ വികാരവിക്ഷോഭത്തിൽ ചിതറിപ്പോകാൻ മാത്രം മിടുക്കുള്ള പാത്തേമ്മാരികളെക്കൊണ്ട്, കവി, പ്രകൃതിയാൽ താഡിതനായ മനുഷ്യന്റെ ധാർമ്മികരോഷവും ശുഭാപ്തിവിശ്വാസവും ഉയർന്ന ശബ്ദത്തിൽ മുഴക്കുന്നു! ഉള്ള സത്യവു മായി പൊരുത്തമില്ലെങ്കിലും ഭാവനയിലെ സത്യവുമായി സാത്മ്യമുണ്ട് കവിതയ്ക്ക്. തന്റെ ശിരസ്സിനു മീതെ വാമനനെപ്പോലെ പദം അമർത്തു ന്ന പ്രപഞ്ചവ്യവസ്ഥയുടെ നേരെ വിജൃംഭിക്കുന്ന മനുഷ്യാത്മാവിന്റെ അസ്വാസ്ഥ്യം --ദിവ്യമായ അസ്വാസ്ഥ്യം-- അതിന് ആവിയന്ത്രത്തിന്റെ അപ്രതിരോധ്യമായ ഊർജ്ജസ്വലത സമ്മാനിക്കുകയും ചെയ്യുന്നു. ഈ വിജൃംഭണത്തിന്റെ ഉഗ്രമായ പ്രതിധ്വനി 'ആസ്സാം പണിക്കാ'രിലും മുഴ ങ്ങുന്നുണ്ട്.

*"പതഞ്ഞൊഴുകുന്ന നദങ്ങളും ജന-*
*പദങ്ങളും ഗൃഹശതങ്ങളുമെല്ലാം*
*കലങ്ങിയും ച്ചറ്റിക്കറങ്ങിയും വഴി-*
*വിലങ്ങിയും നിന്നാൽക്കുലുങ്ങുമോ ഞങ്ങൾ*
*കടന്നൊക്കെത്തട്ടിക്കളഞ്ഞു പായട്ടേ*
*കനത്ത തീവണ്ടി,യിരുമ്പിന്റെ മുഷ്ടി*
*വഴിക്കുഗോപുരമടച്ചുനിൽക്കുന്ന*
*കിഴക്കൻ മാമല തുളച്ചു പായട്ടെ!"*

ആസ്സാമിൽ പ്രകൃതിയുടെ നെടുംകൊട്ടകൾ തകർത്ത് മനുഷ്യന ന്മയുടെ നെടുംപാതകൾ വെട്ടാൻപോയ മലയാളി യുവാക്കന്മാരുടെ പ്രവാഹം കണ്ടപ്പോൾ, "വയറിന്മേൽ മുന്നോട്ടിഴയുന്നോർ ഞങ്ങൾ" നിന്ന് അവരുടെ ദാരിദ്ര്യം സ്മരിക്കേത്തന്നെ, വൈലോപ്പിള്ളി അജയ്യ മായ യുവോന്മേഷത്തിന്റെ ദീപ്തിപൂരത്താൽ ഉന്മത്തനാകുകകൂടി ചെയ്തു. എന്തുകൊണ്ടെന്നാൽ, ആദ്യം സൂചിപ്പിച്ചതുപോലെ മനുഷ്യന്റെ പരാക്ര മത്തോടു പക്ഷപാതിത്വമുള്ള ഒരു കവിയാണദ്ദേഹം.

പത്തോ പതിനഞ്ചോ കൊല്ലം ഒളിഞ്ഞും തെളിഞ്ഞും ഇഴവീക്ഷണവിശേഷത്തിന്റെ കതിരുകൾ സ്ഫുരിപ്പിച്ചുകൊണ്ടിരുന്നതിനുശേഷം 1946-ൽ 'പന്തങ്ങ'ളിൽക്കൂടി 'ശ്രീ' തന്റെ ഫിലോസഫി ഉഗ്രതേജസ്സോടെ ഉയർത്തിപ്പിടിക്കുകയുണ്ടായി. പ്രധാനങ്ങളായ പല പ്രമേയങ്ങളെക്കുറിച്ചും കവിയുടെ അഭിപ്രായം ആ പന്തങ്ങളുടെ നാളത്തിൽ പ്രസ്പഷ്ടമായിക്കാണ്ടു. മാനവവിജ്ഞാനത്തിന്റെ ഉദയകാന്തി അദ്ദേഹം ആലേഖനം ചെയ്തു:

*"പണ്ടു പിതാമഹർ കാട്ടിൻനടുവിൽ*
*ചിന്തകളുരസിട്ടമക്കാലം,*
*വന്നുപിറന്നിതു ചെന്നിണമോലും*
*വാളുകണക്കൊരു തീനാളം!*
*സഞ്ചിതമാകുമിരുട്ടുകളെല്ലാം*
*സംഭ്രമമാർന്നോരന്നേരം*
*മാനവർകണ്ടാരഗ്നിസ്മിതമതിൽ*
*മന്നിലെ വിണ്ണിൻ വാഗ്ദാനം!"*

വിജ്ഞാനത്തിന്റെ പരമമായ ഔൽകൃഷ്ട്യം കവി അസന്ദിഗ്ധമായി പ്രഖ്യാപിച്ചുകഴിഞ്ഞു. അജ്ഞാനത്തിന്റെ 'കാടും പടലും' കരിക്കുന്ന ആ തീനാളങ്ങൾ നോക്കി അദ്ദേഹം ഹർഷോന്മോഹിതനായിത്തീരുകകൂടി ചെയ്യുന്നു. എങ്കിലും അറിവിന്റെ ഉൽക്കർഷം വിളംബരം ചെയ്യുന്നതിൽ എന്തു ഫിലോസഫിയാണുള്ളതെന്ന് ചോദിച്ചേക്കാം. അതിൽ ഫിലോസഫിയുണ്ട്; ജീവിതത്തെ ആമൂലം ബാധിക്കുന്ന ഫിലോസഫിയുണ്ട്. വിജ്ഞാനവികാസത്തെ സംശയാത്മകത്വത്തോടുകൂടി വീക്ഷിക്കുവാൻ പല കവികൾക്കും ചില ചില സന്ദർഭങ്ങളിലെങ്കിലും തോന്നിയിട്ടുണ്ട്. 'ശൈശവം' എന്ന ഗീതകത്തിൽ ഒരിടത്ത് ജി. പോലും,

*"അറിവിൻ വെളിച്ചമേ*
*ദൂരെപ്പോ ദൂരെപ്പോ നീ!*
*വെറുതെ സൗന്ദര്യത്തെ-*
*ക്കാണുന്ന കൺപൊട്ടിച്ചു,"*

എന്ന് വിഷാദിക്കയുണ്ടായി. 'പന്തങ്ങ'ളിലെ തത്ത്വചിന്ത ഇതിനു വിപരീതമാണ്.

*"അറിവിൻ തിരികൾ കൊളുത്തിക്കലകൾ*
*ക്കാവേശത്തിൻ ചൂടേകി,*
*മാലോടിഴയും മർത്ത്യാത്മാവിനു*
*മേലോട്ടുയരാൻ ചിറകുതകി,*
*പാരിൽ മനുഷ്യ പുരോഗമനക്കൊടി*
*പാറിച്ചവയീപ്പന്തങ്ങൾ!"*

പ്രപഞ്ചത്തെക്കുറിച്ചുള്ള ജ്ഞാനം സൗന്ദര്യത്തിന്റെ സീമകൾ വികസിപ്പിക്കുമെന്ന സത്യനിഷ്ഠവും ആരോഗ്യദായിയുമായ വിശ്വാസം വൈലോപ്പിള്ളിക്കുണ്ട്. സൗന്ദര്യദർശനത്തിനുള്ള കഴിവ് നിസർഗ്ഗജന്യമെങ്കിലും അതിനു മികവും മിഴിവും കിട്ടുന്നത് വിജ്ഞാനത്തിൽനിന്നു-മനുഷ്യനടക്കമുള്ള പ്രകൃതിയുടെ സമ്യക്ജ്ഞാനത്തിൽനിന്ന്-ആകുന്നു. ശാസ്ത്രജ്ഞനും കവിയുമായ വൈലോപ്പിള്ളിക്ക് സത്യത്തിലെ സൗന്ദര്യവും സൗന്ദര്യത്തിലെ സത്യവും അഭിദർശിക്കുവാൻ സാധിച്ചു. അവ തമ്മിൽ പൊരുത്തക്കേടുണ്ടായിക്കൊള്ളണമെന്നില്ലെന്നും അദ്ദേഹം മനസ്സിലാക്കിയിരുന്നു. ആന്തരമായ സത്യവും (മാനസാത്മീയമണ്ഡലങ്ങളിലെ സത്യം) പ്രകൃതിയിലെ സത്യവും പഠിപ്പിക്കുന്നതും അറിയുന്നതും സൗന്ദര്യാസ്വാദനക്ഷമത വർധിപ്പിക്കുകയേ ഉള്ളൂ. കുഞ്ഞായിരുന്ന ജി.യേക്കാൾ, ഇന്നത്തെ ജി. സൗന്ദര്യത്തിന്റെ അഗാധതലങ്ങൾ, ഉന്നതശൃംഗങ്ങൾ, വിശാലസാമ്രാജ്യങ്ങൾ കണ്ടെത്തിയിരിക്കുന്നു! ശൈശവത്തേയും ശൈശവത്തിലെ അജ്ഞതയുടെ ആനന്ദത്തേയും പ്രകീർത്തിക്കുന്നത് നല്ല കവിതയായേക്കാം. ഒട്ടും നല്ല തത്ത്വചിന്തയല്ലാ, ഒട്ടും നല്ല സത്യമല്ല അത്!

ജി. യുടെ 'ശൈശവം' അനുസ്മരിപ്പിക്കുന്ന Ode to Childhood എന്ന കവിത രചിച്ച വേഡ്സ്വർത്തും സമാനമായ ശബ്ദങ്ങൾ ധ്വനിപ്പിച്ചിട്ടുണ്ട്.

*'Heaven lies about us*
*in our infancy!*
*Shades of the prison house*
*begin to close*
*Upon the growing boy*
*But he beholds the light*
*and whence it flows*
*He sees it in his joy*
*In youth, who daily farther*
*from the East*
*And by the vision splendid*
*At length man perceives*
*it die away,*
*And fade into the light*
*of comman day!'*

'സ്വർഗ്ഗത്തിന്റെ കാന്തിമത്തായ ഖണ്ഡം' പോലെ ലോകത്തിലേയ്ക്കിറങ്ങിവരുന്ന ശിശു ക്രമത്തിൽ അറിവിന്റെ അന്ധകാരത്താൽ

ആവൃതനായി, സ്വന്തം രൂപത്തെ ദർശിക്കുവാൻ അസമർത്ഥനായി ത്തീരുന്ന എന്ന ചിന്താഗതി വേഡ്സ്വർത്തിലും ടോൾസ്റ്റോയിയിലും റൂസ്സോവിലും ഗാന്ധിജിയിലും തട്ടി പ്രതിധ്വനിക്കുന്നു! 'പ്രകൃതിയിലേക്കു മടങ്ങുക' എന്ന മഹാപ്രസ്ഥാനത്തിന്റെ ആചാര്യന്മാരാണല്ലോ അവർ! കവിതയിലാകുമ്പോൾ ഈ തത്ത്വചിന്തക്കു അനന്യലഭ്യമായ ആകർഷകത്വവും ലഭിക്കുന്നു. പ്രകൃതിയിലാണല്ലോ പനിനീർപ്പൂക്കൾ, പ്രകൃതിയിലാണല്ലോ ഉദയാസ്തമയങ്ങളും നക്ഷത്രചന്ദ്രന്മാരും, പ്രകൃതിയിലാണല്ലോ ശോണവർണ്ണയായ സന്ധ്യ! അവിടെ നീണ്ടുപരന്ന നെൽപ്പാടങ്ങളും 'ആൺപൂവിട്ടും കമ്പിളവള്ളിയും' 'ആഴിവീചികളനുവേലം വെൺനുരകളാൽ ത്തുവെള്ളിച്ചിലമ്പുകളിട്ടുവിച്ചഴിക്കുന്ന' കേരളലക്ഷ്മിയുണ്ടല്ലോ! വേഡ്സ്വർത്തിൽ നിരങ്കുശമായിക്കണ്ട ഈ പ്രകൃതി പ്രേമത്തെ 'ഉഷ്ണ മേഖലയിലെ വേഡ്സ്വർത്ത്' എന്ന ഉപന്യാസത്തിൽ, ആൽഡസ് ഹക്സിലി ഉപഹസിക്കുകയുണ്ടായി. ഒരിംഗ്ലീഷുകാരൻ കാണുന്ന മഞ്ഞണിഞ്ഞ മൈതാനപ്പരപ്പും മൃദുലസുന്ദരങ്ങളായ ഗ്രീഷ്മവസന്തങ്ങളുമല്ല, ദുർഗമവിപിനങ്ങളും ഉന്നതഗിരികളും ഘോരമൃഗസഞ്ചയങ്ങളും ആണ് ഉഷ്ണമേഖലയിലെ മനുഷ്യന് പ്രകൃതി. അവൻ പൊരുതുന്ന ജീവിയാണ്. അറേബിയയിലെ മണൽക്കാടുകളിൽ അലയുന്ന സാർത്ഥവാഹകർക്ക് പ്രകൃതി എങ്ങനെ പ്രിയദർശനിയാകാനാണ്! ജി.യും കുറ്റിപ്പുറവും വേഡ്സ്വർത്തും ടോൾസ്റ്റോയിയും ഗാന്ധിജിയും ആരാധിച്ചതുപോലെ പ്രകൃതിയെ ഉപാസിക്കുവാൻ കഴിയാത്തവരാണ് ഭൂരിപക്ഷം മനുഷ്യരും. വൈലോപ്പിള്ളി ഇവരിൽനിന്നും ഒഴിഞ്ഞുനിൽക്കുന്നു. സൗന്ദര്യത്തെപ്പോലെ വൈകൃതവും മസൃണതപോലെ പാരുഷ്യവും കൃപ പോലെ ക്രൗര്യവും ഉള്ള യഥാർത്ഥപ്രകൃതിയെ, ഒരു ശാസ്ത്രജ്ഞൻ കൂടിയായ അദ്ദേഹം കണ്ടെത്തുകയും തന്റെ കവിതയ്ക്ക് വിഷയമാക്കുകയും ചെയ്തു. ഞാനിവിടെ സ്പർശിക്കാനുദ്ദേശിക്കുന്ന വൈലോപ്പിള്ളിക്കവിതയുടെ ആ ഒരു സവിശേഷത ഇതത്രേ. പ്രകൃതിയും മനുഷ്യനും തമ്മിലുള്ള സംഘർഷത്തിൽനിന്നു പിറവിയെടുക്കുന്ന സംസ്കാരത്തേക്കുറിച്ചഭിമാനവും ഈ സംഘർഷത്തിന്റെ മൗലികമായ പുരോഗമനസ്വഭാവത്തിൽ വിശ്വാസവും വൈലോപ്പിള്ളിക്കവിതയുടെ ആദർശത്തെ മറ്റു ആദർശങ്ങളിൽനിന്നു നീക്കിനിർത്തുന്നു. ഈ ആദർശം അതിനൂതനമാണ്, ആധുനികചിന്തയുടെ തികഞ്ഞ പ്രതിനിധിയാണ് എന്നു വാദിക്കുന്നില്ല. വാസ്തവത്തിൽ, അവിടെയെങ്ങും ഈ ശുഭാപ്തിവിശ്വാസം അസുലഭദർശനമാണ്. ടി.എസ്. എലിയട്ടിന്റെ ചില വരികൾതന്നെ ശ്രദ്ധിക്കുക,

*'All our Knowledge brings*
*us nearer to our ignorance*

*All our ignorance bring us*
*nearer to death*
*But nearness to death no*
*nearer to God*
*Where is the life we have*
*lost in living?*
*Where is the wisdom we have*
*lost in Knowledge?*
*Wherer is the Knowledge we*
*have lost in information?*
*The Cycles of Heaven in*
*twenty Centuries*
*Bring us farther from God*
*and nearer to Dust'*
*From 'The Rock'*

ശാസ്ത്രം നൽകുന്ന എന്നു പറഞ്ഞ ശുഭാന്ത്യ വിശ്വാസം ഏതെങ്കിലും ഒരു കാലത്തിന്റെ സവിശേഷതയല്ലെന്ന വാസ്തവം ഈ വരികൾ വ്യക്തമാക്കുന്നുണ്ട്! ഇന്നു ധിഷണാശാലികളായ പല ശാസ്ത്രജ്ഞന്മാർ പ്രപഞ്ചത്തിന്റെ ദുരന്തം ദീർഘദർശനം ചെയ്യുന്നവരായുണ്ട്. ഒരു മിസ്റ്റിക്കിന്റെ അന്തർദൃഷ്ടിയോടും സന്യാസിയുടെ നിസ്സംഗത്വത്തോടുംകൂടി ലോകത്തേയും വിജ്ഞാനവികാസത്തേയും വീക്ഷിച്ചിട്ട്, മനുഷ്യനിന്നും ആത്മാവിന്റെ നിഗൂഢാഗാധങ്ങളായ സ്ഥലികളിലേയ്ക്കടുത്തിട്ടില്ല എന്നു വിഷാദിക്കുന്നവരുമുണ്ട്. അതുവേറെ. അവർ, ശാസ്ത്രത്തിന്റെ ഭാഗത്തല്ലെങ്കിലും നിരാശാവാദികളല്ല. ടി.എസ്. എലിയട്ടിനെപ്പോലെയുള്ള അക്കൂട്ടർ, ആത്മീയമായ ലക്ഷ്യംവച്ചുകൊണ്ട് ജീവിതമൂല്യങ്ങൾ പുനരാവിഷ്കരിക്കാൻ ഉദ്ബോധിപ്പിക്കുന്നവരാണ്. ഒരു 'നേച്ചർ മിസ്റ്റിക്' ആയ ജി. യും പ്രകൃതിയുടെ ഹരിതസമ്പത്തികണ്ടു തൃപ്തനും ദൃപ്തനുമായ കുറ്റിപ്പുറവും വേറെവഴിക്കാണ് പോകുന്നത്. അവർ പ്രകൃതിയെ ഒരു മാതാവിനെപ്പോലെയും, ദേവിയെപ്പോലെയും കാമുകിയെപ്പോലെയും സ്വീകരിച്ച് ആരാധിക്കുകയും ഉപാസിക്കുകയും പ്രേമിക്കുകയും ചെയ്യുന്നു. വൈലോപ്പിള്ളിയാകട്ടെ, സുന്ദരിയും ഭീകരിയുമായ പ്രപഞ്ചസത്തയെ മാറിമാറി മുകരുകയും മാറിൽ തൊഴിക്കുകയും ആണ് ചെയ്യുന്നത്! ഈ അംശം അദ്ദേഹത്തിന്റേതാണ്; അദ്ദേഹത്തിന്റേതുമാത്രവുമാണ്! ഈ ഉപന്യാസത്തിന്റെ നെറ്റിയിലെഴുതിയിരിക്കുന്ന വാക്യത്തിൽ നെഹ്രു നിർവചിക്കുന്ന പുതിയ മതത്തിന്റെ ആവേശം വൈലോപ്പിള്ളിയെ

ഉശിരുപിടിപ്പിക്കുന്നതായി നിങ്ങൾക്കു കാണാൻ കഴിയും. അദ്ദേഹത്തിന്റെ ഈ തത്ത്വശാസ്ത്രത്തെ, നെഹ്രുവിനെ പിന്തുടർന്ന്, ശാസ്ത്രീയമായ മനുഷ്യസ്നേഹമെന്നു വിളിക്കുവാൻ ഞാനിഷ്ടപ്പെടുന്നു. പക്ഷേ, ജി.യിലും മറ്റു പല കവികളിലും പ്രബലമായിക്കാണുന്ന മനുഷ്യാദർശവും വൈലോപ്പിള്ളിയുടെ ശാസ്ത്രീയമായ മനുഷ്യസ്നേഹവും തമ്മിൽ സുപ്രധാനമായ വ്യത്യാസമുണ്ട്. ജി. ഒരു കലാകാരനെപ്പോലെതന്നെ, നവ്യവും പുഷ്കലജീവിതവും ദുഷ്പ്രാപ്യവും ആയ ഒരു ലോകവ്യവസ്ഥ സ്വപ്നംകാണുന്നു. ഇവിടത്തെ ആന്ധ്യവും വൈകൃതവും കണ്ടു മനമുലഞ്ഞ അദ്ദേഹം അന്വേഷിക്കുന്നത് 'എവിടെക്കലാകാരൻ' എന്നാണല്ലോ! കലയുടെ സാഹായ്യത്തോടുകൂടി ജീവിതത്തിന്റെ വിവിധ ഘടകങ്ങൾ ഉദ്ഗ്രഥനം ചെയ്തു സൗന്ദര്യം വളർത്താമെന്നും സൗഭാഗ്യം പരത്താമെന്നും അദ്ദേഹം ആശിക്കുന്നു! ഈ ആഗ്രഹം ഷായും രവീന്ദ്രനാഥനും ഉദയശങ്കറും പ്രദർശിപ്പിച്ചിട്ടുണ്ട്. ജെ.എച്ച്.കസിൻസ് ഈ വിഷയത്തെക്കുറിച്ച് ഒന്നിലധികം ഗ്രന്ഥങ്ങൾ രചിക്കുകയും പ്രായോഗികമായി പലതും നിർദ്ദേശിക്കുകയും ചെയ്തിട്ടുള്ള ഒരു കലാനിരൂപകനാണ്. സൗന്ദര്യാവബോധം (aesthetic sense) കുറെക്കൂടി വളർത്താമെങ്കിൽ, മാനുഷഹൃദയങ്ങളിൽനിന്ന് ക്രൗര്യവും മറ്റു അസംസ്കൃതാംശങ്ങളും നീങ്ങുമെന്നും, അങ്ങനെ നാം നമ്മുടെ സ്വർഗ്ഗസാമ്രാജ്യത്തോടു കൂടുതൽ അടുക്കുമെന്നും വാദിക്കുന്നത് അന്തസ്സാരശൂന്യമാകണമെന്നില്ല. പക്ഷേ, ആ വാദത്തിലെ അന്തസ്സാരം ശ്രദ്ധിക്കാതെ, വൈലോപ്പിള്ളിയുടെ യുവാഭിവാഞ്ഛകൾ മറ്റു വഴി തേടുന്നു. ആകാവുന്നേടത്തോളം ശക്തി സംഭരിച്ച്, വിജ്ഞാനത്തിന്റെ സഹായത്തോടുകൂടി പ്രകൃതിയെ തുലയ്ക്കുവാനുള്ള സമരത്തിന് അദ്ദേഹം കാഹളം വിളിക്കുന്നു! വിഭവങ്ങൾ നിറഞ്ഞ ഒരു ലോകം, നമ്മുടെ ശക്തി നമ്മെത്തന്നെ അമ്പരപ്പിക്കുമാറ് വികസിക്കുന്ന ഒരു ലോകം, അവനു മാത്രം പുരോഗമിക്കുവാൻ സന്നദ്ധമായ ഒരു ലോകം വൈലോപ്പിള്ളിയുടെ കവിത വാഗ്ദാനം ചെയ്യുന്നു!

മാനുഷ സംസ്കാരത്തിന്റെ പ്രതിരൂപങ്ങളായ പന്തങ്ങൾ നോക്കി കവി പാടി:

*"കത്തിനവിരലാൽ ചൂണ്ടുന്നുണ്ടവ*
*മർത്ത്യപുരോഗതി മാർഗ്ഗങ്ങൾ!*
*ശ്രദ്ധതടത്തിൽ മൃഗീയത മരുവും*
*കാടുകളുണ്ടവ കരിയട്ടെ!*
*വാരുറ്റോരു നവീനയുഗത്തിൻ*
*വാകത്തോപ്പുകൾ വിരിയട്ടെ!*
*അസ്മദനശ്വര പൈതൃകമാമീ-*

*യഗ്നിവിടർത്തും സ്കന്ധങ്ങൾ*
*ആകെയുലച്ചീടട്ടേ മന്നിലെ*
*നാകപുരത്തിൻ ബന്ധങ്ങൾ!''*

ഈ 'നാകപുരത്തിൻ ബന്ധങ്ങൾ' ദഹിപ്പിച്ചു കളയുവാനുള്ള പന്തങ്ങളുടെ കരുത്ത് സർവ്വസമ്മതമല്ല. അഴിക്കുന്തോറും പിണഞ്ഞുകൂടിവരുന്ന കെട്ടുപോലെ മനുഷ്യജീവിതത്തെ കണക്കാക്കുന്നവരുണ്ട്. അവർ, വൈലോപ്പിള്ളിയേപ്പോലെ ചരിത്രത്തിന്റെ അനുസ്യൂത പുരോഗമനത്തിൽ വിശ്വസിക്കുന്നില്ല. എലിയട്ട് ഒരു നല്ല ഉദാഹരണമാണ്. ക്രിസ്തു മരിച്ചു രണ്ടായിരത്തോളം ആണ്ട് നടന്നുനീങ്ങിയെങ്കിലും മനുഷ്യരാശി ഇക്കാലംകൊണ്ട് ഈശ്വരനോടല്ല, മണ്ണിനോടാണ് അധികം അടുത്തിട്ടുള്ളത് എന്നദ്ദേഹം അനുതാപപൂർവ്വം അനുസ്മരിക്കുന്നു.

ഈ വിരുദ്ധസിദ്ധാന്തങ്ങൾ തെറ്റോ ശരിയോ എന്നു നോക്കേണ്ടചുമതല നമ്മുടേതല്ല. മനുഷ്യൻ എങ്ങനെ ആയിത്തീരണം എന്ന സനാതന പ്രമേയത്തോട് ഓരോ കവിക്കുമുള്ള മനോഭാവമപേക്ഷിച്ച് തെറ്റും ശരിയുമാകാം ഓരോന്നും! ആദ്യന്തം, മനുഷ്യവർഗ്ഗത്തിന്റെ ക്ഷതങ്ങൾക്കുള്ള മരുന്ന് --അതിപ്രധാനമായ ഒരു മരുന്ന്-- വിജ്ഞാനമാണെന്നുറപ്പുള്ള ഒരു കവിയാണ് 'ശ്രീ'യെന്നേ ഓർക്കേണ്ടതുള്ളൂ. ഈ ദൃഢവിശ്വാസത്തിന്റെ അനുബന്ധമെന്നോണം ജീവിതാന്ത്യത്തോട് അലക്ഷ്യമായി പെരുമാറുവാനുള്ള കരുത്തും അദ്ദേഹത്തിന്റെ കവിതയ്ക്ക് സ്വായത്തമായിരിക്കുന്നു! നമ്മുടെ പ്രമുഖ കവികളിൽ പലരും മരണത്തെ ജീവിതത്തിന്റെ മേലുള്ള വിജയമായിക്കരുതി; വൈലോപ്പിള്ളി മരണം ജീവിതപ്രവാഹത്തിന്റെ നിയമങ്ങളിലൊന്നായി അംഗീകരിക്കുകയും ചെയ്തു. ചലനത്തിന്റെ നിയമമാണല്ലോ മരണവും പിറവിയും. ഈ രണ്ടിനുമിടയിൽക്കൂടി, രണ്ടിനെയും അതിക്രമിച്ചുകൊണ്ട് മർത്ത്യവീര്യം ഉജ്ജ്വലമായി, അപ്രതിരോധ്യമായി പ്രവഹിക്കുന്നതായി 'ശ്രീ' കാണുന്നു!

*"പോയ്മറവാർന്നവർ ഞങ്ങൾക്കേകീ,*
*കൈമുതലായീപ്പന്തങ്ങൾ.*
*ഹൃദയനിണത്താൽ തൈലം നൽകീ!*
*പ്രാണമരുത്താൽ തെളിവേകീ,*
*മാനികൾ ഞങ്ങളെടുത്തു നടന്നു*
*വാനിനെ മുകരും പന്തങ്ങൾ!....*
*എണ്ണീടാത്തൊരു പുരുഷായുസ്സുകൾ*
*വെണ്ണീറാകാം പുകയാകാം*
*പൊലിമയൊടെന്നും പൊങ്ങുക പുത്തൻ*
*തലമുറയേന്തും പന്തങ്ങൾ''*

'മാക്സിം ഗോർക്കിയുടെ ഒരു കഥ വായിച്ച ഓർമ്മയിൽനിന്ന്' പകർത്തിയ 'മലതുരക്കൽ' എന്ന കവിതയിലും മരണത്തെ തൃണവൽഗണിക്കുന്ന പൗരുഷത്തിന്റെ ധ്വാനം നിങ്ങളുടെ കാതുകൾ മുഖരിതമാക്കും. തീവണ്ടിക്കുളിയിട്ടോടാൻ മലയിൽക്കൂടി തുരങ്കം തീർക്കവേ:

*"കൊണ്ടുപോയ് ചില കൈകളെ രോഗം,*
*പിണ്ഡമായ് ചിലർ പാറവീണേവം*
*ആ മലയുതിർക്കല്ലുകൾ പൊങ്ങി*
*ഗ്രാമഭൂവിലെ പ്രേതപ്പറമ്പിൽ*
*മുന്തിവന്നിതെന്നാകിലും കുന്നിൽ*
*പിൻതലമുറ പിക്കാസ്സെടുക്കാൻ"*

സ്ഥലകാലങ്ങളുടെ നിയതബന്ധങ്ങളിൽനിന്നകന്നുനിന്ന് തുടരുപോലെ, അനാദിയായി പ്രവഹിക്കുന്ന തലമുറകൾ 'ശ്രീ' അഭിവീക്ഷിക്കുന്നു! അദ്ദേഹത്തിന് ആ തുടര് പുരോയാനത്തിന്റെ ഒരവിച്ഛിന്ന ധാരയാണ്! ഇങ്ങനെ, ആ തുടരിൽക്കാണുന്ന മരണത്തിന്റേയും പരാജയത്തിന്റേയും ശൈഥില്യങ്ങൾ നിസ്സാരമാക്കിത്തള്ളുവാൻ കെല്പുള്ളവർ ഭാഗ്യവാന്മാർ! ഭാവി അവരുടേതാകട്ടെ!~ പക്ഷേ, അതിനു കഴിവറ്റവർ നിർഭാഗ്യവാന്മാരാണെന്നു പറയുവാൻ നമുക്കധികാരമില്ല. വിശ്വത്തിന്റെ മുഴുവൻ വേദനയും സ്വന്തം ആത്മാവിലേയ്ക്കാവാഹിച്ചനുഭവിച്ചിട്ടുള്ളവരാണവർ --വിഷാദാത്മകങ്ങളായ മഹനീയവദനങ്ങളെല്ലാം തന്നെ! വൈലോപ്പിള്ളിയുടെ ശാസ്ത്രപരത, പ്രസാദാത്മകത ആരുടേയും തത്ത്വചിന്തയെ അപകർഷപ്പെടുത്തേണ്ടതില്ല. ആരുടെയും തത്ത്വചിന്തയെ സാധുവല്ലരിക്കുന്നുമില്ല, വൈലോപ്പിള്ളിയുടെ ഈ സവിശേഷത.

ഗോർക്കി കഥകളിലെ ഇതിവൃത്തം സ്വീകരിച്ചെഴുതിയ 'മലതുരക്ക'ലിൽ എന്നപോലെതന്നെ, മഹാഭാരതകഥകളിലൊന്നിനെ ഉപജീവിച്ചെഴുതിയ 'ജലസേചന'ത്തിലും പ്രകൃതിയെ മനുഷ്യൻ വെല്ലുന്ന പ്രിയദർശനമായ ചിത്രം അദ്ദേഹം ആലേഖനം ചെയ്യുകയുണ്ടായി.

മഴയുടെ അധിപനായ ദേവേന്ദ്രന്റെ പകവീട്ടൽകൊണ്ട് ജലദരിദ്രമായിത്തീർന്ന ഗോകുലത്തെ, മനുഷ്യപ്രയത്നമാകുന്ന ബലരാമന്റെ കലപ്പ, കാളിന്ദിയിൽനിന്നു ചാലുകീറി സമ്പന്നമാക്കുന്ന കഥയാണ് 'ജലസേചന'ത്തിലെ കാവ്യവസ്തു. കാളിന്ദി ആദ്യം ഈ സേവനത്തിന് സന്നദ്ധയാകുന്നില്ല. രാമൻ കരികൊണ്ട് ആറ്റിന്റെ തീരത്തെ-- 'നിന്ദാഹങ്കാരത്തെ'-- ഭേദിച്ച് തീരഭൂമികളിലേക്ക് നീർചാലു കീറുന്നു! വരണ്ട ഗോകുലം മനോഹരമായ ഒരു പുഞ്ചിരിയാലെന്നപോലെ സംഫുല്ലമാകുകയും ചെയ്യുന്നു.

പുരാതനമായ ഈ കഥയിലൂടെ, ദൈവകോപത്തിലും വിധിപര തന്ത്രതയിലും വിശ്വസിച്ച കുഴങ്ങി കർമ്മവിമുഖരായിത്തീരുന്നവരെ അപഹസിക്കുന്ന കവി. സമാനവസ്തുവായ മറ്റേക്കഥയിൽ --മലതുര ക്കൽ-- ഇതിനേക്കാൾ വ്യക്തമായി, ഉച്ചമായി മർത്ത്യവീര്യത്തിന്റെ അഹങ്കാരം ഗർജ്ജിക്കുന്നുണ്ട്.

*"കല്ലുവെട്ടുവോരന്തിവെൽതാവും*
*കള്ളുഷാപ്പിലിരുന്നു മോന്തുമ്പോൾ*
*തന്മുഖം ചുളിച്ചോതിനാൽ വൃദ്ധ-*
*നെന്മകനേയിതെന്തൊരു യത്നം!*
*പുത്രനോതി ഞാൻ വിശ്വസിക്കുന്നു*
*മർത്ത്യവീര്യമീയദ്രിയെ വെല്ലും!"*

അകലെ, മാമലയുടെ പെരുംപള്ളയിൽ ഉരുക്കും കല്ലുമായി ഏറ്റുമുട്ടുമ്പോൾ, കള്ളുഷാപ്പിലെ രണ്ടു തലമുറയുടെ വിശ്വാസങ്ങളും, ഓരോ മനുഷ്യാത്മാവിലെയും പൗരുഷവൈക്ലബ്യങ്ങളും സംഘർഷം ചെയ്യുന്ന നാദമാണ് മുഴങ്ങുന്നത്! അനാദിയായ ഈ സംഘർഷത്തിൽ, അവസാനം, ഉരുക്കും യുവത്വവും പൗരുഷവും ജയിക്കുന്നതായും ചിത്രണം ചെയ്യപ്പെട്ടിരിക്കുന്നു. നാഡികൾ തകർന്നെങ്കിലും ജീവന് ഉലച്ചിൽ തട്ടിയിട്ടില്ലാത്ത വൃദ്ധനെക്കൊണ്ട് 'എന്മകനേ ഞാൻ വിശ്വസിക്കുന്നു' എന്ന് പുതിയ തലമുറയുടെ ആത്മവിശ്വാസം അംഗീകരിപ്പിച്ചേ കവി അടങ്ങുന്നുള്ളൂ. ഗോർക്കിയുടെയെന്നപോലെ വൈലോപ്പിള്ളിയുടേയും ആവശ്യമാണത്! 'മലതുരക്ക' ലിലെ യുവപുത്രനിൽ അദ്ദേഹത്തിന്റെത ന്നെ യുവാഭിലാഷങ്ങൾ മിടിക്കുന്നതായെനിക്കു തോന്നി.

*"കാരിരുമ്പിനും കല്ലിനും മീതെ*
*നീറിനില്പീലേ പൗരുഷനാളം!"*

യുവാഭിലാഷങ്ങളെക്കുറിച്ചു പറഞ്ഞപ്പോൾ പെട്ടെന്ന് ചങ്ങമ്പുഴയെ ഓർത്തുപോയി. ഒരു വലിയ ഹൃദയം, രാഗാർദ്രമായ ഒരു വലിയ ഹൃദയം ഉണ്ടാകുക കാരണം ഈ ലോകം കാപട്യത്തിന്റെ കയ്പുകനിയായി ചങ്ങ മ്പുഴയ്ക്ക് അനുഭവപ്പെട്ടു. പ്രേമിക്കാൻ പഠിച്ചെങ്കിലും ആ പ്രേമം കാത്തുര ക്ഷിക്കാൻ കഴിവില്ലാത്ത സാമാന്യജനങ്ങളുടെ കദനഭാരം നേരിട്ടേറ്റെ ടുക്കുകയും തനിക്കെതിരായി കണ്ടവരെയെല്ലാം ഭർത്സിക്കുകയും ചെയ്തു. ഇതു യുവത്വത്തിന്റെ ഒരു സ്വഭാവം മാത്രമാണ്. യുവത്വത്തിന്റെ മറ്റേപ്പ കുതി --ശക്തിക്കും അധികാരത്തിനും വേണ്ടിയുള്ള ദാഹം-- അതിന്റെ വിപുലമായ അർത്ഥത്തിൽതന്നെ, വൈലോപ്പിള്ളിയും അവതരിപ്പിച്ചു. രണ്ടുപേരിലും അഗാധമായ ജീവിതസത്യദർശനസ്വഭാവം വിരളമായി രിക്കുന്നു. അവരുടെ കാവ്യജീവിതത്തിന്റെ അനിവാര്യഫലവുമാണിത്.

ചുരുക്കത്തിൽ: മനുഷ്യപൗരുഷത്തെക്കുറിച്ച് അടങ്ങാത്ത അഭിമാനം, ശാസ്ത്രത്തിന്റെ സംസ്കരണക്ഷമതയിലും ജീവിതവികസനക്ഷമതയിലും ചരിത്രത്തിന്റെ അനുസ്യൂതമായ പുരോഗമനസ്വഭാവത്തിലും വിശ്വാസം, ഇവയെത്തുടർന്നുകൊണ്ട് എണ്ണമറ്റ തലമുറകളെ തുടരുപോലെ കാണുവാനുള്ള ഉന്നതവീക്ഷണശക്തി, ഇവ വൈലോപ്പിള്ളിയുടെ സവിശേഷതകളിൽപ്പെടുന്നു. അതോടെ, മൺമറഞ്ഞ അസംഖ്യം ജീവിതങ്ങളുടെ 'ഹൃദയനിണത്താൽ തൈലവും പ്രാണമരുത്താൽ തെളിവും' ആർന്നതാണ് പുരോഗതിയുടെ പന്തങ്ങൾ എന്ന വേദനാസ്പഷ്ടമായ യാഥാർത്ഥ്യം അദ്ദേഹം അംഗീകരിക്കുകയും ചെയ്യുന്നു. വലിയ സുഖങ്ങൾക്കുവേണ്ടിയുള്ള ചെറിയ ദുഃഖങ്ങൾ സാധൂകരിക്കപ്പെടുമല്ലോ!

1950

# കന്നിക്കൊയ്ത്ത്

അടുത്ത കുറെ വർഷങ്ങളായി വളരെയധികം 'പതിരു' വിളയിക്കുവാൻ നിർഭാഗ്യമുണ്ടായ കൈരളീക്ഷേത്രത്തിന് വൈലോപ്പിള്ളിയുടെ '*കന്നിക്കൊയ്ത്ത്*' ഒരുൽസവത്തിന്റെ സുഖം നൽകുന്നുണ്ട്. നിറഞ്ഞ ഹൃദയത്തോടും, ഉന്മേഷവും ആശയും അണിഞ്ഞ മുഖത്തോടും കൂടി ഓരോ മലയാളിയും ഈ ഉൽസവത്തിൽ പങ്കുചേരുന്നു. കൊയ്ത്തിന്റെ പൂർണ്ണിമ, കൊയ്ത്തിന്റെ ആനന്ദം, കൊയ്ത്തിന്റെ ആവേശം -- ഇവയെല്ലാം ഈ സമാഹാരത്തിന്റേതാണ് -- സർവ്വോപരി കന്നിയുടെ പുതുമയും.

മലയാളസാഹിത്യത്തിലേയ്ക്ക് വൈലോപ്പിള്ളി പ്രസ്ഥാനത്തിന് മഹത്തായ സംഭാവനകൾ നൽകുവാൻ കഴിഞ്ഞു എന്നതു വാസ്തവം തന്നെ. എങ്കിലും അതിന്റെ ഏറ്റവും വലിയ സന്ദേശം മറ്റൊന്നാണെന്നു തോന്നുന്നു-ഓരോ കാവ്യഖണ്ഡത്തിലും ഉടനീളം തെളിഞ്ഞു നിൽക്കുന്ന ഒരു സ്വഭാവവിശേഷം ഉണ്ട് അതിന്. മറ്റൊരു ശരിയായ പദത്തിന്റെ അഭാവത്തിൽ ഞാൻ അതിനെ 'ശാസ്ത്രീയമായ ചെയ്തു തീർക്കൽ (Scientific finish) എന്നു വിളിക്കുവാൻ വിചാരിക്കുന്നു. ഓരോ കവിതയിലും, ഓരോ ഈരടിയിലും, ഓരോ പദത്തിലും സ്ഥിതിപ്രജ്ഞനായ ഒരു കലാനിഷേവകന്റെ മനഃപൂർവമായ മനോവ്യാപാരം ഒളിവീശുന്നുണ്ട് അവിടെ. ഈ ശാസ്ത്രീയസരണി പുരോഗമിപ്പിയ്ക്കുവാൻ 'ശ്രീ' ഉപയോഗിക്കുന്ന രണ്ട് സാങ്കേതികരീതി, ചിത്രങ്ങളുടെ ഐകരൂപ്യവും (സിമെട്രി) ഏകാഗ്രതയും (കോൺസെൻട്രേഷൻ) ആണ്. 'ആസ്സാം പണിക്കാർ' എന്ന കവിതയിൽ ചിത്രങ്ങളുടെ ഐകരൂപ്യം ഏറ്റവും പ്രകടമായി കാണാം. ചെറിയ ചെറിയ ആശയശകലങ്ങളേക്കോർത്തിണക്കി രചിക്കുന്നതാണല്ലോ കവിതയിലെ ചിത്രം. നിഷ്കൃഷ്ടമായ കലാധ്യവ്യവസായം കൊണ്ട് ഈ ആശയശകലങ്ങളെ അവയ്ക്കു അനുയോജ്യമായ ശബ്ദശില്പം (Sound pattern) വഴി ആവിഷ്കരിച്ചിരിക്കുകയാണ് അദ്ദേഹം.

ഒരേ ഒരു ചിത്രം മാത്രം ഉള്ള ദിക്കിൽ കവി ശ്രദ്ധവെയ്ക്കുന്നത് പ്രധാനമായും ഏകാഗ്രമായ നിർവഹണത്തിലത്രേ. 'പടയാളി'കളിലെ തേക്കപാട്ടുകാരായ ദമ്പതിമാരെ ഉദാഹരണത്തിനു സ്വീകരിക്കാം. അല്പം പോലും പതറാതെ, സാമാന്യ തത്ത്വങ്ങളുടെ പ്രസംഗം കൊണ്ട് അനുവാചകനെ മുഷിപ്പിയ്ക്കാതെ, ഒരേ പോക്കിൽ ശബ്ദചിത്രത്തെ ലയിപ്പിച്ചു കളഞ്ഞിരിക്കുകയാണിതിൽ.

ശാസ്ത്രവിജ്ഞാനം കവിക്കു സമ്മാനിച്ച ഇനിയൊരു ജീവത്തായ കാര്യം സമരമനോഭാവമാണ്. മറ്റേത് വിജ്ഞാന വിഭാഗത്തേക്കാളും അധികം വ്യക്തമായി ബാഹ്യപ്രകൃതിയെ കീഴടക്കുവാൻ ശ്രമിച്ചു കൊണ്ടിരിയ്ക്കുകയാണല്ലോ ശാസ്ത്രം ചെയ്യുന്നത്.

*"ഹാ കഷ്ടമെങ്ങിനെ മർത്ത്യൻ സഹിയ്ക്കുമീ-*
*മൂകപ്രകൃതിതന്നന്ധമാം ക്രൂരത?*
*പഞ്ചഭൂതങ്ങളോടങ്കമാടീയുമീ-*
*പ്പഞ്ചമരമത്രേ പെരുംപടയാളികൾ."*

എന്ന വരികളിൽ ഈ തീക്ഷ്ണാശയം ഉത്തരോത്തരം ഉന്മൂലനം ചെയ്യപ്പെടുന്നുണ്ട്. കനത്ത തീവണ്ടിയാകുന്ന ഇരുമ്പിൻ മുഷ്ടി ചുരുട്ടിയൊങ്ങിക്കൊണ്ട് മനുഷ്യശക്തി, മാമലകളേയും തുളച്ചുപോകുവാൻ വെമ്പൽ കൂട്ടുന്ന 'ആസ്സാം പണിക്കാ'രിലും വരുണന്റെ നാട്ടിലേയ്ക്കു വിപത്തിന്റെ പാണികൾ തട്ടി നീക്കി പാഞ്ഞു പോകുന്ന 'കടലിലെ കവിത'കളിലും ഇതേ പൗരുഷം, ഇതേ ആത്മവിശ്വാസം ഓജസ്സേറ്റുന്നു.

കാവ്യസങ്കേതത്തിൽ മനസ്സിരുത്തുന്ന കലാവിദ്യാർത്ഥികൾക്കു ഒരു സാധന പാഠം എന്ന നിലയിലും '*കന്നിക്കൊയ്ത്ത്*' ഉപകരിക്കുമെന്നാണ് ഈ ലേഖകന് തോന്നുന്നത്.

വികാരത്തിന്റെ തിരത്തള്ളൽകൊണ്ട് കവി ഒരിടത്തും മൂർച്ഛിക്കുന്നില്ല എന്നതു ഒരു പോരായ്മയായി എടുത്തുകാട്ടാമെങ്കിൽ പലയിടങ്ങളിലും അതിലും ആരോഗ്യകരമായ ഒരു ഗുണം കൂടിയാണത് എന്ന് തീർച്ച.

'ശ്രീ'യുടെ കവിതകൾക്ക് പ്രേരണ നൽകുന്ന ആന്തരാവേശം വർഗ്ഗവൈരുധ്യാധിഷ്ഠിതമായ ചിന്താഗതിയില്ല, നിരന്നു നിൽക്കുന്ന മനുഷ്യവർഗ്ഗപ്രേമമാണ്. പ്രത്യേകിച്ചും 'കന്നിക്കൊയ്ത്തി'ലെ കവിതകൾ ഈ വാസ്തവം സ്പഷ്ടതരമാക്കുന്നുണ്ട്. എവിടെയുമെവിടെയും കവി എല്ലാത്തിനും മുകളിൽ കേവല മനുഷ്യനേയും അവന്റെ മൃദുലവികാരങ്ങളേയും ദർശിച്ചുകൊണ്ടാണ് കാവ്യവ്യവസായം ചെയ്യുന്നത്.

സ്ഥായിയായ ദേശീയബോധം 'ശ്രീ'യുടെ മറ്റൊരു മുഖ്യസ്വഭാവമാണ്. കേരളത്തേയും അതിന്റെ ഉജ്ജ്വലവും ധീരവുമായ പഴമയേയും അദ്ദേഹം

തന്റെ കവിതകളിൽ കൂടെക്കൂടെ സ്മരിക്കുന്നതായ് കാണാം. 'കടലിലെ കവിതകൾ', 'ആസ്സാം പണിക്കാർ', 'പശ്ചിമസമുദ്രം' തുടങ്ങിയ ഒന്നിലധികം ഗാനങ്ങളിൽ ഈ മനോഭാവത്തിന്റെ മന്ദ്രമധുരമായ ശബ്ദം മാറ്റൊലിക്കൊള്ളുന്നു.

ഒരു വാസ്തവം പറയുകയാണെങ്കിൽ ഒട്ടാകെ വൈലോപ്പിള്ളിക്കവിതകളിൽ ഒരു റൊമാന്റിക് (കാല്പനിക) അന്തരീക്ഷമുണ്ട്. അതിന് ആത്മീയമായ ഒരാദർശപരത നൽകിക്കൊണ്ട് മനുഷ്യസ്നഹം, സ്ഥിരതയും സുവ്യക്തതയും സംഭാവനചെയ്തുകൊണ്ട് ശാസ്ത്രീയമായ സങ്കേതനിബന്ധവും- ഇവയാണ് 'ശ്രീ' യുടെ കവിതകൾക്ക് ഈടു കൂട്ടുന്നത് എന്നു തോന്നുന്നു.

വിളവിന്റെ നിറവുകൊണ്ടും പൊൽക്കതിരുകളുടെ പ്രഭാപ്രസരം കൊണ്ടും മനം കുളിർപ്പിക്കുന്ന പതിന്നാല് കതിർക്കറ്റകളാണ് ഈ കന്നിക്കൊയ്ത്തിൽ സമാഹരിച്ചിട്ടുള്ളത്. എല്ലാം ചോതോഹരമായ കലാചാതുരിയടോ നിബന്ധിച്ചിരിക്കുന്നു. തിരിഞ്ഞു നോക്കുമ്പോൾ ഓരോന്നും ഹൃദ്യതരം, മനോഹരം, നിറയെ പൊന്നുപോലുള്ള മണികളാണ്, ഹൃദയത്തിന്റെ അറകളിൽ മെതിച്ച് അളന്നു സൂക്ഷിക്കേണ്ടവ, അങ്ങിനെ സമ്പന്നമാകട്ടെ കൈരളിയുടെ കലവറ.

ഇവയിൽ ഏറ്റവും പ്രായം കൂടിയത് (കവിക്ക് അന്നു ഏറ്റവും വയസ്സു കുറവ്) ആയിരത്തൊന്നുരാവുകൾ ആണ്. പാശ്ചാത്യലോകത്ത് ആർതർ രാജാവിനേയും അദ്ദേഹത്തിന്റെ സമരനായകനേയും (King Arthur and his Knights) കുറിച്ചുള്ള വീരഗാഥകൾപോലെ പ്രാചിയുടെ അന്തരീക്ഷത്തിലാകെ മാറ്റൊലികൊണ്ടിരുന്ന കഥകളാണ് 'അറബിക്കഥകൾ' ബാഗ്ദാദിലെ സുൽത്താന് ഒരു ഉഗ്രശാസനത്തിനു വിധേയയായ മാനിനി ആയിരത്തൊന്ന് രാവുമുഴുവൻ കഥ പറഞ്ഞു കൊടുക്കുന്ന ഇതിവൃത്തം സ്വച്ഛവും, സരളവും നിരാഡംബരവും ആയ പ്രതിപാദനം കൊണ്ട് സുശ്രാവ്യമാക്കിത്തീർത്തിരിക്കുന്നു.

പഴക്കം കൊണ്ടുടുത്തുനിൽക്കുന്നത് കേരളത്തിനു പുറത്തും മാധുര്യം വിളമ്പിയ വൈലോപ്പിള്ളിയുടെ 'മാമ്പഴ'മാണ്. പൂത്തു പുഞ്ചിരി തൂകി നിൽക്കുന്ന തൈമാവിന്റെ പൂങ്കുല ഒടിച്ച ആഹ്ലാദിച്ചെത്തുന്ന മകൻ അമ്മയുടെ ശകാരം കേൾക്കുന്നതും പിന്നത്തെ മാമ്പഴക്കാലത്തിനുമുമ്പ് ഉണ്ണി മരിച്ചുപോകുന്നതും ആണ് കഥാതന്തു. എന്നിട്ടോ,

*"അങ്കണത്തൈമാവിൽ നി-*
*ന്നാദ്യത്തെപ്പഴം വീഴ്കെ-*
*യമ്മതൻ നേത്രത്തിൽ നി-*
*ന്നുതിർന്നു ചുടുകണ്ണീർ."*

ആ കൊച്ചു 'ദൈവജ്ഞ'ന്റെ ഉടൽ ദ്രവിച്ചു ചേർന്ന മണ്ണിൽ, ആ ആദർശമാതൃത്വം 'മാമ്പഴം' കുഴിച്ചിടുകയാണ്.

മനുഷ്യജീവിതത്തിൽ, അർത്ഥശൂന്യവും അന്തസ്സാരവിഹീനവും ആയിത്തോന്നുന്ന അനേകം സന്ദർഭങ്ങൾക്ക്, ക്ഷണികമായ ഈ ജീവിതദശയിൽത്തന്നെ ഉന്നതമായ സ്ഥാനമുണ്ടെന്ന് കവി ഇവിടെ സ്ഥാപിക്കുന്നില്ലേ? പോരായ്മകളിലും അപരാധങ്ങളിലും, മറ്റെവിടെയും ലഭിക്കുവാൻ കഴിയാത്ത മാധുര്യമുണ്ട്. അതുകൂടി ഇവിടെ ഓർമ്മിക്കപ്പെടുന്നു.

ചുരുക്കം കവിതകൾ ഒഴിച്ചു നിർത്തിയാൽ, അടുത്ത ഇരുപതു കൊല്ലത്തിനുള്ളിൽ മലയാളം കണ്ട ഏറ്റവും 'ഒറിജിനാലിറ്റി' യുള്ള കവിത 'മാമ്പഴം' തന്നെയാണ്.

ഈ സമാഹരത്തിൽ പെട്ടെന്ന് അനുവാചകനെ ആകർഷിച്ചുകളയുന്ന മറ്റൊരു കവിത 'സഹ്യന്റെ മക'നാണ്. അത്യുൽകൃഷ്ടമായ കലാശില്പം 'സഹ്യന്റെ മകനെ', മലയാളത്തിലെ മറ്റു മുയൽക്കുട്ടികളുടെ ഇടയിൽ ഉയർത്തിക്കാണിക്കുന്നു. മദജലം വാർന്നുതീർന്നിട്ടില്ലാത്ത ഒരാനത്തലവൻ തലയെടുത്തു പിടിച്ചുകൊണ്ട് അസ്വസ്ഥനായി ഉൽസവസ്ഥലത്ത്, അവന്റെ മനസ്സ് രക്തപങ്കിലം മദതുന്ദിലവും ആയ ഉപബോധമനസ്സിലേക്ക് മടങ്ങിച്ചെല്ലുന്നു. ഒരു നിമിഷനേരത്തെ പ്രജ്ഞയുടെ മയക്കം, സ്വപ്നം, ആ ആനത്തലവനെ കൊലയാനയാക്കി മാറ്റുകയായി. പിറ്റേന്ന്, അടച്ച മതിൽക്കെട്ടിനുള്ളിൽ വെച്ചു സൂത്രക്കാരനായ ഒരു പട്ടാളക്കാരൻ അവനെ ചെരിച്ചു കളയുന്നു. അവതാരികാകാരൻ പറയുന്നതുപോലെ, "ഈ കൃതിയിൽ *മേഘസന്ദേശ*ത്തിലെ അദ്ഭുത കലാസൗഭാഗ്യത്തിന്റെ ഒരംശം ഉപസ്കരിച്ചിരിക്കുന്നു. ഉൽസവത്തിന്റെ തിരക്ക്, ആനയോട്ടത്തിന്റെ പരുക്ക്- ഇവയ്ക്കു ശേഷം ശ്മശാനമൂകമായ വധരംഗം, ഇങ്ങിനെ മൂന്നു ചിത്രങ്ങൾ, ഉപയോഗിച്ചും മൊത്തത്തിൽ ഒരു റൊമാന്റിക് അന്തരീക്ഷം ആവിഷ്കരിച്ചും, കാല്പനിക സങ്കേതമനുസരിച്ച് വിദഗ്ധമായി പണിതൊരുക്കിയ കലാശില്പമാണ് ഈ കാവ്യത്തിനുള്ളത്.

ഇതിലെ മറ്റൊരു ഉൽക്കൃഷ്ടഗാനമായ 'ആസ്സാം പണിക്കാ'രിൽ രണ്ടു ചിത്രം കൊണ്ട് സങ്കേതത്തിനു പരിപൂർത്തി വരുത്തുന്നുണ്ട്. പട്ടിണിയുടെ വറുതിമൂലം പൊരിയുന്ന ആത്മാവോടുകൂടി നാടിനേയും നീതിയേയും വെറുത്ത് ആസ്സാമിലേക്ക് ജീവിതാശ്വാസം തേടിപ്പോകുന്ന കേരളത്തിലെ നിസ്വന്മാരുടേതൊന്ന്, ജോലി ചെയ്തു വിശപ്പിന്റെ വിളിയടക്കിയെങ്കിലും വീണ്ടും ഹൃദയത്തിന്റെ ആഹ്വാനമനുസരിച്ച്

മലനാട്ടിലേയ്ക്ക് ആർത്തിയോടെ സൗന്ദര്യം നുകരാൻ എത്തുന്ന തൊഴിലാളികളുടേത് മറ്റൊന്ന്. ഇവയാണ് ആ രണ്ടു ചിത്രം.!

ആത്മീയ സൗന്ദര്യം ആസ്വദിക്കുവാൻ ഭൗതികപരിതസ്ഥിതിയുടെ പ്രാഥമിക ഭദ്രത അനുപേക്ഷണീയമാണെന്നും, അതോടൊപ്പം വിശപ്പുതീർന്ന വയറുകൾ തെരുതെരെ ഹൃദയത്തിന്റെ പശിയകറ്റുവാൻ വെമ്പുന്നുവെന്നും മറക്കുക വയ്യ. ഈ വാസ്തവം ആദ്യത്തേതിലെയും രണ്ടാമത്തേതിലെയും ഓരോ ഈരടികൾ കൊണ്ടു വ്യക്തമാക്കിയിരിക്കുന്നു.

*1) "അറിയുമേ ഞങ്ങളറിയും നീതിയും*
*നെറിയും കെട്ടൊരിപ്പിറന്നനാടിനെ."*
*(പുറം: 30)*
*2) "ഇവിടെ സ്നേഹിപ്പാ, നിവിയെ യാശിപ്പാ-*
*നിവിടെ ദുഃഖിപ്പാൻ കഴിവതേ സുഖം."*
*(പുറം:34)*

മലനാട്ടിലെ ജനകീയ (പ്രോലറ്റേറിയൻ) സാഹിത്യശാഖയ്ക്ക് ഇതിലും നല്ല ഒരു സംഭാവന മറ്റാരിൽനിന്നും കിട്ടിയിട്ടുണ്ടെന്നു തോന്നുന്നില്ല . ജനകീയത്വത്തിന്റെ 'സ്ഥിരം കാവൽക്കാർ' ക്ഷമിക്കുക, അതൊരഭിപ്രായം മാത്രമാണ്. ഇതും 'അരിയില്ലാഞ്ഞിട്ട്' എന്ന കവിതയും പുരോഗമനത്തിന്റെ 'ഔദ്യോഗിക' നിർവചനത്തെപ്പോലും സമാശ്വസിപ്പിക്കുന്നുണ്ട്.

'കടലിലെ കവിതകൾ' 'ആസ്സാം പണിക്കാരോ'ടൊന്നിച്ചു തന്നെ നിൽക്കുന്നതാണ്. പക്ഷേ അതിലെ പ്രേരണ 'മാമ്പഴ'ത്തിലും, 'പടയാളികളി'ലും ഉള്ളതുപോലെ തീവ്രമായ മനുഷ്യസ്നേഹമത്രേ!

'ശ്രീ'യിൽ ആകെ കാണുവാൻ കഴിയുന്ന ദേശീയബോധത്തിന്റെ സ്പന്ദനം 'ദീപാവലി'യിലും 'പശ്ചിമസമുദ്ര'ത്തിലും തെളിഞ്ഞുകേൾക്കാവുന്നതാണ്.

രണ്ടാം ലോകമഹായുദ്ധത്തിന്റെ കെടുതിയാൽ മരവിച്ച ലോകത്തെയും അതിനുശേഷം സ്വന്തം മാതൃഭൂമിയെയും നോക്കി അദ്ദേഹം 'ദീപാവലി'യിൽ ആശംസിക്കുന്നു.

*"വീണ്ടുമെന്നിന്ത്യേ വെളിച്ചത്തിനാക നിൻ*
*ചുണ്ടുവിരൽപോലെയുള്ളൊരു കൈത്തിരി."*

എന്ന്. പശ്ചിമസമുദ്രത്തെനോക്കി കവി മറ്റൊരിടത്തു വിലപിയ്ക്കുകയാണ്:"തടവിൽക്കിടക്കുന്ന

*മാതൃഭൂമിയെക്കാൺകെ,*
*ക്കടലേ നിങ്ങൾക്കു*
*കണ്ണുനീർക്കടലായി"*

'കാക്ക', നർത്തകി', 'വസന്തം', മുതലായ മറ്റു 'പിൻവരിക്കവിത'കളിൽ അന്തരീക്ഷം മുഴുവനും കാല്പനികം തന്നെ. പറയത്തക്ക സന്ദേശമൊന്നും അവയുടേതായിട്ടില്ല.

ഇതിവൃത്തസഹിതമോ ഇതിവൃത്തരഹിതമോ ആയ കാവ്യങ്ങൾ രചിക്കുന്നതിൽ 'ശ്രീ'ക്കുള്ള അതുല്യപാടവം ഈ ഗ്രന്ഥം പ്രഖ്യാപനം ചെയ്യുന്നുണ്ട്. രചനയെക്കുറിച്ചാണെങ്കിൽ ഇത്രയധികം നിഷ്കർഷയുള്ള കവികൾ മലയാളത്തിൽ ഒന്നോ രണ്ടോ കണ്ടേയ്ക്കാമെന്നേ ഉള്ളൂ.

'*കന്നിക്കൊയ്ത്തു*' ഗ്രന്ഥകാരന്റേയും നവോത്ഥാപിതയായ മലയാള കവിതയുടേയും പേരിൽ ആശാപൂർണ്ണങ്ങളായ വാഗ്ദാനങ്ങളുമായാണ് എത്തുന്നത്. എട്ടും പത്തും പരുത്ത മതിലുകളിൽത്തട്ടി മാറ്റൊലികൊണ്ട് ഗാനങ്ങൾ നിത്യേന ഉണ്ടു വെറുത്ത കേരളീയരെ, ഇതാ, പുതുതായി കൊയ്ത്തുകഴിഞ്ഞ ഒരു യുവാതിഥേയൻ സദ്യയ്ക്കു ക്ഷണിക്കുന്നു, സഹൃദയന്മാരെ! ഇങ്ങോട്ട്, ഇങ്ങോട്ട്!

1949

# സഹ്യന്റെ മകൻ

വൈലോപ്പിള്ളിക്കവിതകൾ വായിക്കുമ്പോഴെല്ലാം അവയിൽ നിറഞ്ഞുനിൽക്കുന്ന ഗന്ധബിംബങ്ങളുടെ പെരുപ്പവും കരുത്തും എന്നെ അധികമധികം അത്ഭുതപ്പെടുത്തിപ്പോന്നിട്ടുണ്ട്. മറ്റു കേരളീയ കവികളിലോ ലോകകവികളിൽത്തന്നെയോ ഇത്രയും ഗാഢവും നിരന്തരവും ആയ ഒരു ഭാവനാശൈലി കാണുവാൻ കഴിഞ്ഞിട്ടില്ല. നാഗരികന്മാരുടെ ഉദ്ദാമ യൗവനകഥകൾ രതിപരിമളംകൊണ്ട് വരച്ചു കാണിച്ച *മേഘസന്ദേശ*ത്തിലെ കാളിദാസനും

*"എവിടെ മണമിതുൽഭവിപ്പവങ്ങെ-*
*ന്നവിതഥ ജീവിതദൈവതം വസിപ്പൂ,"*

എന്നു ലീലയുടെ പ്രണയിയെ മണത്തറിയുന്ന കുമാരനാശാനും വൈലോപ്പിള്ളിയുടെ നേരിയ മുഖച്ഛായയുള്ളവരാണ്. എന്നാൽ ജി. ശങ്കരക്കുറുപ്പിന്റെ കവിത ഈ ഗന്ധലോകത്തിൽനിന്നു മൗലികമായി അകന്നു നിൽക്കുന്നു. പ്രപഞ്ചം, ജി.ക്കു ഒരു മൃദുലമഹാസ്പർശവും സ്പർശത്തിൽനിന്നുള്ള ഒരു മഹാമുക്തിയും ആയിത്തീർന്നിരിക്കുന്നു. മൃദുലചർമ്മത്വം എന്നും ഈ സ്വഭാവത്തെ ചുരുക്കി വിളിക്കാം. ഇതിൽ നിന്നുളവാകുന്ന ഭാവമാർദ്ദവമാണ് ജി.യുടെ സർവ്വോത്തരമായ ഒരു വൈശിഷ്ട്യം. സ്പർശനേന്ദ്രിയത്തിന്റെ അതിസംവേദനത്തിൽനിന്ന്, ഇക്കിളിയിൽനിന്ന്, ഉയർന്നു പറക്കലാണ് അദ്ദേഹത്തിന്റെ ആകാശതാല്പര്യം എന്നൂഹിക്കാവുന്നതാണ്. സൂര്യൻ, ചന്ദ്രൻ, നക്ഷത്രങ്ങൾ എന്നീ ദിവ്യന്മാരും സന്ധ്യ, ഉഷസ്സ്, മേഘം, മഴവില്ല് തുടങ്ങിയ വിദൂര സൗന്ദര്യങ്ങളും അങ്ങനെ തന്റെ രതിരോഷങ്ങളുടെ കഥാപാത്രങ്ങളായി. 'നിമിഷ'ത്തിലെ കാലശലഭത്തിന്റേയും വിശ്വദർശനത്തിലെ കവിശലഭത്തിന്റെയും ഉഡ്ഡയനം സ്പർശസുഖത്തോടുള്ള ഒരു പ്രതിക്രിയ പരിണാമമാണ് (Reaction Formation) എന്നും പറയാവുന്നതാണ്.

## ഭൂതവും ഭാവിയും

വൈലോപ്പിള്ളിയിൽ സ്പർശം ഗണ്യമായ ഒരു ഇന്ദ്രിയസംവേദനമല്ല. ചർമ്മമാർദ്ദവം തനിക്ക് ഒരു പ്രശ്നമായിരുന്നിട്ടുണ്ട് എന്നും തോന്നുന്നില്ല. ഇക്കിളികളിൽനിന്നോടിപ്പോകുകയല്ല. നിന്നിടത്തുനിന്ന് അവയെ ആട്ടിയോടിക്കുകയാണ് വൈലോപ്പിള്ളിയുടെ രീതി:

*"ഞാനിക്കിളികളെയാട്ടിയോടിക്കും"*

ഓടിപ്പോകുന്ന ഈ കിളികൾക്ക് പകരമായി ഗന്ധവാഹന്റെ കുളിരലകൾ പറന്നടുക്കുന്നു.

വള്ളത്തോളിലും അതിലുമേറെ എൻ.വി. കൃഷ്ണവാരിയരിലും അനുഭവമെന്നത് ഒരു ദൃശ്യരൂപപരമ്പരയാകുന്നു. പ്രത്യക്ഷവും മാനസപ്രത്യക്ഷവും തന്നെയാണവരുടെ ലോകം. ലോകം മുഴുവനും അവർ നടന്നുകാണുന്നു. സാമാന്യതയാണ് അവരുടെ അസാമാന്യത; വർത്തമാനമാണവരുടെ കാലം. 'നന്നങ്ങാടിക'ളിൽ കൃഷ്ണവാരിയർ, ചരിത്രാതീത കാലത്തെ വർത്തമാനകാലമാക്കി സ്ഥലത്തിൽ വിരിച്ചിട്ടിരിക്കുന്നു. സ്ഥലത്തിൽനിന്നെന്നപോലെ കാലത്തിൽനിന്നും കുതിച്ചുപായുന്ന ജി.ഭാവികാലത്തിന്റെയും ഫ്രാൻസിസ് ബറിയുടെ ശൈലിയിൽ പറഞ്ഞാൽ, ഭാവികാലക്രിയാരൂപങ്ങളുടെയും കവിയാകുന്നു.

*"ഞാനനാഗതമായ കാലത്തിൻ കവി, ചെവി-*
*യെനിക്കേകേണ്ട ഭവൽക്കാലം,"*

എന്ന് ഇഖ്ബാലിനെ അനുവദിച്ച് ശങ്കരക്കുറുപ്പ് പാടിയിട്ടുണ്ട്. ഇക്കിളിപ്പെടുത്തുന്ന ഭൂതവർത്തമാനങ്ങളിൽനിന്നു കയ്യെത്താത്ത ഭാവിയിലേക്ക് കുതിക്കുവാനാണ് ജി.ക്കിഷ്ടം. 1951-ലെഴുതിയ 'കുടിയൊഴിക്ക'ലിൽ ഭാവിവിപ്ലവത്തെ ഭൂതകാലചരിത്രമാക്കി തിരുത്തിയെഴുതിയ വൈലോപ്പിള്ളി മൗലികമായി ഭൂതകാലത്തിന്റെയും ഭൂതകാലക്രിയാരൂപങ്ങളുടേയും കവിയാണ് എന്നതിനും സംശയമില്ല.

കൃഷ്ണവാരിയരെപ്പോലെ 'ചരിത്രത്തെ വാർത്ത'യാക്കിത്തീർക്കുന്ന ഒരു ഭാവനയ്ക്ക് എന്തെന്തു നേട്ടങ്ങളുണ്ടാകാമെന്നതിന് 'ആഫ്രിക്ക'യും ഈ സിദ്ധി എത്ര വലിയ ഒരു അഭിശാപമാകുമെന്നതിന് 'കൊച്ചുതൊമ്മ'നിലെ റബ്ബറെസ്റ്റേറ്റും ഉദാഹരിക്കാവുന്നതാണ്. 'അലക്സിസ് പുണ്യവാളൻ', 'ഒരു പഴയ പാട്ട്', 'മദിരാശിയിൽ ഒരു രാത്രി', തുടങ്ങിയ കവിതകളിലും വാരിയർ പരീക്ഷിച്ചുനോക്കുന്നത് ഈ പനോരമിക് ചിത്രചിന്താരീതിതന്നെയാണ്. സ്ഫുടസ്മൃതിയായിത്തീരുന്ന ദൃശ്യചിത്രസമൃദ്ധിയാണ്, വാസ്തവത്തിൽ പരിമിതമായ എൻ.വി.യുടെ ഭാവനയ്ക്കു പൂരകമായിത്തീർന്നിരിക്കുന്നതും. നീർത്തിയിട്ട ഒരു ചിത്രകമ്പളംപോലെ അതു നമ്മെ അകലെനിന്നാകർഷിക്കുന്നു.

## ഗന്ധബിംബങ്ങൾ

വൈലോപ്പിള്ളിക്കവിതയെക്കുറിച്ച് ഇങ്ങനെയൊന്നും അവകാശപ്പെടുവാൻ കഴിയുമെന്ന് തോന്നുന്നില്ല. അതു വർണ്ണശബളമോ അഭൗമമോ മഹാവേഗമോ അല്ലതന്നെ. സാഹിത്യത്തിന്റെ ഇണമുലയായി ആചാര്യൻ വർണ്ണിച്ച സംഗീതവും വൈലോപ്പിള്ളിക്ക് അനർഗളമായി ചുരത്തിക്കിട്ടുന്നില്ല. തെറ്റാത്ത താളമുണ്ടെങ്കിലും രാഗസൗഭാഗ്യം വൈലോപ്പിള്ളിക്കവിതയിൽ കുറവുതന്നെ. എങ്കിലും, മറ്റെല്ലാ ഇന്ദ്രിയങ്ങളും മയങ്ങുമ്പോഴും ഇമവെട്ടാതെ ഉണർന്നിരിക്കുന്ന ഗന്ധങ്ങളുടെ ഒരു സാമ്രാജ്യം വൈലോപ്പിള്ളിക്കുണ്ട്.

*"അമൃതിൻ മണമെന്റെ*
*ജീവനിൽ തളിച്ചിട്ടു-*
*ണ്ടതിലല്പമെൻ പാട്ടിൽ*
*വാറ്റുവാൻ കഴിഞ്ഞെങ്കിൽ!"*

അമൃതമായ-- ഓർമ്മയായിത്തീർന്നു മരണത്തെ ജയിച്ച -- അനുഭവത്തിന്റെ മണമാണ് വൈലോപ്പിള്ളിക്കവിതയുടെ ജീവൻ. ഈ അർത്ഥത്തിലാണ് വൈലോപ്പിള്ളിയിൽ ഗന്ധം ഉറങ്ങുന്നതേയില്ല എന്നു പറയുന്നത്. ഈ വസ്തുതയെക്കുറിച്ചുള്ള സഹജമായ സൂക്ഷ്മബോധംകൊണ്ടാവാം അദ്ദേഹം 'ഗന്ധങ്ങൾ' എന്ന കവിതയെഴുതിയതും.

*"നൈതലാമ്പലിൻ പൂവും*
*കൊയ്തു തണ്ടുണങ്ങാത്ത*
*കറ്റയും, കൗമാരത്തിൻ*
*കൗതുകം പുലർമഞ്ഞിൽ*
*കത്തിക്കുമിലകളും,*
*പുതുപുസ്തകങ്ങളു-*
*മാദ്യവർഷത്താലുദ്യൽ-*
*പുളകം മണ്ണും കടലപ്പിലാടിയ കാറ്റും*
*വേർപ്പുമുത്തേലും തൊഴി-*
*ലാളർ തൻ മെയ്യും വ്രീളാ-*
*വായ്പിനാലർദ്ധസ്പഷ്ട-*
*മനുരാഗത്തിൻ ചുണ്ടും*
*അമൃതിൻ മണമെന്റെ*
*ജീവനിൽ തളിച്ചിട്ടു-*
*ണ്ടതിലല്പമെൻ പാട്ടിൽ*
*വാറ്റുവാൻ കഴിഞ്ഞെങ്കിൽ!"*

ഇവയിൽ അവസാനത്തേതായ, അനുരാഗത്തിന്റെ ചുണ്ടുകൾക്ക് ലില്ലിപ്പൂവിന്റെ --തന്റെ കവിതയുടെ-- സുഗന്ധം തന്നെയാണുള്ളത് എന്ന് കവി മറ്റൊരിടത്ത് സ്ഥാപിച്ചിട്ടുമുണ്ട്.

*"അനുരാഗിണിയായ കന്യതൻ ശ്വാസംപോലെ-*
*യതിപാവനമായ ഗന്ധവും ചേരും നിങ്ങൾ."*
*(ലില്ലിപ്പൂക്കൾ)*

അനുരാഗിണിയുടെ നിശ്വാസം മാത്രമല്ല, നവോഢയായ പ്രിയതമയുടെ സർവസ്വവും നിറഞ്ഞുനിൽക്കുന്ന ഒരു മഹാസുഗന്ധമാണെന്നും കവി പിന്നീട് കണ്ടെത്തുകയുണ്ടായി.

*"സുന്ദരമാരോമലേ*
*സുഗന്ധോല്ലസിതമീ*
*നിൻ തനുവസന്തത്തിൽ*
*പൂത്ത കാനനംപോലെ*
*ആയതിൽ മദിക്കെ ഞാ-*
*നങ്ങിങ്ങു കണ്ടേൻ നിന്റെ*
*മായികഹൃത്താം പുള്ളി-*
*മാനിന്റെ കളിയാട്ടം."*
*(നിന്റെ ഹൃദയം)*

വസന്തത്തിൽ പൂത്തു നിൽക്കുന്ന ഈ കാനനത്തിൽ കൂടിയാണ് പണ്ട് ഗജരൂപിയായ ഹരനെപ്പോലെ, വൈലോപ്പിള്ളി മദിച്ചു നടന്നത്. ഈ കഥ 'സഹ്യന്റെ മക'നിൽ വിവരിച്ചിട്ടുണ്ട്.

*'നീളവേ നടന്നാനാ*
*നിസ്പൃഹൻ വസന്തത്തിൻ*
*കാലടി മണം കോലും*
*കാട്ടുപാതയിലൂടെ'*

കണ്ടതെല്ലാം തല്ലിത്തകർത്തുകൊണ്ടും കണ്ടവരെയെല്ലാം ചവിട്ടിയരച്ചുകൊണ്ടും കാമോന്മത്തനായി നടക്കുന്ന ഈ സാഡിസ്റ്റ് കാമുകനു കൊല സ്നേഹംതന്നെയാണ്.

*"നിർഗ്ഗതലമെന്നാ-*
*ലുഗ്രവീര്യം തന്നുടൽ*
*നിഗ്രഹോൽസുകം സ്നേഹ-*
*വ്യഗ്രമെങ്കിലും ചിത്തം."*

ഗന്ധം വൈലോപ്പിള്ളിക്കവിതയിൽ, വിചിത്രമായ രതിതന്നെയാണെന്നു സ്ഥാപിക്കാൻ മറ്റു തെളിവുകൾ ആവശ്യമില്ല. ഈ രതി, മറ്റൊരർത്ഥത്തിൽ, തന്റെ ജീവിതരതിതന്നെയായ കവിതയാണ് എന്നും

കാണുവാൻ കഴിയും. വർക്കത്തുകെട്ട താറാവു രാജഹംസമായി (വർക്കത്തുകെട്ട മനുഷ്യൻ മഹാകവിയായി) മാറുന്ന പ്രശസ്ത കവിതയിൽ, നിഷ്കാസിതനായ കലാകാരൻ അനുഗൃഹീതനായി, അംഗീകൃതനായി ത്തീരുന്ന കഥ അനുപമ ഭംഗികളോടെ ആവിഷ്കരിക്കപ്പെട്ടിട്ടുണ്ട്.

*"ഭാവനയേക്കാൾ ഭംഗിയെഴും വന-*
*ദേവതപോലതിലൊരു കളഹംസി*
*സ്വർഗ്ഗസുഗന്ധിച്ചുണ്ടുകളാൽ തൻ*
*കൊക്കിലുരുമ്മിച്ചുംബിക്കേ*
*പുളകം പൂണ്ടവനൊന്നു തരിച്ചു*
*പുലരിത്താമര മലർപോലെ."*
*(വർക്കത്തുകെട്ട താറാവ്)*

കവിത ഒരു സുഗന്ധമായി, ചുംബനമായി, ദീപ്തരതിയായി തന്നിൽ കിനിഞ്ഞിറങ്ങിയിരിക്കുന്നു. സ്മൃതിയും ഭാവനയുമായി കവിയുടെ മാനസികാന്തരീക്ഷത്തിൽ തിങ്ങിനിൽക്കുന്ന ഈ സുഗന്ധം, വാസ്തവത്തിൽ, ജീവിതത്തിൽനിന്നു സംഭരിച്ച അനുഭൂതികളുടെ സുഗന്ധംതന്നെയാണ്. ലോകത്തെ ഉൾക്കൊള്ളുവാൻ വൈലോപ്പിള്ളിക്കുള്ള സഹജ മൗലിക മാർഗ്ഗം ഗന്ധങ്ങളുടെതാണ് എന്നത്രേ ഇതിനർത്ഥം. സഞ്ചിതാനുഭൂതികളുടെ ആവിഷ്കരണത്തിലുള്ള അസാമാന്യമായ ഈ തീക്ഷ്ണയെയാണ് ഗന്ധബിംബങ്ങളുടെ കരുത്തെന്നതുകൊണ്ടുദ്ദേശിക്കുന്നത്.

*"നാട്ടുമാവുകൾ തോറുമേ തെക്കൻ*
*കാറ്റുവാസനത്തീയെരിയിക്കേ."*

കാമദേവന്റെ അഞ്ചു സൗഗന്ധികബാണങ്ങളിൽ ഒന്നായ മാമ്പൂവിനെക്കുറിച്ച് മറ്റാരും ഇത്രയും തീവ്രാനുഭൂതിയോടെ പാടിയിട്ടുണ്ടെന്ന് തോന്നുന്നില്ല. വാസന തീയാണെന്ന്, കാറ്റിൽ പെരുത്തു പരക്കുന്ന കാമം അഥവാ രേതസ്സതന്നെയാണെന്നു നമ്മുടെ പനിനീർപ്പൂക്കവികൾക്ക് പാടാൻ കഴിയുകയില്ല. ഗന്ധബിംബങ്ങൾക്കുള്ള ഈ അപൂർവ്വവൈകാരികഭാരം വൈലോപ്പിള്ളിയിൽ ഓരാകസ്മികത്വമില്ല, സാർവത്രികമായ മൗലികത്വംതന്നെയാകുന്നു.

## മനഃശാസ്ത്രത്തിന്റെ കാഴ്ചപ്പാടിൽ

ഗന്ധങ്ങളിൽ അസാധാരണമായി അഭിരമിക്കുകയും സ്ഥലകാലങ്ങളിലേയ്ക്കുയർത്തിപ്പിടിച്ച ഭാവനകൊണ്ട് ജീവിതത്തിൽ പരതി നടക്കുകയും ചെയ്യുന്ന ഈ സഹ്യപുത്രനെ ഞാൻ എന്നും കൗതുകത്തോടെ നോക്കിനിന്നിട്ടുണ്ട്. അവന്റെ നീണ്ട മൂക്ക് കറിയ കണ്ണുപോലെ മറ്റൊരു കൗതുകവസ്തുവാണെന്നേ തോന്നുമായിരുന്നുള്ളൂ. അവന്റെ ഗന്ധതാത്പര്യത്തെ കവിതയുടെ നറുമണം എന്നു പേരിട്ടു

തൃപ്തിപ്പെടുകയും ചെയ്യാമായിരുന്നു. പക്ഷേ, വാസിതമായ ഈ കൊടി യടയാളത്തിനു പിന്നിൽ മനുഷ്യസ്വഭാവത്തിന്റെ സവിശേഷമായ ഒരു വ്യൂഹം രൂപീകൃതവും സന്നദ്ധവുമായി നിൽക്കുന്നുണ്ട് എന്ന് മാനസികാ പഗ്രഥനത്തിന്റെ വെളിച്ചത്തിൽ കാണുവാൻ കഴിയും. ഗന്ധത്തിന്റെ കൂറ പാറുന്ന ഈ വ്യൂഹം വാസ്തവത്തിൽ ആനൽ ഇറോട്ടിക് സ്വഭാവശൈ ലിയുടെ പാറ്റേൺതന്നെയാകുന്നു. ഉദാത്തതയെ ഉപഹാസ്യമാക്കലാ ണിത് എന്നു തോന്നുന്നവരുണ്ടാകാം. ഈ തോന്നലിനു മറുമരുന്നില്ല. പുതിയ വിജ്ഞാനം ഏതു കലാരൂപത്തിന്റെയും അർത്ഥത്തെ സൂക്ഷ്മവും ഗംഭീരവും ആക്കുകയേ ഉള്ളൂ. പുതിയ കാഴ്ചപ്പാടും പുതിയ ഭാവബന്ധങ്ങ ളും അതു കൃതികൾക്ക് നൽകും. ഏതു നിരൂപണത്തിന്റെയും പാര്യന്തി കലക്ഷ്യം ഇതിൽ കവിഞ്ഞ ഒന്നായിരിക്കും എന്നു കരുതുവാൻ വയ്യ. മനുഷ്യപ്രകൃതിയെക്കുറിച്ച് ഈ യുഗത്തിലുണ്ടായിട്ടുള്ള ഏറ്റവും മികച്ച ഉൾക്കാഴ്ചയായ മാനസികാപഗ്രഥനത്തെ സാഹിത്യവിമർശനത്തിൽ നിന്നൊഴിച്ചുനിർത്തുന്നതിന് ഒരു ന്യായവും ഞാൻ കാണുന്നില്ല.

സ്വഭാവശാസ്ത്രത്തെക്കുറിച്ചുള്ള ഫ്രോയ്ഡിന്റെ പഠനങ്ങൾ കുറച്ചേ ഉള്ളുവെങ്കിലും വളരെ ശ്രദ്ധാപൂർവ്വം രചിക്കപ്പെട്ടിട്ടുള്ളവയാണ്. തനിക്ക് ഇടയ്ക്കിടക്ക് ലഭിച്ചുകൊണ്ടിരിക്കുന്ന ഉൾക്കാഴ്ചകളുടെ താക്കോലുകൾ മാത്രമേ അദ്ദേഹം തന്നുപോയിട്ടുള്ളൂ. മനുഷ്യശരീരത്തിന്റെ മൂന്നു കവാ ടങ്ങളായ ജനനവിസർജ്ജനേന്ദ്രിയങ്ങൾക്കും വായയ്ക്കും ഗാഢമായ ലൈംഗികപ്രാധാന്യമുണ്ടെന്ന് 1905-ൽതന്നെ വിശദീകരിച്ചിരുന്നു. അമ്മയിൽനിന്നും ആദ്യമായി വേർപ്പെട്ടതിനുശേഷം ശിശുവിനെ വീണ്ടും അമ്മയോടും ലോകത്തോടും ബന്ധിപ്പിക്കുന്നതും ആഹാരനിരാ ഹാരങ്ങളിൽക്കൂടി സുഖദുഃഖങ്ങളനുഭവിപ്പിക്കുന്നതും ആയ അവന്റെ അവയവമാകുന്നു വായ; പ്രപഞ്ചത്തെ ഉൾക്കൊള്ളുവാൻ അവനുള്ള ആദ്യോപകരണം. മുലക്കണ്ണ് ചപ്പുന്ന ശിശുവിന്റെ ആദ്യാനുഭൂതികൾ അവന്റെ ഭാവിസ്വഭാവത്തിന്റെ പല പാറ്റേണുകളും നിർമ്മിക്കുന്നു. 1910-കാലത്ത് പ്രസിദ്ധം ചെയ്തതും പിന്നീട് കലാനിരൂപണത്തിലെ ക്ലാസ്സിക്കായിത്തീർന്നതുമായ ‘ലിയനാർഡോ’ പഠനത്തിൽ ഓറൽ അനുഭൂതികൾ ആ കലാകാരനെ എങ്ങനെ രൂപപ്പെടുത്തി എന്ന് ഫ്രോയ്ഡ് തെളിയിച്ചിട്ടുണ്ട്. ഇതൊരു ഭോഷ്കാണെന്നും വായ്ക്കെന്തു ലൈംഗികത്വമാണുള്ളത് എന്നും വാദിച്ച ഒരു സർവ്വകലാശാലാ പ്രഫസറോട് “നിങ്ങൾ ഭാര്യയെ ചുംബിച്ചിട്ടുണ്ടോ?” എന്നു ചോദിച്ചു പോകാതിരിക്കുവാൻ നന്നേ പണിപ്പെടേണ്ടിവന്നു.

ശിശുവന്റെ രണ്ടാമത്തെ ലൈംഗികഘട്ടം വിസർജ്ജന പ്രക്രിയ സാധിക്കുന്നതിലും അധിഷ്ഠിതമായിരിക്കുന്നു. അന്നു

യൂറോപ്പിലെന്നപോലെ ഇവിടെ ഇന്നും ഈ ആശയം അരോചകവും ക്ഷോഭകരവുമാണ്. വിരേചനത്തെ സഹായിക്കുന്ന ഗ്രന്ഥികൾക്കും മറ്റും ജനനേന്ദ്രിയത്തോടുള്ള അടുപ്പം ഈ ക്രിയക്ക് വലിയ വൈകാരിക (സുഖദുഃഖ) മൂല്യം നൽകുന്നു. ഒരു സാധാരണ ശിശു വളർന്നുവരുമ്പോൾ വദനതലത്തെയെന്നപോലെ ഈ ലൈംഗിക തലത്തേയും അവൻ സാധാരണമായിത്തന്നെ തരണം ചെയ്തുകൊള്ളും. കർശനമായ നിയന്ത്രണംകൊണ്ടും അതിനൈർമ്മല്യക്കാരുടെ പരിചരണംകൊണ്ടും അവന്റെ ഭാവനകൾ ഈ തലത്തിൽ കുടുങ്ങിപ്പോയി എന്നുവരാം. വേഗങ്ങൾ നിരോധിച്ചു നിൽക്കുക എന്നത് അവന് അപൂർവ്വമായ ഒരാഭ്യന്തരസുഖം നൽകുന്നതോടൊപ്പം തന്റെ ഇച്ഛാശക്തിയും അഭിമാനബോധവും പ്രകടിപ്പിക്കുവാനുള്ള അവസരവും ഉണ്ടാക്കുന്നു. ഇച്ഛാധീനമായിത്തീരുന്ന വേഗം, അതിനുവേണ്ടി ചെലവഴിക്കപ്പെടുന്ന ഇച്ഛാശക്തിയുടെ ഭാരത്താൽ കൂടുതൽ വിലയുറ്റതായിത്തീരും. ഇതെത്ര വലിയ ഒരായുധവും സമ്മാനവും ആണ് എന്ന് അവനും ബുദ്ധിയുള്ള അച്ഛനമ്മമാർക്കും അധ്യാപകർക്കും അറിയാം.

അങ്ങിനെ ലൈംഗികമായ വളർച്ചയുടെ രണ്ടാം ഘട്ടത്തിൽ വേഗം നിരോധിക്കലും പിന്നീടതു സാധിക്കലും ശിശുവിന്റെ അഗാധമായ ആനന്ദമായിത്തീരും-- ഇത് അവന്റെ സ്വഭാവത്തെ സവിശേഷമായി, ശക്തമായി രൂപപ്പെടുത്തും എന്ന് ഫ്രോയ്ഡ് ശ്രദ്ധാപൂർവ്വം കണ്ടെത്തി. ഫ്രോയ്ഡിയൻ സ്വഭാവശാസ്ത്രത്തിന്റെ തുടക്കം എന്നു പറയാവുന്ന ഒരു ലഘുപ്രബന്ധം 1908-ലെഴുതപ്പെട്ടത് ഇങ്ങനെയാണ്.[1] ശരീരത്തിന്റെ ആഭ്യന്തരപ്രവർത്തനങ്ങളിൽ രമിക്കുന്ന ആനൽ[2] സ്വഭാവധാരകളുടെ ലഘു വിവരണം ഈ പ്രബന്ധത്തിലുണ്ട്. അമിതമായ ചിട്ട, പിശുക്ക്, കടുംപിടുത്തം (Orderliness, Parsimony, Obstinacy) എന്നിവയാണ് ഫ്രോയ്ഡ് ചൂണ്ടിക്കാണിക്കുന്ന പ്രത്യേകതകൾ. ഫ്രോയ്ഡിനെ പിന്തുടർന്ന് ജോൺസ്, സാഡ്ഗർ, അബ്രഹാം എന്നീ അനലിസ്റ്റുകൾ ആനൽ സ്വഭാവത്തെക്കുറിച്ച് വിപുല പഠനങ്ങൾ പ്രസിദ്ധം ചെയ്തിട്ടുണ്ട്. അവരുടെ വെളിച്ചമാണ് ഈ പ്രബന്ധത്തിൽ ഞാനുപയോഗിച്ചിട്ടുള്ളത്.

## കോപ്രോഫീലിയ

തന്റെ ശരീരത്തിൽനിന്നു പുറത്തുവരുന്ന വിസർജ്ജനത്തിന്റെ ആർദ്രവും മന്ദോഷ്ണവുമായ സ്പർശം, ശിശുവിന് സുഖദമായ ഒരു അനുഭവമാണ്. സംസ്കൃതചിത്തനായ മുതിർന്ന മനുഷ്യന് ഇതോർക്കാൻപോലും

1 Character and Anal eroticism

2 മലദ്വാരമെന്നർത്ഥം വരുന്ന anus എന്ന പദത്തിൽനിന്ന്. ആസ് (ലാറ്റിൻ-സംസ്കൃതം) - ഇരിക്കുക

വിഷമമായിരിക്കും. ഈ സ്പർശന സുഖം അതിനോടനുബന്ധിച്ച ഗന്ധ മോക്ഷത്തെയും സുഖകരമായ അനുഭവമാക്കിത്തീർക്കുന്നു. ആനൽ സ്വഭാവത്തിൽ ഗന്ധം ഒരു മുഖ്യതാല്പര്യമായിത്തീരുന്നതിങ്ങനെയാണ്. സംസ്കരിക്കപ്പെടുന്ന പുരീഷ താല്പര്യം (Coprophilia) ചായക്കൂട്ടുകളിലും പ്രതിമാ നിർമ്മാണത്തിലും ഉള്ള വൈദഗ്ദ്ധ്യമാകുന്നതുപോലെ ഗന്ധതാല്പര്യം സുഗന്ധവ്യവസായമായി വളരുന്നു.

കവികളിൽ ഇത് ഗന്ധബിംബങ്ങളുടെ വാങ്മയ വ്യവസായമാണ്. അകിൽ, ചന്ദനങ്ങളുടേതല്ല എന്നേ വ്യത്യാസമുള്ളൂ. നിറങ്ങളിൽ നിങ്ങൾ മഞ്ഞ മാത്രം ഇഷ്ടപ്പെടുകയോ ഒരു പ്രതികരണമെന്ന നിലയ്ക്ക് മഞ്ഞയെ കഠിനമായി വെറുക്കുകയോ ചെയ്തേക്കാം. നമ്മുടെ നാഗരികത, ലോഹങ്ങളിൽ, സ്വർണ്ണത്തെ 'അകാരണമായി' വിലമിതിക്കുന്നതിന് ഇത് കാരണമാകുന്നു. സ്വർണ്ണത്തിന് സുഗന്ധമില്ലല്ലോ എന്നതു മാത്രമാണ് നമ്മുടെ ദുഃഖം. 'മാമ്പഴ'ത്തിൽക്കൂടി സ്വർണ്ണസുഗന്ധങ്ങൾ സമന്വയിച്ച് ഈ ദുഃഖം പരിഹരിക്കുവാൻ വൈലോപ്പിള്ളി ശ്രമിച്ചിട്ടുണ്ട്.

*"തുംഗമാം മീനച്ചൂടാൽ-*
*തൈമാവിൻ മരതക-*
*ക്കിങ്ങിണി സൗഗന്ധിക-*
*സ്വർണ്ണമായ്ത്തീരും മുമ്പേ*
*മാങ്കനി വീഴാൻ കാത്തു*
*നിൽക്കാതെ മാതാവിന്റെ*
*പൂങ്കുയിൽ കൂടുംവിട്ട്*
*പരലോകത്തെപ്പൂകി."*

ഈ പ്രബന്ധം വൈലോപ്പിള്ളിക്കവിതയിലെ ആനൽ സ്വഭാവഘടകങ്ങളെക്കുറിച്ചുള്ള ഒരന്വേഷണമാണ്. വൈലോപ്പിള്ളിയുടെ സൗഗന്ധികസ്വർണ്ണം നമ്മുടെ ആബോധമനസ്സിലുറങ്ങുന്ന ആനൽചിത്തവൃത്തികളെ ഉണർത്തി താലോലിക്കുന്നു. പ്രാചീന ബാബിലോണിയൻ കഥകളിൽ പാതാളത്തിന്റെ പുരീഷമായി സ്വർണ്ണം വർണ്ണിക്കപ്പെട്ടിരുന്നത് ഫ്രോയ്ഡും ചൂണ്ടിക്കാണിച്ചിട്ടുണ്ട്.[3] നമ്മുടെ വൈതരണിയുടെ ഉള്ളടക്കവും മലിനവസ്തുക്കൾതന്നെ. ത്രിജടയുടെ ദുഃസ്വപ്നത്തിൽ രാവണൻ നഗ്നനായി, എണ്ണതേച്ച്, രാമച്ചമാല ചൂടി ഗോമയമഹാഹ്രദത്തിൽ കിടക്കുന്നതായാണ് ദർശനമുണ്ടായിട്ടുള്ളത്.[4] വിശദമായ ഒരു കോപ്രോഫിലിക് ഭാവനതന്നെ ഇത്. ഗോമയം നമ്മുടെ ശുദ്ധീകരണവസ്തുക്കളിൽ സർവ്വോത്തരമാണ് എന്നും കൂടിയോർക്കുമ്പോൾ

---

3 Character and Anal eroticism

4 സുന്ദരകാണ്ഡം -- ഭാരതം--അനുശാസനം ഗോശ്രീസംവാദവും നോക്കുക.

ഇതിന്റെ നേരെ പ്രാക്തനഭാവനയ്ക്കുള്ള ഉഭയഭാവം (Ambivalence) സ്പഷ്ടമാകുന്നതാണ്.

*"ലോലമായ് മുഖ്വിതളുള്ള നീല-*
*ക്കാലടിയെങ്ങു പതിഞ്ഞിട്ടന്നോ*
*ആനിലമൊക്കെയും ശുദ്ധിലേല്പ്പൂ*
*ചാണകവെള്ളം തളിച്ചപോലെ"*

(കാക്ക)

എന്ന് നമ്മുടെ കവിയും കാക്കയെ പ്രശംസിച്ചിട്ടുണ്ട്. ക്ഷുദ്രതയുടെ ഈ ഉദാത്തീകരണം വാസ്തവത്തിൽ ഐതിഹാസികമായി അംഗീകരിക്കപ്പെട്ടിരുന്നു എന്ന് ഭാരതത്തിലെ 'സ്വർണ്ണഷ്ഠീവി'യുടെ കഥയിൽനിന്നറിയാം. സൃഞ്ജയരാജാവിന് പർവ്വതൻ സമ്മാനിച്ച, അല്പായുസ്സായ ബാലനായിരുന്നു സ്വർണ്ണഷ്ഠീവി. അവൻ തുപ്പുന്നത് (വിസർജ്ജിക്കുന്നത്) സ്വർണ്ണമായിരുന്നുവെന്നും വ്യാസൻ എടുത്തു പറയുന്നു.[5] സ്വർണ്ണം വിസർജ്ജിക്കുന്ന ആടിനെക്കുറിച്ചും മറ്റു മൃഗപക്ഷികളെക്കുറിച്ചും നമ്മുടെ നാടോടിസാഹിത്യത്തിൽ അനേകം കഥകളുണ്ട്. ഈ ഇതിവൃത്തത്തിന്റെ പാഠാന്തരം മാത്രമായിരിക്കണം പൊൻമുട്ടയിടുന്ന താറാവിന്റെ കഥയും. നമ്മുടെ ശ്രുതിസ്മൃത്യാദികൾ വിസ്തരിക്കുന്ന ഹിരണ്യഗർഭൻ പരമാത്മാവിനാൽ നിക്ഷിപ്തമായ സുവർണ്ണാണ്ഡത്തിൽനിന്ന് ജനിക്കുന്നു.[6] ഹിരണ്യം രേതസ്സിന്റെ ഒരു പര്യായംകൂടിയാണെന്നോർക്കുമ്പോൾ, മനുഷ്യന്റെ ആദിമഭാവനകൾ ഈ അനുഭൂതികളെ എങ്ങിനെ കൂട്ടിക്കലർത്തുന്നു എന്ന് സപ്ഷ്ടമാകുന്നതാണ്. ദക്ഷിണേന്ത്യയിലെ ചില ആദിമവാസികൾ വിസർജ്ജനത്തിൽനിന്ന് ശിശുക്കളുണ്ടാകുന്നു എന്ന് വിശ്വസിക്കുന്നതായി സ്പ്രാറ്റ് ചൂണ്ടിക്കാണിച്ചിട്ടുണ്ട്.[7] ലോകസമ്പദ്വ്യവസ്ഥയെ താങ്ങിനിർത്തുന്ന സ്വർണ്ണപ്രമാണം (Gold Standard) ഈ ശൈശവഭാവനകളിൽനിന്ന് ശക്തിയാർജ്ജിച്ചു. റഷ്യയിലെ മറപ്പുരകളിൽ സ്വർണ്ണപ്പലകകൾ വിരിച്ച് ഗോൾഡ് സ്റ്റാൻഡേർഡിന്റെ മർദ്ദം തകർക്കുമെന്ന് സ. ക്രൂഷ്ചേവ് ഒരിക്കൽ പ്രഖ്യാപിക്കുകയുണ്ടായി. "മനുഷ്യന് പരിചയമുള്ളതിൽവെച്ചേറ്റവും അമൂല്യവും മൂല്യരഹിതവുമായ വസ്തുക്കൾ തമ്മിലുള്ള വൈരുധ്യം സ്വർണ്ണത്തിന്റെയും വിസർജ്ജനത്തിന്റെയും സമീകരണത്തിന് കാരണമായി എന്നു വരാവുന്നതാണ്."[8]

---

5 അവൻ വാച്ചു യഥാകാലം പൊയ്കയിൽ പത്മമാതിരി
കാഞ്ചനഷ്ഠീവിയായ്ത്തീർന്നു പേരവന്നു യഥാർത്ഥമാം - (ഭാരതം ശാന്തിപർവം 31)

6 ആപ ഏവ സസർജ്ജാദൗ താസു ബീജമവാസൃജൽ
തദണ്ഡമഭവദ്ഹൈമം സഹസ്രാംശുസമപ്രഭം
തസ്മിൻ ജജ്ഞേസ്വയം ബ്രഹ്മാ സർവ്വലോക പിതാമഹഃ --(മനു1 8,9)

7 Spratt-Hindu culture and Personality

8 Freud-Character and anal-eroticism

## പുക, വെളിച്ചം, സ്ഫോടനം

'പെണ്ണും പുലിയും' എന്ന പ്രശസ്തമായ വൈലോപ്പിള്ളിക്കവിതയ്ക്കാധാരമായ നാടോടിക്കഥയുടെ തമിഴ്പാഠത്തിൽ, അമ്മാളുവിനെത്തേടിയെത്തുന്ന മൂന്നു സഹോദരന്മാർ പുലിയെക്കണ്ട് പേടിച്ച് വിമോചിക്കുന്ന മൂത്രാദികളുടെ പെരുപ്പമാണ് ആ ഹിംസ്രമൃഗത്തെ അമ്പരപ്പിക്കുന്നത്. --രാക്ഷസരെന്നു കരുതി പുലി അമ്മാളുവിനെ അവർക്ക് വിട്ടുകൊടുക്കുന്നു. ക്ഷുദ്രത അമൂല്യതയാകാം എന്നതുപോലെ ദൗർബല്യം ബലവുമാകാം എന്ന് ഈ പാഠാന്തരത്തിൽനിന്ന് മനസ്സിലാക്കാം-- അത് കുഞ്ഞിന്റെ വലിയ കരുത്തും വലിയ ആയുധവും ആകുന്നു.

ആനൽ ഉദാത്തീകരണ (Anal sublimation)ത്തിന്റെ സവിശേഷത, ഗന്ധത്തിലെന്നപോലെ, പുക, വെളിച്ചം, സ്ഫോടം എന്നിവയിലുള്ള അതിതാല്പര്യവുമാകുന്നു.[9] ഭാരതീയരുടെ സ്ഫോടതാല്പര്യവും വ്യാകരണകാർക്കശ്യവും മന്ത്രവിശ്വാസവും ഇതിന്റെ ഫലമാണ് എന്ന് ബർക്കലി ഹിൽ പ്രസ്താവിച്ചിട്ടുണ്ട്.[10] വൈലോപ്പിള്ളിക്കവിതയിലെ ശബ്ദസ്ഫോടങ്ങളെക്കുറിച്ച് ഈ ലേഖനത്തിൽ പിന്നീട് പറയുന്നതാണ്. അതിനുമുമ്പ്, കാരകിൽപ്പുകകൊണ്ട് കാമിനിമാരുടെ മുടിയുണക്കിയിരുന്ന കാളിദാസപ്രഭൃതികളിൽനിന്നു വ്യത്യസ്തമായി നമ്മുടെ കവിക്ക് വെറും പുകയോടുള്ള പക്ഷപാതം സ്പഷ്ടമാക്കേണ്ടതുണ്ട്. 'കാക്ക'യെഴുതിയ പഴയകാലത്തുതന്നെ അദ്ദേഹം സചേതനമായി, സുന്ദരമായി അതിനെ അഭിദർശിച്ചിട്ടുണ്ട്.

> *"മേലേ മധുരക്കിഴങ്ങുവള്ളി-*
> *പോലെ പുകപടർന്നേറിടുമ്പോൾ"*
> *"കേൾക്കാം പുളിമരക്കൊമ്പിൽനിന്നും*
> *കാക്ക കരഞ്ഞിടും താരനാദം."*

പാർവ്വതിയേയോ, ഉർവ്വശിയേയോ ലതയായിക്കണ്ട ഉദാസീനഭാവനയുടെ പ്രവർത്തനമല്ല, മൗലികമായ ഒരു ദർശനംതന്നെയാണ് വൈലോപ്പിള്ളിയുടെ ഈ വരികളിൽ കണ്ടെത്തേണ്ടത് എന്നെനിക്കു തോന്നുന്നു. സുപ്തലോകം ഉണരുന്നതിന്റെ ചിഹ്നവും ജീവിതത്തിന്റെ കൊടിക്കൂറയും ആകുന്നു ഈ പുക. കച്ചിൽപ്പുകമണം തന്റെ കവിതയുടെ ഘടകവസ്തുക്കളിലൊന്നാണെന്ന് കവിതന്നെ മറ്റൊരിടത്ത് പറഞ്ഞിട്ടുണ്ട്. ഈ ഘടകം പടർന്നുകയറുന്ന ചിന്തതന്നെ ആയിക്കൂടെന്നില്ല എന്ന് 'കുടിയൊഴിക്കലി'ലെ ഒരലങ്കാരത്തിൽനിന്നറിയാം.

---

9 Jones-Anal erotic character traits

10 The Anal erotic facter -സ്റ്റാറ്റ് ഉദ്ധരിക്കുന്നത്

*"വേലചെയ്യിച്ച തത്ര ഞാൻ ചിന്താ-*
*ലോലധൂമിക നിർമ്മിച്ച നിൽക്കേ"*

പദാർത്ഥത്തിന്റെ ലോലരൂപമായ പുകയെ ജീവിതത്തിന്റെ സൂക്ഷ്മ ഭാവമായി കണ്ടെത്തുന്ന ഈ വിരുത് 'വിമർശന'ത്തിലും കാണാവുന്നതാണ്.

*"ഏതൊരു വിമർശനത്തിങ്കലും വാടാതെ ഞാ-*
*നെന്റെ നാട്ടിലെത്തെങ്ങിൻ സദൃശം വളരാവൂ*
*ചുറ്റമേ പറമ്പിലെ ചവറും ചപ്പും കട-*
*യ്ക്കിട്ടു കത്തിക്കും നേരം കാളിടുമച്ചെന്തീയിൽ*
*കരിഞ്ഞീടട്ടേ പഴമ്പുറ്റവേരുകൾ, പുക-*
*ച്ചുരുളിൻ പൊരി പൊങ്ങിക്കുരലിൽ കുത്താടട്ടെ."*

അധികം പുകയും അല്പം പൊരിയും ഉള്ള വിമർശനത്തിന്റെ പാളിച്ചകൾ തന്റെ കവിതയെ ഉലർത്തുകയും വളർത്തുകയും ചെയ്യുമെന്ന് വൈലോപ്പിള്ളി കരുതുന്നു. അങ്ങുമിങ്ങുമുള്ള പദസമൂഹങ്ങളെടുത്ത് പർവ്വതീകരിച്ച് കാണിക്കലാണിത് എന്ന്, വെറുതെ പോകുന്ന സാമ്യോക്തികളെ പിടിച്ചു വേഷംകെട്ടിച്ച വിടലാണിത് എന്നു കരുതുന്നവരുണ്ടെങ്കിൽ, അവർ, കുരുവികളിലെ 'പുക' എന്ന കവിത വായിച്ചുനോക്കേണ്ടതാണ്. 'ഗന്ധങ്ങ'ളുടെ ഒരിണക്കവിതയായി ഇതിനെ കണക്കാക്കാം.

*"പലനാളതിൻമുമ്പു*
*പാർത്തതാണെന്നാലിന്നു*
*പുലർകാലത്തേ കണ്ടു*
*പൂർണ്ണമായാസ്സൗന്ദര്യം!"*

എന്നിങ്ങനെ ഉദാത്തോജ്ജ്വലശൈലിയിൽ അവതരിപ്പിക്കുന്നത് ഖയ്യാമിന്റെ പനിനീർപ്പൂവിനേയോ കാളിദാസന്റെ കാമിനീമുഖത്തേയോ അല്ല, 'പുക'തൻ സൗന്ദര്യത്തേയാകുന്നു.

*"പുകതൻ സൗന്ദര്യ, മെൻ*
*പുരതന്നോടിൽക്കൂടി*
*പുകഴോടതു നൂണു*
*വിരിഞ്ഞു പൊങ്ങുന്നേരം*
*തേറിനേൻ മനുഷ്യന്റെ*
*വീടുകൾക്കൊരു കൊടി-*
*ക്കൂറയിന്നിതുപോലെ*
*വേറെയൊന്നുണ്ടോ മന്നിൽ?"*

നീറിപ്പുകയുന്ന മർത്ത്യജീവിതകഥ നീലമഷിയിൽ പകർത്തുന്ന ഈ പുകയുടെ കാവ്യം ക്ഷണികനശ്വരമാണെന്നും കവി അറിയായ്കയല്ല.

ബോധകണങ്ങളാൽ മനസ്സ് എന്നതുപോലെ, നിരന്തരമായ ഈ ക്ഷണികതിയിൽനിന്ന് നിത്യനൂതനമായ സനാതന മാനവത രൂപം കൊള്ളുന്നു.

*"....വിശ്രുതപുരാണങ്ങൾ*
*ആകെ വിസ്മൃതമാകാം*
*അപ്പൊഴും നവധൂമ*
*രേഖയാൽ കഥ നെയ്തു*
*ജീവിതം ജ്വലിക്കുന്നു."*
*(ഹോമധൂമം)*

മധുചന്ദ്രികയിൽ മഴവിൽക്കൊടിയുടെ മുനമുക്കി ദിവസൗന്ദര്യത്തെ ആലേഖനം ചെയ്തുകൊണ്ടിരുന്ന ഇടപ്പള്ളിക്കവിയുടെ അയൽക്കാരനായി ഇങ്ങിനെയൊരു ധൂമകേതുവുണ്ടായി എന്നതു സാഹിത്യചരിത്രത്തിലെ തമാശതന്നെ. ശ്വാസനിശ്വാസങ്ങളുടെ തുടരുമാത്രിമായി ചുരുങ്ങിത്തീർന്ന ക്ഷുദ്രകേരളജീവിതത്തെ, വളരെമുമ്പുതന്നെ, ഒരു മുറിവീടിപ്പുകയെന്നു വൈലോപ്പിള്ളി ഉപഹസിച്ചിട്ടുണ്ട്.

*"പുറത്തുതള്ളട്ടെയൊരുമുറിവീടി-*
*പ്പുകയായീനാട്ടിൽ ശ്വസിച്ചതു ഞങ്ങൾ."*
*(ആസ്സാം പണിക്കാർ)*

ഇതു വെറുമൊരു പുകയല്ലെന്നും അഗാധവും അനുസ്യൂതവും ആയ ഒരു ഭാവഗ്രന്ഥിതന്നെയാണെന്നും 'ഗണപതിഹോമം' എന്ന പുതിയ ലഘുകവിതയിൽനിന്നറിയാം.

*"മക്കളേ നുകർന്നാലും നിങ്ങളീപ്പുകമണം*
*ഭാരതസംസ്കാരത്തിൻ ദിവ്യമാം പരിമളം."*

എന്ന ആശീർവ്വാദത്തോടെ അവസാനിക്കുന്ന ഈ കവിത ഹോമധൂമാദികൾക്ക് പ്രാമാണ്യം കല്പിക്കുന്നതും സ്പഷ്ടമായ ആനൽസ്വഭാവത്തോടുകൂടിയതുമായ ഭാരതീയ സംസ്കാരത്തെ വൈലോപ്പിള്ളിക്കവിതയിലെ സവിശേഷചിത്തവൃത്തികളുമായി സംയോജിപ്പിച്ചിരിക്കുന്നു.

ഏറ്റവും ക്ഷുദ്രമായതുതന്നെയാണ് ഏറ്റവും ഉദാത്തമായതുമെന്ന ഫ്രോയ്ഡിയൻ തിരുമൊഴിക്ക് ഇതും മറ്റൊരു മികച്ച ഉദാഹരണംതന്നെ. പുകമണം തന്നെയാകുന്നു ദിവ്യസംസ്കാരപരിമളം!

ധൂമഗന്ധങ്ങളെന്നപോലെ സ്ഫോടശബ്ദങ്ങളും ആനൽരതിയുടെ ശുദ്ധീകൃതതാല്പര്യങ്ങളാണ് എന്നു മുമ്പ് പറയുകയുണ്ടായി. (ജോൺസ്). ഉണ്ട്, വെടിപറഞ്ഞിരിക്കുന്നതിനേക്കാൾ വലിയ ജന്മസാഫല്യം നമുക്ക് മറ്റെന്തുണ്ട്? പൊട്ടിത്തെറിക്കുന്ന ഫലിതത്തിലും പദങ്ങളെ

പൊട്ടിച്ചിതറിക്കുന്നതിലും വൈലോപ്പിള്ളിക്കുള്ള അഭിനിവേശം അസാമാന്യമാണ്. ഫലിതം കേരളത്തിന്റെ മഹനീയമായ നേട്ടമാണെന്നും അതൊന്നുണ്ടെങ്കിൽ ഏതു ദുരിതവും സഹ്യമാണെന്നും താൻ പാടിയിട്ടുണ്ട്. അന്തസ്സമ്മർദ്ദത്തെ ഒരു സ്ഫോടനം, ഒരു ഫലിതം സുഖമായി വിമോചിപ്പിക്കുന്നു.

*"ഏതു കണ്ണീരിൻ മീതേ-*
*യേതിരുൾക്കുത്തിൻ മീതേ*
*നീ ദീപ്തമാക്കുന്നീലാ*
*നിസർഗ്ഗഫലിതം തേ*
*വരട്ടേ ദുരിതങ്ങൾ*
*കേരളത്തിനു മേലും*
*ചിരിക്കാൻ മറക്കാതെ-*
*യിരിക്കാൻ കഴിഞ്ഞെങ്കിൽ."*
*(കേരളത്തിന്റെ ചിരി)*

കടുത്ത സഹനശക്തി അഥവാ കടുംപിടുത്തവും അതിനു കുറിയിടുന്ന നർമ്മസിദ്ധിയും ആനൽസ്വഭാവഘടകങ്ങൾ തന്നെ. നേരമ്പോക്കിനെ ദുഃഖത്തിൽ കൊളുത്തിവെച്ച തിരിയായും പൂത്തിരിയെ അല്ലിന്റെ ചിരിയായും വർണ്ണിക്കുന്ന ഈ കവിതയിലെ ഭാവഗ്രന്ഥികൾ മറ്റു കൃതികളിലും ചിതറിക്കിടക്കുന്നു.

*"അത്തലിൻ കെട്ടുപായലിൻ മീതെ-*
*യുൾത്തെളിവിന്റെ നെല്ലിപൂന്തോട്ടം"*
*എന്നും,*
*"ധീരം വാഴ്കുന്നു കണ്ണുനീർക്കുത്തിൽ*
*നേരമ്പോക്കിന്റെ വെള്ളിമീൻചാട്ടം"*
*എന്നും ഈ പല്ലവി പലപാട്ടു കേൾക്കാവുന്നതാണ്.*

ആപത്തിനെ ഫലിതമാക്കിത്തീർക്കുന്ന പൂത്തിരിപ്പടക്കങ്ങളെപ്പോലെ ഭാഷയിലെ കരിമരുന്നുപ്രയോഗവും വൈലോപ്പിള്ളിക്ക് അത്യന്തം പഥ്യമാകുന്നു.

*"ഓളുമാറുണ്ടോ ഹാസോ-*
*ല്ലാസികൾ ദൈവത്തിന്റെ*
*ചിരിയിൽ നിന്നല്ലയോ*
*വെളിച്ചമുണ്ടായ് വന്നു!"*

ലോകദുഃഖശതങ്ങളെ ചുണ്ടു കടിച്ച് സഹിച്ചുകൊണ്ടിരിക്കുകയും ഒടുവിൽ ഒരു പൊട്ടിച്ചിരിയാൽ പൊട്ടിത്തെറിപ്പിക്കുകയും ചെയ്യുക വൈലോപ്പിള്ളിക്കവിതയിലെ മഹത്തായ ജീവിതസന്ദേശമാണ്.

ഗന്ധം, ധൂമം, സ്ഫോടം, ഫലിതം എന്നിങ്ങനെ ആനൽരതിയുടെ വിഭിന്നമുഖങ്ങളെക്കുറിച്ചാണ് നാം ചർച്ച ചെയ്തുകൊണ്ടിരുന്നത്. വൈലോപ്പിള്ളിയിൽ ഈ ഗന്ധാദികൾ തന്റെ അനുഭൂതിസാകല്യം തന്നെയാണെന്നു പറയാം. പാലൂറ്റിക്കുടിക്കുന്ന അരയന്നത്തെപ്പോലെ, ചോരയൂറ്റിക്കുടിക്കുന്ന യക്ഷിയെപ്പോലെ, വൈലോപ്പിള്ളിയുടെ ഭാവന ജീവിതത്തിൽനിന്നു ഗന്ധങ്ങൾ വലിച്ചെടുക്കുന്നു. നെറ്റിയിൽ ചന്ദന ച്ചാറും മുടിയിൽ മഞ്ഞമുക്കുറ്റിപ്പൂവും ചൂടി ആർദ്രഭാവയായി നിൽക്കുന്ന കാമുകിയെ മുകരുമ്പോൾ താൻ നുകരുന്നത്,

*"പിച്ചിപ്പൂമണമോ നിൻ*
*കരളിൻ സുഗന്ധമോ?"*

എന്നാണ് കവിയുടെ സന്ദേഹം. കൃഷ്ണവാരിയരെപ്പോലെ, ചുണ്ടി ലൂറിയ മാധുരി ലിപ്സ്റ്റിക്കിന്റെയോ ഉമിനീരിന്റെയോ എന്നല്ല. നമ്മുടെ കവിക്കു ചുണ്ടുകൾപോലും മൂക്കിന്റെ ഒരു തുടർച്ച മാത്രമാകുന്നു. രസം മറ്റൊരു ഗന്ധം മാത്രവും.

തന്റെ ഭാവനയെ വീണ്ടും വീണ്ടും വെട്ടിത്തിരുത്തിക്കൊണ്ടിരുന്ന കവി'കുടിയൊഴിക്ക'ലിൽ ഈ ഗന്ധബിംബങ്ങളേയും തിരുത്തിച്ചേർ ത്തിട്ടുണ്ട്. ഇതിലെ തൊഴിലാളിപ്പെണ്ണിന് പിച്ചിയുടേയും ലില്ലിയുടേയും സൗരഭ്യമില്ല. പരാശരനെപ്പോലെ, അവൾക്കു മറ്റൊരനുരൂപഗന്ധം നൽകിയേ തീരൂ എന്നു കവിക്കു നിർബന്ധവുമില്ല.

*"കൊയ്തുനെല്ലിൻ പുതുമണം ആദ്യ-*
*പ്പെയ്തുമണ്ണിൻ പരിമളപൂരം!"*

തനിക്കിതു ധാരാളം മതി. ഇതു മണ്ണിന്റെ മണമാണ്. ഇതു തന്റെ കവിതയുടേയും മണമാകുന്നു. ഇങ്ങനെ ഊറ്റിയെടുക്കുന്ന ഗന്ധങ്ങൾ വാറ്റിയെടുത്ത് ഓർമ്മയുടെ ഭ്രുതകളിലാക്കി കരളിലാണ് താൻ കുഴി ച്ചിടുക.

*"നിരയത്തിൻ ചൂരുംപാരിൻ*
*നിന്ദകളേറ്റിയ ചുവയും*
*പക്വതയാലൊക്കെയുമതിലെ-*
*ന്നുത്ഭുതരുചിയായ് ചമയും!"*
*(ഓർമ്മകൾ)*

നരകത്തിന്റെ ചൂരുള്ള, ചെന്നിനായകത്തിന്റെ ചുവയുള്ള അനുഭവ ബിന്ദുക്കൾ, രസമായി, ലഹരിയായി, വാർധക്യത്തിൽതന്നെ ആനന്ദി പ്പിക്കും.

*"കല്യഷിതമെൻ ജീവിതമൂറി-*
*ക്കവിതകളായതു കോരി*

*പാഴ്നരയൊട്ട പകരംവീട്ടി-*
*പ്പാനംചെയ്ത രസിപ്പൻ!"*

ജീവിതം വലിയ ഒരെതിർപ്പായി, കരുതിവെയ്പലായി, പിന്നെ പകവീട്ടലായിക്കൊണ്ടന്ന ആനൽ സ്വഭാവത്തെ ഈ നാലു വരിയിൽ അനുപമമായി സംഗ്രഹിച്ചിട്ടുണ്ട്. പാകപ്പെടുത്തിയ ഓർമ്മയും അതിന്റെ ആസ്വാദവും ആണ് വൈലോപ്പിള്ളിക്കവിതയിൽ ജീവിതാനന്ദത്തിന്റെ അടിസ്ഥാനം.

ഊഞ്ഞാലിൽക്കിടന്നാടുന്ന ഈ ഓർമ്മയെയാണ് വാമദക്ഷിണ കക്ഷികളുടെ തുല്യപ്രശംസ നേടിയ പ്രസിദ്ധ കൃതിയിൽ വൈലോപ്പി ള്ളി ചിത്രീകരിച്ചിട്ടുള്ളത്. മുറുക്കി ചുവപ്പിച്ച പൊന്നാതിരാരാവിന്റെ ഓർമ്മകൾ, പൂത്ത മുതുമാവിന്റെ മണത്തിൽക്കൂടി വൃദ്ധ ഹൃദയത്തിലേക്ക് പറന്നെത്തുന്നു.

*"മാമ്പൂവിൻ നിശ്വാസമേറ്റോർമ്മകൾ മുരളുമ്പോൾ*
*നാമ്പുകകല്ലീ വീണ്ടും ജീവിത മധുമാസം!"*

ഒരൊറ്റ സൗഗന്ധിക നിശ്വാസത്താൽ വൈലോപ്പിള്ളിയുടെ ഭാവന സ്മൃതിമുഖരമാകുന്നു എന്നാണിതിനർത്ഥം. ദീപനാളം ദൃശ്യലോകത്തെ യെന്നപോലെ ഗന്ധനാളം ഈ അപൂർവ്വ കവിയുടെ ഭൂതകാലത്തെ അനാവരണം ചെയ്യുന്നു.

സുഗന്ധത്തുള്ളികളായി വാറ്റിയെടുത്ത നിമിഷങ്ങളാണ് വൈലോ പ്പിള്ളിക്കു ജീവിതം എന്നതിന് വേറെയും ഉദാഹരണങ്ങൾ നൽകുവാൻ കഴിയും.

*"നേർത്തലിഞ്ഞീടും മഞ്ഞി-*
*ലൂളിയിട്ടെത്തീടുന്നു*
*പൂത്ത മാന്തോപ്പിൻ മണം,*
*പുലരുന്നൊരു തെന്നൽ*
*എത്രയോ ഹൃദ്യം നമു-*
*ക്കീമണ,മതിലൂടെ*
*യെത്തിടും സവിഷാദ-*
*മധുരസ്മൃതികളും"*
*(യുഗപരിവർത്തനം)*
*"ദേവീ നീ പറയാറു-*
*ണ്ടെന്നോടും നിന്നോടുമായ്*
*ജീവിതപുഷ്പത്തിന്റെ*
*സൗരഭ്യമെത്ര ദുഃഖം"*
*(വിരഹത്തിൽ)*

*"അനിമിത്തോൽക്കണ്ഠാമപി*
*ജനയതി മനസോ മലയവാതഃ"*

എന്നു വിലപിച്ച കാളിദാസന്റെ ചാർച്ചക്കാരനാണ് കവി എന്നു നാം മുമ്പു പറഞ്ഞതിന് ഈ വരികൾ ഉപോൽബലകമാവുന്നു.

പ്രപഞ്ചത്തെ നിഴലും വെളിച്ചവുമാക്കി ലഘൂകരിക്കുന്ന ഛായാഫലകത്തെപ്പോലെ വൈലോപ്പിള്ളിയുടെ ഭാവന ജീവിതത്തെ സുഖദവും ദുഃഖദവും ആയ ഗന്ധദ്വന്ദ്വങ്ങളാക്കി വെട്ടിച്ചുരുക്കിയിരിക്കുന്നു.

*"ഒരു ദുർമ്മണമേറ്റാൽ*
*ച്ചുളിയും മൂക്കാണെനി-*
*യ്ക്കൊരു ദൂനത കണ്ടാ-*
*ലുരുകും മിഴികളും"*
*(കിളിയും മനുഷ്യനും)*

വൈലോപ്പിള്ളിയുടെ കണ്ണുകൾ മൂക്കിനു താഴെയാണെന്നും വിടർന്ന കണ്ണുകൊണ്ടല്ല, വിരിഞ്ഞ മൂക്കുകൊണ്ടാണ് താൻ ജീവിതം നുകർന്നുകൊണ്ട് നിൽക്കുന്നത് എന്നും ഈ വരികൾ സ്ഥാപിക്കുന്നു. ലോകമഹായുദ്ധത്തെപ്പോലുള്ള ഒരു ചരിത്രമഹാസംഭവത്തെപ്പോലും ഈ മൂക്കിനു ഉൾക്കൊള്ളുവാൻ കഴിയും.

*"നിത്യവും വെടിമരു-*
*ന്നിന്റെ ദുർഗന്ധം ചേർപ്പു*
*ശുദ്ധവായുവിൽപ്പോലും*
*ഞങ്ങൾ തന്നുഛ്വാസങ്ങൾ"*
*(കവിയും കുഷ്ഠരോഗിയും)*

ജീവിതം ഒരു നിശ്വാസവും സൽക്കർമ്മം ഒരു സുഗന്ധവും ദുഷ്കർമ്മം ഒരു ദുർഗന്ധവും ആയിത്തീർന്നു പഴതടഞ്ഞു നിൽക്കുന്ന ഈ പാറ്റേണിനെ മൂക്കിന്റെ ധർമ്മശാസ്ത്രം എന്നു വിളിക്കാവുന്നതാണ്.

*"ഹാ, വെറുത്തീലേ ഞാനീ-*
*യാശുപത്രിയെജ്ജീർണ്ണ-*
*ജീവിതഗന്ധം ചിന്തു-*
*മുലകാമാസ്പത്രിയെ"*

വർണ്ണം, നാദം, സ്പർശം എന്നീ ഇന്ദ്രിയ വിഷയങ്ങളേക്കാൾ മൗലികവും താരതമ്യേന ശാശ്വതവുമാണ് വൈലോപ്പിള്ളിക്കു ഗന്ധം എന്നുതന്നെയല്ല, തന്റെ ശിഷ്ടസ്മൃതി (Residual memory) എപ്പോഴും ഒരു മണമായി ആത്മാവിൽ തങ്ങിനിൽക്കുകയും ചെയ്യും എങ്കിലും ഇതൊരു കേവല ഗന്ധമല്ല. രാഗരുഷ്ടമായ സങ്കീർണ്ണാനുഭൂതിയാണ്. നഷ്ടബാല്യത്തിന്റെ ഓർമ്മതന്നെയാണ്.

*"കാമ്യമാം പാലപ്പൂവിൻ*
*മണമൊത്തീഗ്രാമത്തിൽ*
*ഞാൻ പരിചയിച്ചതി-*
*ജ്ജീർണ്ണതയുടെ ഗന്ധം."*
*(എന്റെ ഗ്രാമം)*

സമഗ്രസത്യത്തിന്റെ ഗാതാവെന്നു പ്രശംസിക്കപ്പെട്ടിട്ടുള്ള വൈലോപ്പിള്ളിയിൽ ജീവിതത്തിന്റെ നിഴലും വെളിച്ചവും മുള്ളും പൂവും സമ്മേളിക്കുന്നത് ഈ ബാല്യശൈലിയുടെ സ്വാധീനശക്തിയെ സൂചിപ്പിക്കുന്നു. ഇഷ്ടവും അനിഷ്ടവും ആയ ഭാവബന്ധങ്ങളോടുകൂടിയ ഈ ഗന്ധസ്മൃതികൾ മൗലികമായി രണ്ടാം വയസ്സിലെ ഏനൽ ഘട്ടത്തിൽ നിന്നുരുത്തിരിയുന്നവയാണെങ്കിലും അവയ്ക്ക് ഒന്നാം വയസ്സിലെ മുലകുടിയുടേതായ ഓറൽ ഭാവനകളുമായി ബന്ധമുണ്ടെന്ന് ഇന്നത്തെ അനലിസ്റ്റുകൾ സ്ഥാപിച്ചിട്ടുണ്ട്. മാതൃശരീരത്തോടൊട്ടിക്കിടന്നു മുലകുടിക്കുന്ന കുഞ്ഞിനു മുലപ്പാലിന്റെയും വിയർപ്പിന്റെയും ഗന്ധം ജീവദായകമായ അനുഭൂതിയായിത്തീരും. ചെന്നിനായകം പുരട്ടി തടിതപ്പുന്ന അമ്മമാരുടേതായ നമ്മുടെ സംസ്കാരത്തിന്റെ ഇതേ ഗന്ധസ്മൃതികൾക്കു മൃത്യുതുല്യമായ മോഹഭംഗത്തിന്റെ മണവും ലഭിക്കുന്നു.

*"ഇന്നു തൽച്ചെറു നിന്ദനമെന്നിൽ*
*ചെന്നിനായകം ചേർത്തിരിക്കുമ്പോൾ."*

എന്ന വരികളിൽ ഈ ഔഷധത്തിന്റെ വൈകാരിക പ്രാധാന്യം കവി വിളംബരം ചെയ്തിട്ടുണ്ട്. ദാനനിഷേധങ്ങൾക്കൊണ്ട് ഉഭയഭാവമായ മാതൃത്വത്തെ,

*"മദിപ്പിക്കും കനിക്കിനാവുകൾ കാട്ടി--*
*ക്കൊതിപ്പിക്കും പക്ഷേ കൊടുക്കില്ലവൾ"*

എന്നും കവി മറ്റൊരിടത്തു വർണ്ണിച്ചിട്ടുണ്ട്. ഈ രാഗരോഷങ്ങൾക്കെല്ലാം ഗന്ധാത്മകമായ ഒരു രഹസ്യഭാഷ വൈലോപ്പിള്ളി കണ്ടെത്തിയിരിക്കുന്നു.

*"മാവിൻ ചുന മണക്കും മേടത്തിന്റെ*
*മടിയിൽപ്പിറന്ന ഞാൻ."*

എന്ന് സ്വയം വർണ്ണിച്ചിട്ടുള്ള കവിയുടെ ഗന്ധബിംബങ്ങളിൽ ഓറൽ കാലഘട്ടത്തിന്റെ രൂപസ്മൃതികൾ കലർന്നിരിക്കുന്നതായി കാണാം. കണ്ണിൽനിന്ന് പാലുറ്റുന്നതും സുഖദസൂക്ഷ്മഗന്ധം പുരണ്ടതും ഈമ്പിക്കുടിക്കുവാൻ അത്യുത്തമവും ആയ 'മാമ്പഴ'ത്തെ കണ്ടെത്തിയതാണ് വൈലോപ്പിള്ളിയുടെ കാവ്യജീവിതവിജയത്തിനുതന്നെ

കാരണം--അതു കേരളീയരുടെ അന്തരാത്മാവിലുള്ള ഗൂഢമോഹങ്ങളെ തഴുകുകയും താലോലിക്കുകയും ചെയ്തു.

ലൗകികനായ ശ്രീധരമേനോന്റെ കാവ്യത്തിൽ മാത്രമല്ല ജീവന്മുക്തനായ ശങ്കരഭഗവൽപ്പാദരുടെ ഭാവനയിൽപ്പോലും ഇത്തരം ഓറൽ-ആനൽ അനുഭൂതികൾ കലർന്നിരിക്കുന്നു എന്ന് സൗന്ദര്യലഹരിയിലെ 79-ഉം 80-ഉം ശ്ലോകങ്ങൾ ചേർത്തുവായിച്ചാൽ അറിയുവാൻ കഴിയും. ദേവിയുടെ വിങ്ങിവിയർക്കുന്ന സ്തനങ്ങളേയും നനഞ്ഞുപൊട്ടുന്ന കഞ്ചുകത്തേയും ആചാര്യപാദർ ഇതിൽ വർണ്ണിച്ചിരിക്കുന്നു.

## ആ നട്ടുക്കെഴും കൊമ്പൻ

ഈ ഉപന്യാസത്തിൽ അങ്ങിങ്ങു വിവരിച്ചതും ഇനി വിവരിക്കുവാനിരിക്കുന്നതുമായ വൈലോപ്പിള്ളിക്കവിതയുടെ ഭാവമുദ്രകൾ ഏതാണ്ടെല്ലാംതന്നെ സംഘനനം ചെയ്തിട്ടുള്ള (condensation) ഒരപൂർവ്വ പ്രതീകമാണ് 'സഹ്യന്റെ മകൻ'- സ്വപ്നതന്ത്രത്തിലെന്നപോലെ ഇതിന്റെ കാവ്യശില്പത്തിൽ വൈലോപ്പിള്ളിക്കവിതയുടെ ഭാവബന്ധങ്ങൾ സമ്മേളിച്ചിട്ടുണ്ട്. കരിംപാറപോലെ സ്ഥാണുവായി, മദജലത്താൽ മാത്രം അലിയുന്നവനായി, തലയ്ക്കുമുകളിൽ ദേവനും കാതിൽ മന്ത്രിക്കുന്ന പിശാചുമായി അവൻ ഇടഞ്ഞുനിൽക്കുന്നു.

*"പൊൽത്തിടമ്പേറിദ്ദേവൻ*
*പൊരുമാറുമാപ്പെരും*
*മസ്തക കടാഹത്തിൽ*
*മന്ത്രിപ്പൂ പിശാചുക്കൾ"*

അബോധമനസ്സിന്റെ വസന്തകാനനങ്ങളിൽ അലഞ്ഞുതിരിയുമ്പോഴും പുരുഷാരത്തിന്റെ കാഴ്ചപ്പണ്ടമായി ഒരുക്കിനിർത്തിയിരിക്കുന്ന അവൻ, എത്ര മെരുക്കിയാലും പിന്നെയും ഇടയുന്ന കവിയല്ലാതെ മറ്റാരുമല്ല. സ്വാതന്ത്ര്യമാണ് അവന്റെ (അബോധമനസ്സിന്റെ) കൊടിയടയാളം. ഭാവനയാണ് അവന്റെ അതിരില്ലാത്ത സാമ്രാജ്യം.

*"സഞ്ചരിക്കുകയാണാ-*
*സ്സാഹസി സങ്കല്പത്തിൽ*
*വൻ ചെവികളാം പുള്ളി-*
*സ്വാതന്ത്ര്യപത്രം വീശി."*

അങ്ങനെ നിത്യഹരിതമായ പൂർവ്വജീവിതരംഗങ്ങളിൽ അലഞ്ഞുതിരിയുന്ന ആനയുടെ മനസ്സിൽ സ്മരണകൾ ഏതാനും കാമസുഗന്ധങ്ങളായി നിറഞ്ഞു കഴിഞ്ഞിരിക്കുന്നു.

*"കാറ്റിലെന്തിതു പുതുപ്പാലപ്പൂ സുഗന്ധമോ*
*കാട്ടിലെപ്പനകൾ തൻ കള്ളൊലി സൗരഭ്യമോ*
*മെരുവിൻ മദദ്രവമണമോ തുമ്പിക്കയ്യാൽ*
*ചെറുതെന്നലിൽ തപ്പി ചെറ്റിട നിന്നാനവൻ"*

ഉയർത്തിയ തുമ്പികൊണ്ട്, തന്റെ ഭൂതകാലത്തെ അന്തരീക്ഷവായുവിൽനിന്നു പിടിച്ചെടുക്കുന്ന ഈ മാന്ത്രികന്റെ സിദ്ധികൾ, വാസ്തവത്തിൽ ഗന്ധാത്മകനായ ഒരു ആനൽ ഹീറോവിന്റെ സ്വാഭാവിക സിദ്ധികൾ മാത്രമാണ്. ഈ ഗന്ധങ്ങളിൽക്കൂടി 'ഊഞ്ഞാ'ലിലെ വൃദ്ധകാമുകനെപ്പോലെ 'യുഗപരിവർത്തന'ത്തിലെ കവിയെപ്പോലെ അവനെത്തിച്ചേർന്നത് തന്റെ ജീവിത വസന്തത്തിന്റെ നഷ്ടസാനുക്കളിൽതന്നെയാകുന്നു. ആനയായിത്തീർന്ന കവിയുടെ നൊസ്റ്റാൾജിയ തന്നെ ഇത്.

*"നീളവേ നടന്നാനാ*
*നിസ്പൃഹൻ വസന്തത്തിൻ*
*കാലടിമണം കോലും*
*കാട്ടുപാതയിലൂടെ."*

പിന്നോട്ട് പിന്നോട്ട് അവനെ കൈ പിടിച്ചു നടത്തുന്നത്, അബോധമനസ്സിന്റെ വന്യഘനാന്ധകാരത്തിലേക്ക് അവനെ നയിച്ചുകൊണ്ടുപോകുന്നത്, സ്വന്തം മദജലത്തിന്റെ ഗന്ധമായിരുന്നു; സത്യത്തെ മായ്ക്കുകയും സ്വപ്നത്തെ ഉണർത്തുകയും ചെയ്യുന്ന അത്ഭുതജലം. ഇത് അവനെ ഭാവനയുടെ ലോകത്തിൽ ബന്ധമുക്തനാക്കിവിട്ടു.

*"പാറയിൽനിന്നും ജലം*
*പോലെ വിസ്മയമേ തൻ*
*വീര്യമൊക്കെയും വാർന്നു*
*പോവതായ് തോന്നീടുന്നു."*

തലയിൽനിന്ന് ഉറന്നൊഴുകുന്ന ഈ ഗന്ധവാരി, തന്നിലെ ഒരേയോരു ആർദ്രത, ഒഴുകുന്ന ഓർമ്മയായ കവിതതന്നെയാണെന്ന് മറ്റൊരു കവിതയിൽ വൈലോപ്പിള്ളി സ്ഥാപിച്ചിട്ടുണ്ട്.

*"എൻ തലവഴി ചോർന്നീടും കാവ്യ*
*ഗന്ധവാരിയാൽ പ്രേരിതരായി*
*ലോലപത്രം വരികയാം വിദ്വ-*
*ല്ലോകമത്തലോലംബകദംബം....*
*കെട്ടജീവിതം ഉണ്ടെനിക്കെന്നാൽ*
*മറ്റൊരു കാവ്യജീവിതം മന്നിൽ*
*കാവ്യജീവിതം- മണ്ണിലൊരറ്റ-*
*പ്പൂവ്, വിണ്ണിലൊരൊറ്റ നക്ഷത്രം."*
*(കടിയൊഴിക്കൽ)*

'മണമാർന്നൊഴുകമാ മഞ്ജുഗാനം' (anal donation) എന്ന് എഴുത്തച്ഛനിലും 'അന്തർവാഹിനിയായ സരസ്വതി' എന്ന് സംസ്കൃതത്തിലും വിശേഷിപ്പിച്ചിട്ടുള്ളതും കാവ്യധാരയായ ഈ മദജലംതന്നെ. തുമ്പിക്കൈയായി വളർന്നുകഴിഞ്ഞ മൂക്കുയർത്തിപ്പിടിച്ച് ഓർമ്മയിൽക്കൂടി ഒഴുകിയെത്തുന്ന അനുഭൂതി പരമ്പരയെ, ഭൂതകാല പരിമളത്തെ, നുകർന്നുകൊണ്ട് സ്ഥാണുവായി, അചലനായി, ഏറെക്കുറെ സനാതനനായി, തന്നിൽത്തന്നെ അലഞ്ഞുതിരിയുന്ന ഈ സഹ്യപുത്രൻ മറ്റാരാകാനാണ്?

വൈലോപ്പിള്ളിക്കവിതയിലെ സമഗ്രമായ സത്യദർശനപാടവത്തെ പണ്ട് ഞാനും പ്രശംസിച്ചിട്ടുണ്ട്. റൊമാന്റിക് കാവ്യപാരമ്പര്യത്തിൽനിന്ന് അതിനെ വേർതിരിച്ചു നിർത്തുന്ന ശ്രദ്ധേയമായ ഒരു സ്വഭാവം ആണ് ഇത്. ഇടപ്പള്ളിക്കവികളിലില്ലാത്ത, ജി. യിൽ അസുലഭമായ, ഈ സിദ്ധിവിശേഷം നിയതമായ ഒരു കാവ്യഗുണമാണ് എന്നല്ല ഇതിനർത്ഥം. ഒരു കാചത്തെപ്പോലെ സത്യപ്രകാശത്തെ വർണ്ണശബളമാക്കുവാനോ ദർശനശൈഥില്യംകൊണ്ട് ഭാവകാവ്യങ്ങളുടെ ഏകാന്തദീപ്തി കെടുത്തിക്കളയുവാനോ ഇതു കാരണമായേക്കാം. എങ്കിലും വൈലോപ്പിള്ളിയിൽ ഈ ഭാവശൈലി സവിശേഷമായി നിറഞ്ഞുനിൽക്കുന്നു.

കാണുന്നതൊന്നും മുഖവിലയ്ക്കെടുക്കാതിരിക്കുക, കേൾക്കുന്നതെന്തും വിശ്വസിക്കാതിരിക്കുക, കാര്യങ്ങളുടെ മറുപുറം തേടുക എന്നതാണ് ഈ സമഗ്രദർശനത്തിന്റെ രീതി. പുള്ളിമാനിന്റെ പിറകേ പുലിയേയും വസന്തവായുവിൽ വസൂരിരോഗാണുക്കളേയും കാണാതിരിക്കുവാൻ തനിക്കു കഴിയുന്നില്ല. സ്ത്രീസൗന്ദര്യത്തെപ്പോലും നമ്മുടെ കവി മുഖവിലയ്ക്കല്ല സ്വീകരിക്കുക പതിവ്. ചേറ്റുപുഴയിൽ ഇരമ്പിപ്പായുന്ന വാഹനത്തിന്റെ (പ്രസിദ്ധമായ ഒരു രതിപ്രതീകം) പിൻസീറ്റിലിരിക്കുന്ന കവി അമുഖിയായ ഒരു കാമിനിയെ ഇങ്ങനെ അവതരിപ്പിക്കുന്നു.

*"മുമ്പിലിരിക്കുമൊരോമൽത്തയ്യിൻ*
*മുടിയുടെ ചാരിമ നോക്കീ ഞാൻ*
*നിരൂപിക്കുന്നേൻ, നീൾമുടിയാളേ*
*നീയുളവായ മുഹൂർത്തത്തിൽ*
*കാർമുകിൽ മാലകൾ പെയ്തു, ചെല്ല-*
*ക്കാറ്റലതല്ലീ വല്ലികളിൽ*
*നിശ്ചയമല്ലാതിക്കുനുകുന്തള-*
*നിർഝരിയെങ്ങനെയുണ്ടായി*
*കാമനു കേളി വളർത്താനും*
*കോമനു കേറിയൊളിക്കാനും."*

മഴ പെയ്യുന്ന, വള്ളികളാടുന്ന, നിർഝരികൾ പൊട്ടിച്ചിതറുന്ന, ഈ പുഡോവ്കിൻ ഇഫക്ടിന്റെ മനഃശാസ്ത്രപരമായ അർത്ഥം വിശദീകരിക്കാതെതന്നെ, ഇതൊരു സൗന്ദര്യത്തിന്റേയും 'പശ്ചാത്തലവർണ്ണന'മാണ് എന്നു മനസ്സിലാക്കുവാൻ കഴിയും. വടക്കൻപാട്ടിലെ കോമനെപ്പോലെ കവി അവളുടെ പിന്നിൽ ഒളിച്ചുകളഞ്ഞിരിക്കുന്നു! കാമുകിയുടെ നീലക്കണ്ണുകളിലേക്ക് നോക്കിയിരിക്കുകയും അവയുടെ അനന്തവിസ്തൃതികളിൽ സ്വയം നഷ്ടപ്പെടുകയും ചെയ്യുന്ന ജി. യുടെ 'പൂമുഖ'ക്കവിതയുമായി ഇതിനെ സാദൃശ്യപ്പെടുത്തുക.

*"ആ മനോഹരിയുടെ നീലനേത്രാകാശത്തിൽ*
*സാമന്ദം പറന്നുപോയ് മന്മനമതിദൂരം."*

## പശ്ചിമദർശനം

സൗന്ദര്യത്തിന്റെ പശ്ചിമഭൂമികളിൽ വൈലോപ്പിള്ളിയ്ക്കുള്ള അപൂർവ്വ താല്പര്യം ഗാഢവും അനുസ്യൂതവുമാണ്. യുവലോകം ചുമലേറ്റി നടക്കുന്ന പ്രണയരാഗങ്ങളിലെല്ലാം ഈ സവിശേഷതയുടെ സ്മരണം കാണുകയും ചെയ്യാം.

*"വീണതൻ കുടംപോലാം നിതംബം*
*വീണുരുമ്മുന്ന വേണീകദംബം*
*വാരി, ഞാനെന്റെ മാറിലാ ലജ്ജാ-*
*കോരകങ്ങളെ സ്പന്ദിതമാക്കി."*

പഴയ 'പ്രേമാമൃത'ക്കാരനെപ്പോലെ വൈലോപ്പിള്ളിയുടെയും പിരിമുറുക്കം സൗന്ദര്യത്തിന്റെ പിന്നാംപുറത്തുതന്നെ. താൻ ചേർത്തുപിടിച്ച കാമുകിയെ വിലക്ഷണവും കൗതുകകരവും ആയ നവീനരീതികളിലാണ് കവി ചുംബിക്കുന്നത്

*"ഉമ്മ വെച്ചേൻ ചെറുപൊടിരോമ-*
*ചെമ്മിയെന്ന തൻ ചെന്നിയിൽ ചുണ്ടിൽ*
*അശ്രുനീരോ ചെറുതുമിനീരോ*
*നിസ്രുതമായ് നിറഞ്ഞൊരാക്കണ്ണിൽ."*

ഈ വരികളിലെ അധരചുംബനം മാത്രം കേവലം അധരസേവയും മറ്റെല്ലാ ഇനങ്ങളും ആവേശപൂർണ്ണവുമാണ് എന്ന് സഹൃദയരോട് പറഞ്ഞറിയിക്കേണ്ടതില്ല.

അഥവാ, പ്രശസ്തമായ 'കണ്ണീർപ്പാട'ത്തിലെ നായകനെ നോക്കുക: തന്റെ പ്രണയിനിയെ പിണക്കിവിട്ടിട്ടും അയാൾ അവളെ പിന്നിൽനിന്നു നോക്കി നെടുവീർപ്പിട്ടു രസിക്കുന്നു.

*'ഇപ്പൊഴോ ഞാൻ പിന്നിലായ്*
*ദുഃഖഭാരത്താൽ മാത്രം*

*സാരി നീ ചെരിച്ചേറ്റി-*
*പ്പോകെ നിൻ മൃദുരോമ-*
*ചാരുവാം കണങ്കാൽ ക-*
*ണ്ടെനിക്കു പാവം തോന്നി."*

ഈ ക്രൂരതയിൽ അടങ്ങിയിട്ടുള്ള വൈലോപ്പിള്ളിയുടെ സൗന്ദര്യ ദർശനം മൗലികമായി പശ്ചിമദർശനം (Hind-view) ആണ് എന്നു തെളിയിക്കുവാൻ ഈ ഉദാഹരണങ്ങൾ മതി. ശ്രദ്ധേയമായ ആനൽ വീക്ഷണവും ആകുന്നു ഇത്.

'വസ്തുക്കളുടേയും വസ്തുതകളുടേയും മറുപുറം ചിന്തിച്ചുകൊണ്ടിരിക്കുക ഇവരുടെ ബദ്ധവിനോദമാണ്. കുന്നുകളുടെ പിന്നാംപുറങ്ങളിൽപോയി പാർക്കുക, കിഴക്കും പടിഞ്ഞാറും ഇടത്തും വലത്തും തെറ്റിക്കുക, വാക്കും വർണ്ണവും മറിച്ചു ചൊല്ലുക എന്നീ അപൂർവ്വതകൾ ഇവരിൽ കാണാം[11] എന്ന് ജോൺസ് പ്രസ്താവിച്ചിട്ടുണ്ട്.

ജനനേന്ദ്രിയ പ്രാന്തങ്ങളിൽനിന്നു പിന്തള്ളപ്പെട്ട രതിഭാവനകൾ ജീവിതരീതിയെത്തന്നെ തലകീഴ് മറിക്കുന്നു (അബ്രഹാം). ജഘനം, നിതംബം, നാഭി തുടങ്ങിയ പദങ്ങളെക്കുറിച്ചു ഭാഷയിലുള്ള അർത്ഥ വിഭ്രമം ഈ ഭാവവിഭ്രമത്തിന്റെ ഫലമാണ് എന്നതിന് സംശയമില്ല. വൈലോപ്പിള്ളിക്കവിതയിൽ ഇത് കിഴക്കും പടിഞ്ഞാറും തിരിയാ യ്കയായി കയ്പ്പും മധുരവും തിരിച്ചറിയായ്കയായി, പ്രത്യക്ഷപ്പെടുന്നതു കാണാം.

*"ഹാ, 'കിഴക്കേതാ'ണെന്നു മാനത്തു-*
*ദ്വേഗം ചോദിപ്പിതേതോ പതത്രി."*
*(കുടിയൊഴിക്കൽ)*
*"കയ്പ്പക്കയിന്നും മതിർത്തിടുന്നു."*
*(പൂവും കായും)*

## കയ്പ്പും മധുരവും

ഒരു ചങ്ങാതിയെ (സുഹൃൽക്കവിയെ) കണ്ണാടിയാക്കിയെഴുതിയെ 'കയ്പവല്ലരി'യെന്ന ആത്മകഥയിലും കയ്പിന്റെ മാധുര്യത്തെക്കുറിച്ചും കയ്പമുള്ളിന്റെ മാർദ്ദവത്തെക്കുറിച്ചും പ്രകീർത്തനങ്ങളുമുണ്ട്.

*"ഓർത്തു ഞാനക്കായ്കളിൽ*
*പകർന്നിട്ടുണ്ടാമല്പ-*
*മാത്രമെങ്കിലുമങ്ങേ-*
*ക്കവിതാസന്മാധുര്യം*

11 Janes-Anal-erotic character traits

*അതുപോൽ മുന്നേക്കാളും*
*വേരുറപ്പോടിക്കാല-*
*ത്തതുലോല്ലാസം നീളും*
*താവക കവനത്തിൽ*
*മേദുരാരോഗ്യപ്രദം*
*മൃദുവാം മുള്ളിന്നുള്ളിൽ*
*സ്വാദുവാം ലഘ്വതിക്ത-*
*രസവും കാണ്മീലല്ലീ!"*

സ്വാദുവായ ഈ ലഘ്വതിക്തരസം തന്റെ കവിതതന്നെയാണ് എന്നും ഉജ്ജീവകവും വാജീകരവും ആയ സ്മരണതന്നെയാണ് ഈ കവിതയെന്നും 'ഓർമ്മ'കളിൽനിന്നറിയാം.

*"സ്മരണകളുടെ മദ്യം നുകരും*
*സൈ്വരം ഞാനിഹ നിലയേ....*
*തൻ ചൊടിയാൽ മധുരക്കയ്പുകൾ*
*തഞ്ചിടുമച്ചുടുപാനം*
*പാതി നുകർന്നീടും മുമ്പെൻ*
*പാണി പിടിക്കാം മരണം*
*നന്ദി പറ,ഞ്ഞിരുൾ പൂകട്ടെ*
*എന്നുടെയന്തഃകരണം!"*

താനാകുന്ന കവിവർഗ്ഗത്തിന്റെ സർഗ്ഗഭാവനകളാണ് ഖഡ്ഗ സീൽക്കാരമായി, രാഗസാഹസമായി, ഭക്തിയായി സ്വാതന്ത്ര്യ ദാഹമായിത്തീർന്നു ധീരനൂതനമായ നവലോകം വിരചിക്കുന്നത് എന്നു ഉദ്ഘോഷിക്കുന്ന കവിതയുടെ[12] ഒടുവിലത്തെ വരി (ഇതു ആ ഗ്രന്ഥത്തിലേയും ഒടുവിലത്തെ വരിയാണ്) മാത്രം വായിച്ച ശ്രദ്ധാ ത്മാവായ ഒരു നിരൂപകൻ, വൈലോപ്പിള്ളി ഒരു സൗന്ദര്യാത്മക കവി മാത്രമാണ് എന്നു പണ്ട് കണ്ടുപിടിക്കുകയുണ്ടായി. എന്തിന്റേയും മറുപുറം കാണുകയും കാലത്തിന്റെ പിന്നാംപുറത്തു നിൽക്കുകയും ചെയ്യുന്ന ആനൽസ്വഭാവതാളം അറിഞ്ഞിരുന്നെങ്കിൽ, അദ്ദേഹം ആ കവിത പിന്നിൽനിന്നു മുന്നോട്ടു വായിക്കുകയും മുഴുവനും വായിക്കുകയും ചെയ്യുമായിരുന്നു.

മനുഷ്യസൗന്ദര്യത്തിന്റെ പിന്നാംപുറമായ ചികുരനിതംബങ്ങളിൽ, നന്മയുടെ മറുപുറമായ തിന്മയിൽ, കാലത്തിന്റെ പശ്ചാത്തലമായ അതീതകാലത്തിൽ, പുഞ്ചിരിയിൽ പതുങ്ങിയിരിക്കുന്ന കള്ളത്തിൽ കണ്ണിമയ്ക്കാതെ നോക്കിയിരിക്കുക എന്നതാകുന്ന ഈ താളം.

12 കവിയും സൗന്ദര്യബോധവും

*"പുഞ്ചിരി ഹാ, കലീനമാം കള്ളം!"*
*വൈലോപ്പിള്ളിക്കവിതയുടെ ക്രൂരമധുരമായ മുദ്രാവാക്യം ഇതാണ്.*
*"സ്വസ്ഥിതിതൻ മറുപുറം തപ്പം മർത്ത്യ*
*രീതി, യെന്മാനസം ചൊല്ലി."*

ഈ രീതി, വാസ്തവത്തിൽ, സാമാന്യമായ മർത്ത്യരീതിയല്ല, വൈലോപ്പിള്ളിക്കവിതയുടെ സാമാന്യ രീതി മാത്രമാകുന്നു. തലയുടെ പിന്നിൽ ഘടിപ്പിച്ചിരിക്കുന്ന ഈ ദൃഷ്ടി, കവിയിൽ, അപൂർവ്വവും ആത്മ പീഡാകരവും ആയ സത്യദർശനപാടവംതന്നെ. 'വസന്തവായുവിൽ വസൂരി രോഗാണുക്കളെ കാണാതിരിക്കുവാൻ കഴിയുന്നില്ല' എന്നു മുമ്പു ദ്ധരിച്ച പ്രസ്താവം ഇതൊരു ഭാവബദ്ധത (obsession) തന്നെയാണെന്നു തെളിയിക്കുന്നുണ്ട്. 'മനുഷ്യൻ ദേവനും ജീവിതം ഒരു സുന്ദരകലയുമായി പരിണമിച്ചാലും കാക്ക ഓന്തിൻകുഞ്ഞിനെ പിടിച്ചു വൃക്ഷക്കൊമ്പിൽ തല്ലിത്തലച്ചു വിഴുങ്ങുന്നതും ആ വൃക്ഷക്കൊമ്പിൽ ദംഷ്ട്രകളിറക്കി (ഓറൽ-ഏനൽ സാഡിസ്റ്റ് ഭാവനകൾ) ഇത്തിൾക്കണ്ണി അതിന്റെ ജീവരസം വലിച്ചുകുടിക്കുന്നതും കണ്ടു കവി എത്രയോ ദുഃഖിക്കേണ്ടിവരും[13]. അതുകൊണ്ട് താൻ ആരേയും ഒന്നിനേയും വാഴ്ത്തപ്പെടുകയില്ല. നമ്മുടെ ഒരു മുഖ്യമന്ത്രിയെ വാമനൻ പാതാളത്തിലേക്ക് ചവിട്ടിത്താഴ്ത്തിയ കഥ വിവരിക്കുകയും ഇതിലെ അഭിനവമഹാബലിയുടെ പ്രത്യാഗമത്തെ അഭിവാദിക്കുകയും ചെയ്തതിനുശേഷം വൈലോപ്പിള്ളി ഇങ്ങനെ പാടി ത്തിരുത്തുന്നു.

*"ആ നവൈശ്വര്യക്കൂട്ട-*
*ക്കൃഷിക്കാരായെല്ലാരും*
*മാനവരെല്ലാമൊന്നു-*
*പോലെയായ്, ആരോ പാടി*
*ഞങ്ങളല്ലതു, നമ്മ-*
*തൻ മറുപുറം കാണും*
*ഞങ്ങളെന്നെന്നുമൊരു*
*സൗവർണ്ണ പ്രതിപക്ഷം."*
*(അഭിവാദനം)*

പ്രതിപക്ഷത്തിന്റെ, പിന്നാംപുറത്തിന്റെ, സൗവർണ്ണകവിയായിരി ക്കുന്ന എന്നതാണ് വൈലോപ്പിള്ളിയിലെ അപൂർവ്വഭംഗികളുടെ മൗലിക കാരണങ്ങളിലൊന്ന്. ഇനി വിപ്ലവം വന്നു കടന്നുപോവുകയും ലോകം ഒരു സമത്വപ്പൊൻവനിയായി വിരചിതമാകുകയും ചെയ്താലും തന്റെ സ്ഥാനവും തന്റെ ദാനവും എവിടെയായിരിക്കും എന്നതിനെക്കുറിച്ച്

13 വിത്തും കൈക്കോട്ടും

വൈലോപ്പിള്ളിക്കു സംശയമേ ഇല്ല. താനപ്പോഴും പ്രതിപക്ഷത്തിന്റെ, പശ്ചാത്തലത്തിന്റെ, ഗായകനായിരിക്കും.

*"ഇന്നുമെങ്കിലും പാടുന്നു നീളേ,*
*മണ്ണിൽനിന്നു മണ്ണൂട്ടകൾ ഞങ്ങൾ*
*സ്ഥീതമിന്നിന്റെ രംഗത്തിലെങ്ങും*
*ഭൂതകാല പശ്ചാത്തലഗീതം"*
*(കുടിയൊഴിക്കൽ)*

താൻ അമരമായ അതീതകാലത്തിന്റെ കവിയാകുന്നു. ആവിയന്ത്രം പിന്നിൽ കൊളുത്തിയ ഒരു തീവണ്ടിയാകുന്നു തനിക്ക് ചരിത്രം.

*"കെട്ട ഞങ്ങൾ തൻ കേവലസ്വപ്ന-*
*ക്കെട്ടെടുത്തു കയറുക നിങ്ങൾ"*

എന്ന ഉപദേശത്തിന്റെ പൊരുൾ ഇതാകുന്നു. മൃതമായതാണു യഥാർത്ഥത്തിൽ സജീവമായത് എന്നും ഭൂതകാലമാണ് ഭാവികാലമായിത്തീരുന്നത് എന്നുമുള്ള ഭാവനയെ ചേതോഹരമായി ഉദാഹരിക്കുന്ന ഒരു കൃതി വൈലോപ്പിള്ളി രചിച്ചിട്ടുണ്ട്.

*"പ്രാകൃതതലം വിട്ടു*
*പണ്ടെങ്ങോ മറഞ്ഞന്തർ-*
*വ്വാഹിനിയായിത്തീർന്ന*
*പാവനസരസ്വതി*
*ഭാരതസംസ്കാരത്തിൻ*
*ജീവനാഡികേ നിന്റെ*
*നീരുറവകൾ വറ്റാ-*
*തിരിക്കും കാലത്തോളം*
*എത്രയും ദരിദ്രമായ് ദീനമായിരിക്കിലും*
*നിത്യവും സ്വർഗത്തോടു*
*സല്ലപിക്കുമീ രാജ്യം."*
*(സംസ്കൃതം)*

**ജന്മഗ്രാമത്തിലെ വേരുകൾ**

അദൃശ്യമായ രക്തധമനിപോലെ സംസ്കാരശരീരത്തിന്റെ ജീവചൈതന്യമായി വ്യാപിച്ചുനിൽക്കുന്നു എന്നതു മാത്രമല്ല കവി കാണുന്ന സംസ്കൃത മഹത്വം. അത് പ്രകൃതിയുടെ പിന്നിൽ മറഞ്ഞ്, അടിയൊഴുക്കായി, പാവനമായി, നിശ്ചലപ്രവാഹമായിത്തീർന്നിരിക്കുന്നു. സ്വർഗ്ഗത്തിലേക്കുള്ള വഴി പാതാളത്തിൽക്കൂടിയാണ് എന്ന ഏനൽ ആശയത്തെ അവസാനത്തെ ഈരടി വിളംബരപ്പെടുത്തുകയും

ചെയ്യുന്നു. അപ്പൻ സിംക്ലയർ ഭയാനകമായി വർണ്ണിച്ച ആറ്റംബോംബിന്റെ മരണപ്പകച്ചുരുളുകളെ പുരോഗതിയുടെ പാതയിൽനിൽക്കുന്ന കടക്കുണകളായി ചിത്രീകരിക്കുവാൻ കവിയെ പ്രേരിപ്പിച്ചതും ഈ ആശയശക്തിതന്നെ. തന്റെ നഷ്ടഗ്രാമത്തെ വർണ്ണിക്കുന്ന 'കുന്നിമണി'കളിൽ ഇങ്ങനെയുണ്ട്.

*"ഞാനുമേ വളർന്നിട്ടു-*
*ണ്ടെൻ മനസ്സാറ്റത്തിന്റെ*
*കുണകൾ കടന്നതിൻ*
*കുളിർവാടികൾ കാണ്മൂ"*

നന്മയുടെ മറുപുറം കാണുന്ന കവി തിന്മയുടെ മറുപുറവും കാണുന്നു. 'എന്റെ ഗ്രാമ'ത്തിൽ,

*"ഒരിടം മലംപറമ്പൊരിടം ശവപ്പറ-*
*മ്പൊരിടം വേശ്യാവാടം*
*പിന്നെ യാചകകേന്ദ്രം"*

എന്നിങ്ങനെ സംസ്തുതമായ ഈ ഗ്രാമം, പാശ്ചാത്യനാഗരികതയുടെ നേരെ പൂപ്പുഞ്ചിരി പൊഴിച്ചുനിൽക്കുന്ന കൊച്ചി മഹാനഗരത്തിന്റെ ജഘനവും വൈലോപ്പിള്ളിയുടെ ജന്മഗ്രാമവുമായ കലൂരാകുന്നു. സ്ഥലപുരാണത്തിലെ ഈ തമാശ ഒരാകസ്മിക സംപാതമാകാം. എനിക്കതിൽ താല്പര്യമില്ല. പക്ഷേ, ഈ ഗ്രാമജീവിതത്തിലാണ് തന്റെ യഥാർത്ഥമായ വേരോട്ടമെന്നും അവിടെയാണ് താൻ കണ്ണെഴുതിയ കന്നിമണി വെച്ചു മറന്നുപോന്നതെന്നും അവിടുത്തെ കൊയ്ത്തുപാടമാണ് ജീവിതത്തിന്റെ കൊയ്ത്തുപാടമെന്നും വൈലോപ്പിള്ളി തന്നെ പലപ്പോഴായി പറഞ്ഞിട്ടുണ്ട്. ഇവിടെവെച്ചാണ് കർമ്മജടിലമായ ജീവിതരംഗത്തിൽനിന്നു പിന്തിരിഞ്ഞു നോക്കുന്ന സ്വപ്നത്തിന്റെ നീലനീൾക്കണ്ണുകൾ തന്നെ കടാക്ഷിച്ചത്.

*"കൊയ്ത്തു നിർത്തിയിടയ്ക്കിടയ്ക്കെന്നെ-*
*യെത്തിനോക്കുമേതാളുടെ കൺകൾ*
*എന്നിലോരോ കിനാവുകൾ പാകി*
*എന്റെ പാട്ടിനു പുഞ്ചിരകേകി"*
*(കന്നിക്കൊയ്ത്ത്)*
*"ഏറിയെ ദുഃഖത്തിലും ജീവിതോല്ലാസ്സത്തിന്റെ*
*വേരുറപ്പിവിടെപ്പോൽ കാണുമോ മറ്റെങ്ങാനും."*

എന്നു സ്തുതിച്ചതും ഈ ഗ്രാമദുഃഖത്തിന്റെ സുഖത്തെത്തന്നെ

ഏറിയ പുരുഷായുസ്സിൽ നേടിയ ധീരത, എന്നും പാഴ്ത്തുണിയിൽ പൊതിഞ്ഞ ദുഃഖത്തിന്റെ മഹാധീരത; എന്നും ഐതിഹാസികമായ

ഈ സഹനശക്തിയെ താൻ പലപാട്ടു വാഴ്ത്തിയിട്ടുണ്ട്. നമ്മുടെ ഗ്രാമങ്ങൾ ഇതറിയുമോ എന്നെനിയ്ക്കു നിശ്ചയമില്ല. ദാരിദ്ര്യദുഃഖങ്ങൾക്ക് ഇത്രയും ഉന്നമന ശക്തിയുണ്ടോ എന്നും സംശയമാണ്. എങ്കിലും ഈ വിലക്ഷണതയിൽ എന്തിന്റേയും അപ്പുറം കാണുക എന്ന ഏനൽസ്വഭാവശൈലിയുടെ ആവിഷ്ക്കാരം കാണാം.

*"കാമ്യമാം പാലപ്പൂവിൻ*
*മണമൊത്തീഗ്രാമത്തിൽ*
*ഞാൻ പരിചയിച്ചതി-*
*ജീർണ്ണതയുടെ ഗന്ധം"*

കാമ്യതയും ജീർണ്ണതയുടെ ഒപ്പം കാണുന്ന ദ്വിമുഖമായ, ദ്വിവർണ്ണമായ ഈ വീക്ഷണം ഒരർത്ഥത്തിൽ മനഃശാസ്ത്രജ്ഞന്മാർ വിവരിക്കുന്ന ഉഭയകരതി (Ambivalence) തന്നെയാകുന്നു ഇതിന്റെ കൗതുകകരമായ ഒരു പരിണാമം. വിമർശനത്തോടുള്ള വൈലോപ്പിള്ളിയുടെ പ്രതികരണത്തിൽ കാണാവുന്നതാണ്. കവികളുടെ അസഹിഷ്ണുത പുരാണപ്രസിദ്ധമാണെങ്കിലും ക്ഷുദ്രനിരൂപണത്തിനുകൂടി ആരോഗ്യകരമായ ചില ധർമ്മങ്ങളുണ്ടെന്നാണ് ഈ കവിയുടെ നിലപാട്.

*"ഹേ വിമർശക, ജീർണ്ണ-*
*പത്രങ്ങൾ കൂട്ടിച്ചോട്ടിൽ*
*നീ വളർത്തുക വഹ്നി*
*നന്ദി ഞാൻ പറഞ്ഞേക്കാം.*
*തീയുണർത്തവേ, പച്ച-*
*മണ്ണിലേയ്ക്കുദ്യൽഫലം*
*വായുവിൽ വെളിച്ചത്തി-*
*ലേയ്ക്കു ഞാൻ വളർന്നേക്കാം."*
*(വിമർശനം)*

ചെറുതീയും പുകയും ആത്മാവിൽ പുതിയ കൂമ്പും പുതു പൂക്കുലയും കിളിർപ്പിക്കും എന്ന ഈ പ്രസ്താവത്തോടു ചേർത്തു വായിക്കുമ്പോൾ വൈലോപ്പിള്ളിക്കവിതയെ പുകഴ്ത്തുന്നതും കരുതലോടെ വേണ്ടിയിരിക്കുന്നു എന്ന് സിദ്ധിക്കുന്നതാണ്. ദുഃഖങ്ങളിൽ അനുദ്വിഗ്നവും സുഖങ്ങളിൽ നിസ്പൃഹവുമായ ഈ അവസ്ഥ വൈലോപ്പിള്ളിക്കവിതയിൽ ധർമ്മസങ്കടത്തിന്റേതായ ഒരു സവിശേഷാന്തരീക്ഷം നിർമ്മിക്കുന്നു.

## ധാരണാനിരാസം

ഏനൽസ്വഭാവ ഘടനയുടെ മൗലിക താളം ധാരണയുടേയും നിരാസത്തിന്റേയും (Retention-expulsion) താളംതന്നെയാണ്. നീണ്ട 'ധാരണ' കുട്ടികൾക്ക് ആഭ്യന്തര സവിശേഷസുഖം മാത്രമല്ല

ഇച്ഛാശക്തിയുടെ മീതെ വലിയ നിയന്ത്രണവുംകൂടി നൽകുന്നു. ഇതെത്ര ത്തോളം നീണ്ടുപോകുന്നുവോ അത്രത്തോളം 'നിരാസ'ത്തിന്റെ സുഖവും വർദ്ധിക്കും.

*"അത്രയുമിഹ പഴകിയ മദ്യമി-*
*തെത്ര മനസ്സിനു പഥ്യം"*

എന്നു നമ്മുടെ കവി ഇക്കാര്യം കവിതയിൽതന്നെ പറഞ്ഞിട്ടുണ്ട്. തന്നെ നിയന്ത്രിക്കുകവഴി ലോകത്തെത്തന്നെ നിയന്ത്രിക്കാനുള്ള കരുത്താണ് ക്ഷമ നൽകുന്നത്. ദീർഘപ്രയത്നമെന്ന ഏനൽസ്വഭാവം വൈലോപ്പിള്ളിക്കവിതയിൽ ദീർഘമായ ശില്പതപസ്യയായിത്തീർന്നിരിക്കുന്നു. ഒരർത്ഥത്തിൽ ഇതുതന്നെയാണ് അനർഹമായ പ്രചാരം നേടിയ കാച്ചിക്കുറുക്കൽ. 'ഏതെങ്കിലും കവിത വികസിപ്പിക്കുവാനിരുന്നാൽ ആ പണി തീരുന്നതുവരെ ഞാനൊരു പൊരുന്നൽ കോഴിയാണ്' എന്ന് 'എന്റെ കവിത'യിൽ കവിതന്നെ പ്രസ്താവിച്ചിരിക്കുന്നു. സ്ഥാവരസഹജമായ ഈ ക്ഷമയും, ദീർഘപ്രയത്നവും, ചെയ്യുന്നതെന്തും അന്ത്യനിമിഷത്തിലേക്ക് നീട്ടിവെയ്ക്കുവാനുള്ള പ്രവണതയും ഏനൽഘടനയുടെ സവിശേഷതയാണെന്നു സാഡ്ഗറും പറഞ്ഞുവച്ചിട്ടുണ്ട്.[14] 'താമസിച്ച മനുഷ്യൻ', 'വൈകിയ വസന്തത്തിൻ പുഷ്പങ്ങൾ', 'കുറ്റക്കാരൻ' എന്നീ കവിതകളിൽ അനുപമമായ ഉൾക്കാഴ്ചയോടെ വൈലോപ്പിള്ളി തന്നിലെ ഈ സത്യത്തെ ആവിഷ്കരിച്ചിരിക്കുന്നു.

*"സമസ്തം വൈകിച്ചെയ്യ-*
*ലാണു നിൻ പരാജയം*
*ക്ഷമിക്കാം കാത്തീടാം ഞാൻ*
*നീ താനേ വരുവോളം"*
*(താമസിച്ച മനുഷ്യൻ)*

എന്നു കവിയെ സ്വപ്നത്തിൽ വിളിച്ചറിയിക്കുന്നത്, തന്റെ ചിരവാഞ്ഛിതനായ സുഹൃത്ത്, കാലൻതന്നെയാണ്. കാലനെപ്പോലും കടംപറഞ്ഞു പറ്റിക്കുന്ന ഈ മനുഷ്യന്റെ കഥ, ജി. ശങ്കരക്കുറുപ്പിന്റെ രാഗഹർഷവിഹ്വലമായ 'എന്റെ വേളി'യുമായി താരതമ്യപ്പെടുത്തി നോക്കേണ്ടതുമാണ്. പ്രവൃത്തിയെന്നപോലെ നിവൃത്തിയും സുഖദമാണെന്നു കണ്ടെത്തുന്ന ധാരണാനിരാസശൈലിയുടെ ഉദാത്തമായ ഒരു ചിത്രീകരണമായി മാത്രമേ, 'താമസിച്ച മനുഷ്യ'നെ കാണുവാൻ എനിക്കു കഴിയൂ. ഇതിൽ ത്യാഗവും തോൽവിയും ഇല്ലതന്നെ. 'വൈകിയ വസന്തത്തിൻ പുഷ്പങ്ങൾ' കൂടുതൽ വിലയുറ്റ പുഷ്പങ്ങളായിത്തീരുന്നതുപോലെ ചെപ്പിലടച്ചു സൂക്ഷിക്കുന്ന അനുഭവം, അനുഭവമൂല്യത്തേയും

---

14 Sadgar-Anal-erotik and Anal charakter അബ്രഹാം ഉദ്ധരിക്കുന്നത്

അധികമാക്കിത്തീർക്കുന്നു. ഒന്നും നേരത്തിനു ചെയ്യാതിരിക്കുന്നതിന്റെ സുഖം, അങ്ങിനെ ചെയ്യാതിരിക്കുന്നവർക്കേ അറിയൂ.

*"അമ്പതായെനിക്കെന്നാ-*
*ലൊറ്റയായ് ജീവിച്ചേൻ ഞാ-*
*നമ്മയെ സ്മരിച്ചു ഞാൻ*
*ഭയന്നേൻ പെൺജാതിയെ."*

എന്നിട്ടു താനെടുത്തുവളർത്തിയ കുട്ടിയെ കെട്ടിനിർത്തിയ സ്നേഹം കൊണ്ടഭിഷേകവും ചെയ്തു.

*"ഏറ്റവും മതിമറ-*
*ന്നവനെസ്സംലാളിച്ചേൻ*
*നീട്ടിവെച്ചൊരു ജോലി*
*വെമ്പലായ് ചെയ്യുംപോലെ" (കുറ്റക്കാരൻ)*

ഇങ്ങനെ നീട്ടിവെയ്ക്കുന്നതിലുള്ള ആനന്ദം, മുതിർന്നവരുടെ ആജ്ഞയെ ധിക്കരിക്കുന്നതിലുള്ള ആനന്ദം അഥവാ ആദ്യ ധിക്കാരമാണ് എന്ന് ഫ്രോയ്ഡ് കണ്ടെത്തിയിട്ടുണ്ട്.[15]

## ദുഃഖത്തിന്റെ സുഖം

മനുഷ്യദൈവബന്ധത്തെ (പിതൃപുത്രബന്ധത്തെ) പുരസ്കരിച്ചെഴുതിയതും 'പഴയ നിയമ'ത്തിലെ ഇയ്യോബിന്റെ കഥയെ (Book os Job) അനുസ്മരിപ്പിക്കുന്നതുമായ വിശിഷ്ട ഗീതകത്തിൽ മനുഷ്യന്റെ തീരാദുരിതങ്ങളെണ്ണിപ്പറഞ്ഞിട്ട് കവി ഇങ്ങനെ അവസാനിപ്പിക്കുന്നു.

*"ഇപ്പൊഴുമെന്നാലന്ധ-*
*മെന്റെയാത്മാവിൽ സർവ്വ-*
*നിഷ്ഫലതയെച്ചൊല്ലി-*
*യുണ്ട് കയ്ചൊരു തുള്ളി*
*അതിനെസ്സൂക്ഷിപ്പൂ ഞാ-*
*നാരെന്റെ വിധികർത്താ-*
*വവനു നിവേദിപ്പാ-*
*നവനു നിവേദിപ്പാൻ."*
*(അവസാനത്തെ അശ്രുബിന്ദു)*

തിക്തജീവിതാനുഭവങ്ങൾ ഉള്ളിൽ സൂക്ഷിക്കുന്നതിലെ ദുഃഖം, ദുഃഖം

---

15 It (Faces) is evidently treated as an additional part of the body; it represents the first 'donation', the disposal of which expresses the pliability while the retention of it can express the spite of the little being towards his environment-Freud Three contributions to the theory of Sex.

സഹിച്ചുകൊണ്ടിരിക്കുന്നതിലെ സുഖം, തന്റെ പിതാവായ ഈശ്വരന്റെ മുമ്പിൽ പകയോടുകൂടി, അവിചാരിതമായി അതു നിവേദിക്കുന്നതിലെ അലഘുവായ സംതൃപ്തി, എന്നിവയെല്ലാം ഈ ലഘുകവിതയിൽ അന്യാദൃശമായി സംഘനനം ചെയ്തിരിക്കുന്നു.

അഭ്യന്തരശാരീരികപ്രവർത്തനങ്ങൾ തന്റെ വരുതിക്കു വഴങ്ങിത്തുടങ്ങുന്നതായി കാണുന്ന ശിശുവിനു തന്റെ ഇച്ഛാശക്തിയുടെ വ്യാപ്തിയെക്കുറിച്ച് വ്യാമുഗ്ധ ഭാവനകളുണ്ടായിത്തീരും. തന്റെ വിചാരങ്ങൾ സർവ്വശക്തങ്ങളാണെന്ന് അവർ കരുതിത്തുടങ്ങുന്നു (അബ്രഹാം). ഈ ഭാവന യോഗികളിലും കവികളിലും സർവ്വസാധാരണമാണ്. അപാരമായ കാവ്യസംസാരത്തിലെ പ്രജാപതിയാണ് താനെന്നു കരുതുന്ന കവി, മന്ത്രവാദിയുടെ ചേതോഹരമായ, അമൂർത്തമായ ഒരാവർത്തനംതന്നെ. വൈലോപ്പിള്ളിയുടെ കവിയും സൗന്ദര്യബോധവും ഇക്കാര്യം സ്പഷ്ടമാക്കുന്നു. സന്ധ്യകൾ താനാണ് സൃഷ്ടിക്കുന്നതെന്ന് വൈൽഡിനെ അനുസ്മരിപ്പിക്കുന്നു.

മഹാകവി വള്ളത്തോളിന്റെ കവിതയെ പ്രകീർത്തിച്ചെഴുതിയ 'ഒരു ഗാന'ത്തിൽ പ്രണയനൈരാശ്യം, ജീവിതപരാജയം, വാർധക്യമരണങ്ങൾ എന്നിവയ്ക്കുള്ള പ്രത്യൗഷധമാണ് കവിത എന്ന വിശ്വാസം വൈലോപ്പിള്ളി പ്രകടിപ്പിച്ചിട്ടുണ്ട്. ഉമർഖയ്യാമിന്റെ സ്വർഗ്ഗത്തിലുള്ള നാലിനങ്ങളിൽ ഒന്നുമാത്രംകൊണ്ടുതാൻ സ്വർഗ്ഗം വിരചിക്കും എന്നാണ് ഇതിന്നർത്ഥം. അല്ലാദിന്റെ വിളക്കുപോലെ, 'ഗാനം' ഇച്ഛയെ വസ്തുതയാക്കി മാറ്റുന്നു.

*"ആ വരികൾ ഞാൻ പാടവേ കാണ്മൂ*
*താഴ്‌വരകൾ മുൻനാളിനെപ്പോലെ....*
*ഉണ്ടവരും അവളുമെൻ കൊച്ചു-*
*വിണ്ടലവും വിരാമവുമെല്ലാം*
*ഹാ, പരാജിതനല്ല ഞാൻ..."*

കവിതയുടെ രസായനശക്തിയെക്കുറിച്ച് 'ഓർമ്മക'ളിലും ഇങ്ങനെ പറഞ്ഞിരിക്കുന്നു.

*"മഞ്ഞുകൾ വീണെൻ ചെറു വീട്ടിൻ*
*മൺചുമർ ജീർണ്ണിച്ചടിയേ*
*കലുഷിതമെൻ ജീവിതമൂറി-*
*ക്കവിതകളായതു കോരി*
*പാഴ്നരയൊടു പകരംവീട്ടി-*
*പ്പാനം ചെയ്തു രസിപ്പൻ!"*

മരണത്തെപ്പോലും വഞ്ചിച്ചു മടക്കുവാനും തന്നെ

ഭീഷ്മപിതാമഹനെപ്പോലെ സ്വച്ഛന്ദമൃത്യുവാകുവാനും കവിതയായി ത്തീർന്ന സ്മരണയ്ക്കു കഴിയും എന്ന വിശ്വാസവും കവി പ്രകടിപ്പിച്ചിട്ടുണ്ട്.

*"എങ്കിലുമെട്ടുത്തേൻ ഞാൻ*
*ശുദ്ധമെൻ കന്നിക്കാതൽ-*
*പ്പെൺകൊടിയാൾതൻ കൊച്ചു*
*മധുരസ്മൃതി മാത്രം*
*വെറ്റിലത്തരിപോലെ*
*ഞാനതു നുണയവേ*
*ചുറ്റിലും മഞ്ഞത്തൊരു*
*മാമ്പൂവിൻ മണം ചിന്നി...*
*എന്തിതു, ചതിച്ചോ നീ*
*പിന്തിരിഞ്ഞോതീ മൃത്യു" (മരണം കനിഞ്ഞോതി)*

കവിത, വൈലോപ്പിള്ളിക്ക് മൃത്യുഞ്ജയമായ ഒരു മണമാകുന്നു!

*"സ്വപ്നമോ? രാക്കിനാവുകളല്ലീ*
*സുപ്രഭാതത്തിൻ പൂവുകളെല്ലാം!"*
*(കുടിയൊഴിക്കൽ)*

ഇച്ഛ അഥവാ ചിന്ത സർവ്വശക്തമാണ് (omnipotence of thought) എന്ന ഏനൽ ശൈശവഭാവനയെ ഈ വരികളും സമർ ത്ഥമായി ഉദാഹരിക്കുന്നു.

പിശുക്കന്റെ പൊൻനാണയങ്ങൾ

അമിതമായ മിതവ്യയശീലം (parsimony) ആണ് ഏനൽസ്വ ഭാവഘടനയുടെ ഒരു സവിശേഷത എന്ന് ഫ്രോയ്ഡും ജോൺസും ചൂണ്ടിക്കാണിച്ചിട്ടുണ്ട്. വൈലോപ്പിള്ളി മിതവ്യയിയാണോ എന്ന വസ്തു തയിൽ എനിക്കു താല്പര്യമില്ല. എങ്കിലും വൈലോപ്പിള്ളിക്കവിതയിൽ ഒരുറുപ്പിക നൂറുപൈസയായിത്തന്നെ ഉപയോഗിക്കുവാനുള്ള തീവ്രവും നിരന്തരവുമായ യത്നം ഞാൻ കണ്ടിട്ടുണ്ട്. കഴിയുന്നിടത്തെല്ലാം ശബ്ദ ങ്ങളിൽനിന്നും പലിശയും ബോണസ്സുമായി അർത്ഥം സമ്പാദിക്കുവാനും അദ്ദേഹം ശ്രദ്ധിക്കാറുണ്ട്.

*"കൊള്ളിവാക്കിലില്ലയോ വാസ്തവനാളം!"*
*"ഞാനിക്കിളികളെയാട്ടിയോടിക്കും"*
*"നിൻ കുടിയൊഴിഞ്ഞീടണമീ ഞാൻ*
*നിൻ കുടിയൊഴിപ്പിക്കുമല്ലെങ്കിൽ"*
*"പൊൻപണത്തിനു മാനത്തെ വിറ്റു*
*നിൻ വയർ നീ നിറയ്ക്കയോ ബാലേ"*
*"പൂവൻ പുച്ഛമിളക്കിച്ചിന്താ-*

*ഭാവം പൂണ്ടു തിരിഞ്ഞുനടന്നു"*
*"വരിക കണ്ണാൽക്കാണാൻ*
*വയ്യാത്തൊരെൻ കണ്ണനെ"*
*"നീ തൊഴിലാളി നീറിക്കിടക്കും*
*നീറ്റടയ്ക്കപോലുള്ളൊരാമണ്ണിൽ"*
*"രാവിലെ ദാസ്യം പുൽകിയെച്ചില്ലുണ്ടുറങ്ങിയോർ*
*രാവിലെ മട്ടുപ്പാവിൽ യജമാനരായ് വാഴ്വൂ"*

വാക്കുകളുടേയും ചിന്തകളുടേയും ചെറുചുഴികളിൽ തനിക്കു വലിയ താല്പര്യമാണുള്ളതെന്ന് വൈലോപ്പിള്ളി ഗദ്യത്തിൽ സമ്മതിച്ചിട്ടുണ്ട്. ('എന്റെ കവിത') പക്ഷേ തന്റെ കവിതയിലെ പദവാക്യരചനയുടെ പാവുനെയ്ത്തിനെ നിരൂപകന്മാർ പ്രശംസിച്ചു(?) കേൾക്കുന്നത് ഇഷ്ടമല്ല എന്നും തുടർന്നു സൂചിപ്പിച്ചിരിക്കുന്നു. നന്മയുടെ മറുപുറം കാണുക എന്ന ഏനൽസ്വഭാവം സ്പഷ്ടമാക്കുന്നതിനു പുറമേ, കവിയുടെ ഇഷ്ടാനിഷ്ടങ്ങൾ കാവ്യനിരൂപണത്തിൽ പ്രസക്തമായിക്കൂടാ എന്ന് ഊന്നിപ്പറയേണ്ട കാലമായി എന്നും ഈ പ്രസ്താവം അനുസ്മരിപ്പിക്കുന്നു.

## കവിയുടെ കാമധേനു

ഭാവത്തിനനുഗുണമായ പദം വെച്ചും എടുത്തും ഒരു കവിയുടെ ദോളായമാനമായ മനസ്സ് ഒടുവിൽ എത്തിച്ചേരുന്ന സാരസ്വതസിദ്ധി (വാമനൻ)യല്ല വൈലോപ്പിള്ളിയുടെ ഈ പ്രവണതയിലുള്ളത്. പിശുക്കൻ നാണ്യങ്ങളെയന്നപോലെ കവി പദങ്ങളെ താലോലിക്കുന്നു. ഭാവനകൊണ്ടു തിരിപ്പിടിക്കുമ്പോൾ അവ തേഞ്ഞുപോകുകയല്ല ചെയ്യുന്നത് എന്നേയുള്ളൂ -- മറിച്ച്, മർദ്ദിക്കപ്പെടുന്ന കാശിത്തുമ്പക്കായിൽ നിന്നെന്നപോലെ, അവയിൽനിന്ന് അനാദിയായ അനുഭൂതിബീജങ്ങൾ ചിതറിത്തെറിക്കുന്നു. ശബ്ദാർത്ഥങ്ങൾ കൂട്ടിവെയ്ക്കാതെ തങ്ങളിൽക്കൂടി ഒഴുകിപ്പോകാനനുവദിക്കുന്ന ഷെല്ലി, ടാഗൂർ, ജി.ചങ്ങമ്പുഴ എന്നീ കവികളുടെ രചനാരീതികളുമായി സാദൃശ്യപ്പെടുത്തുമ്പോൾ വൈലോപ്പിള്ളിയുടെ സവിശേഷത ഒന്നുകൂടി സ്ഫുടമായിത്തീരുന്നതാണ്. വൈകിയെഴുതുക, കുറച്ചു മാത്രം എഴുതുക, ചെറുതായെഴുതുക എന്നതും തന്റെ ഒപ്പടയാളം തന്നെ. ഓരോ പുൽക്കൊടിയും പിരിച്ചെടുത്തു പശുവിനെ തീറ്റുന്ന അല്പദാനക്കാരനായ ഒരു ലുബ്ധനെപ്പോലെയാണ് വൈലോപ്പിള്ളി തന്റെ കാമധേനുവിനേയും പോറ്റുന്നത്. അതിസാമ്യംകൊണ്ടു ശ്രദ്ധേയമായ ഒരുദാഹരണം അബ്രഹാമിന്റെ പഠനത്തിൽനിന്നുദ്ധരിച്ചു ചേർക്കാം.

...For instance, there was the case of a stingy man who fed his goat by giving it each blade of grass separately.

'കുടിയൊഴിക്ക'ലിന്റെ കവിയും ഇതേവിധം ഒരു പശുവിനെ വളർത്തുന്നു.

*"വെള്ളിവാർമണിത്താലികളാട്ടി*
*വെള്ളിലനിറപ്പുള്ളികൾ കാട്ടി*
*തുള്ളിടുന്നൊരെൻ പയ്യിനു പച്ച-*
*പ്പുള്ളികത്തിയ പുല്ലേട്ടത്തേകി"*

കവി പോറ്റിവളർത്തുന്ന ഈ ഗോവ് മറ്റൊരർത്ഥത്തിൽ കവിതയെന്ന ഗോവുതന്നെയാണ് എന്ന് കാണുവാൻ കഴിയും. 'തുള്ളിടുന്നൊരെൻ പയ്യിന്' എന്ന പ്രയോഗമാകട്ടെ പയ്യിനെ പുല്ല് കാട്ടി കൊതിപ്പിച്ച് തുള്ളിക്കുകയും അല്പാല്പമായി, അപര്യാപ്തമായി കൊടുത്തു രസിക്കുകയും ചെയ്യുന്ന സാഡിസ്റ്റ് ക്രൂരതയെ വെളിപ്പെടുത്തുന്നു. ഈ സാഡിസ്റ്റ ഭാവന വൈലോപ്പിള്ളിയിൽ ഒരു മൗലികസ്വഭാവമാണെന്ന് 'കുടിയൊഴിക്കൽ', 'കണ്ണീർപ്പാടം', 'കാശിത്തുമ്പകൾ,' എന്നീ കവിതകൾ ശ്രദ്ധാപൂർവ്വം വായിച്ചിട്ടുള്ളവർക്കറിയാൻ കഴിഞ്ഞിട്ടുണ്ടാകാം.

### മൂന്നു മുനകൾ

ഉദാത്തീകൃതമായ ഭാവനാലോകത്തിൽ അഥവാ കവിയുടെ മായാലോക (poet's pseudo-world)ത്തിൽ ഏകാന്തസുഖം അനുഭവിച്ചുകൊണ്ടിരിക്കുവാനുള്ള തൃഷ്ണയും ഈ സ്വഭാവത്തിന്റെ സവിശേഷതയായി ചൂണ്ടിക്കാണിക്കപ്പെട്ടിട്ടുണ്ട്.

സ്വന്തം മാനസിക സൃഷ്ടികളിൽ കൗതുകം (അബ്രഹാം), തീവ്രമായ ആത്മാഭിമാനം (ജോൺസ്), തന്റെ അപ്രമാദിത്വത്തിൽ തികഞ്ഞ വിശ്വാസം (സാഡ്ഗർ) എന്നിങ്ങനെ ഈ സ്വഭാവത്തിന്റെ മൂന്നു മുനകളും വൈലോപ്പിള്ളിക്കവിതയിൽ കാണാം. കവിതയ്ക്കു അനുപേക്ഷണീയമല്ലാത്ത അടിക്കുറിപ്പുകളെഴുതുക, കാവ്യാസ്വാദനം എങ്ങനെ നിർവ്വഹിക്കണം എന്നു പേർത്തും പേർത്തും ഉൽബോധിപ്പിക്കുക തുടങ്ങിയ പ്രത്യേകതകളെല്ലാം ഈ സ്വഭാവത്തിന്റേതുതന്നെ. മറ്റാർക്കും, തന്നെ മനസ്സിലാക്കിക്കളയുവാൻ കഴിയില്ല എന്നതു ഇവരുടെ പരാതിയല്ല. ഗൂഢമായ അഭിമാനംതന്നെയാകുന്നു. അതുകൊണ്ടു മനുഷ്യനെ മനസ്സിലാക്കുവാനുള്ള ഒരു മഹായത്നമായ മാനസികാപഗ്രഥനത്തോട് ഇവർക്ക് സ്വാഭാവികമായ എതിർപ്പുണ്ടാകും. (അബ്രഹാം) വൈലോപ്പിള്ളിയുടെ കവിതയെക്കുറിച്ചല്ലാതെ, കവിതയിലെ പദവാക്യങ്ങളെക്കൊണ്ടു സപ്രമാണമാക്കാതെ, ഒരഭിപ്രായവും ഈ പ്രബന്ധത്തിൽ പ്രകടിപ്പിച്ചിട്ടില്ല എന്നതുമാത്രമാണ് സംഭാവ്യമായ ഈ പ്രതിഷേധത്തിന്റെ പ്രതിഷേധം.

ഏകാകിതയിൽ സംതൃപ്തി, എഴുതാത്ത പുറം വായിക്കുന്നതിൽ ആസക്തി, അഭിരുചികളിലും അഭിപ്രായങ്ങളിലും വിശ്വാസങ്ങളിലും വീട്ടുവീഴ്ചയില്ലായ്മ എന്നീ ഏടനൽ സ്വഭാവധാരകളുടെ ഫലമായി, സ്നേഹശൂന്യമായ ഒരു മാനസികാവസ്ഥയുണ്ടായിത്തീരുമെന്ന് ജോൺസും തന്റെ വിദഗ്ധമായ പ്രബന്ധത്തിൽ ചൂണ്ടിക്കാണിച്ചിട്ടുണ്ട്. സ്നേഹധനന്മാരായ കവികളെക്കുറിച്ച് ഈ അഭിപ്രായം സംഗതമാകുമോ എന്ന് സംശയിക്കുന്നവരുണ്ടാകാം. 'ഞങ്ങൾ നിങ്ങളെ സ്നേഹിപ്പിതെന്നും' എന്നു കവിതന്നെ ഒരിക്കൽ ശപഥം ചെയ്തിട്ടുമുണ്ട്. എനിക്കു പറയുവാനുള്ളത് വൈലോപ്പിള്ളിയെക്കുറിച്ചല്ല, വൈലോപ്പിള്ളിക്കവിതയിലെ മാനസിക പ്രപഞ്ചത്തെക്കുറിച്ചു മാത്രമാകുന്നു. പക്ഷിവർഗ്ഗത്തിൽ 'കാക്ക'യെ കീർത്തനീയമായിക്കണ്ട കവിയോട് പ്രിയതമ ഒരിക്കൽ ഇങ്ങനെ ചോദിച്ചുവത്രെ:

*"നോക്കിനിന്നുരച്ചു നീ*
*ഞാനാദ്യം മരിച്ചൊരു*
*കാക്കയായ് വന്നാലെന്നെ-*
*യങ്ങു കണ്ടറിയുമോ?*
*അറിയും എന്നോതിനേൻ*
*കണ്ടറിഞ്ഞാലെന്തു-ക-*
*ല്ലെറിയും സ്നേഹിക്കുകി-*
*ല്ലപ്പൊഴുമെന്നെബ്ഭവാൻ." (കാക്കകൾ)*

പ്രിയപത്നിക്കുവേണ്ടി കാക്കയോടുപോലും കയർത്ത രാമന്റെ നാട്ടിൽ, കാക്കയെ സ്നേഹിക്കുകയും പ്രിയയെ കല്ലെറിയുകയും ചെയ്യുന്ന കവിയെ തനിക്ക് 'അറിയാം' എന്നാണ് ഈ വരികളുടെ അർത്ഥം. ഇതാ ഇതു 'കാശിത്തുമ്പക'ളിലെ കുറ്റസമ്മതമാണ്.

*"ഞെരുക്കിയുടച്ചല്ലോ*
*നിന്നെ ഞാൻ വീണ്ടും വീണ്ടും*
*പരുഷവിചാരത്താൽ*
*വാക്കിനാൽ പ്രവൃത്തിയാൽ*
*ഓമലേ നിത്യാന്ധൻ ഞാൻ*
*ശേഷിച്ചു വിധുരനാ-*
*യോർമ്മകളുടെ കാശി-*
*ത്തുമ്പപ്പൂമലർക്കാവിൽ."*

വസ്തുവിനെ നിരാകരിക്കുകയും അതിന്റെ നിഴലിനെ, ഓർമ്മയെ ആശ്ലേഷിക്കുകയും ചെയ്യുന്ന ഈ സാഡോമസോക്കിസ്റ്റ് ജീവിതശൈലിയിൽ സുഖകരമായ ഒരംശമുണ്ട് എന്നാണ് 'ഓർമ്മകളുടെ

കാശിത്തുമ്പപ്പൂമലർക്കാവിൽ' എന്ന അന്ത്യപദത്തിന്റെ പ്രസാദം വിളിച്ചറിയിക്കുന്നത്. അതിൽ ഉൽക്കടമായ സ്നേഹവൈരാഗ്യങ്ങളുടെ വികാരസംഘട്ടനവും ഹൃദയമഥനവുംകൂടിയുണ്ടെന്ന് 'കണ്ണീർപ്പാടം' സ്പഷ്ടമാക്കുന്നു.

*"ഇന്നു മിക്കതും മുൾക്കാ-*
*ടായ ദാമ്പത്യത്തിന്റെ*
*പനിനീർപ്പൂന്തോട്ടത്തിൽ...*
*പിറക്കാതിരുന്നെങ്കിൽ*
*പാരിൽ നാം സ്നേഹിക്കുവാൻ*
*വെറുക്കാൻ തമ്മിൽക്കണ്ടു-*
*മുട്ടാതെയിരുന്നെങ്കിൽ."*

## ആത്മപീഡയുടെ സ്വരം

ഈ സംഘട്ടനമാണ് തുടക്കം മുതൽക്കുതന്നെ വൈലോപ്പിള്ളിക്കവിതയുടെ അന്തരാത്മാവിനെ ദീപ്തമാക്കിപ്പോന്നിട്ടുള്ള ഘടകം. അതിലെ മസോക്കിസത്തിന്റെ, ആത്മപീഡയുടെ ധാര സാഡിസത്തിനു മാപ്പു നൽകുന്നു. ആനൽ സ്വഭാവശൈലിയുടെ ഭാവകാർക്കശ്യം ഈ സംഘട്ടനത്തെ ഏറെക്കുറെ സ്തംഭിപ്പിച്ചു നിർത്തുകയും ചെയ്യുന്നു.

*"എത്ര നിർവ്വികാരമിപ്പുതുതാം തലമുറ"*
*എന്നു 'കണ്ണീർപ്പാട'ത്തിലും*
*"ചുണ്ടലുമിട്ടിളകാതെയിരിപ്പൂ*
*ചുമ്മാ തീരത്തൊരു പയ്യൻ"*

എന്നു 'ചേറ്റുപുഴ'യിലും കവി സ്വന്തം കവിതയുടെ ഭാവത്തെ മറ്റിമേജുകളിൽ പ്രക്ഷേപിച്ചിട്ടുണ്ട്. ഈ നിശ്ചലത തന്റെ വേദനയും തന്റെ ശക്തിയും തന്റെ കവിതയുടെ ഭാവദീപ്തിയും ആകുന്നു.

ഏനൽ സ്വഭാവത്തിന്റേതായ കടുംപിടുത്തം (obstinacy) എന്നു ഫ്രോയ്ഡ് നിർദ്ദേശിച്ച ആത്മപീഡാകരമായ യാഥാസ്ഥിതികത്വം വൈലോപ്പിള്ളിക്കവിതയുടെ മൗലികമായ ഒരു സവിശേഷതയാണ്. ശത്രുക്കളുടെ സൗകര്യത്തിനുവേണ്ടിയാണ് ഞാനിതിന്ന് യാഥാസ്ഥിതികത്വമെന്ന വൈകാരികനാമം നൽകുന്നത്. ശാസ്ത്രീയവീക്ഷണവും പുരോഗമനവ്യഗ്രതയുമുള്ള 'പന്ത'ങ്ങളുടെ കവിയെക്കുറിച്ച് ഇങ്ങനെ പറയുന്നത് സത്യനിഷേധമാണ് എന്നു തോന്നാം. തേജോമയവും ഉദാത്തവും ആയ ഈ കാവ്യത്തിൽ അറിവിന്റെ ഒളിമ്പിക് ജ്വാല കയ്യോടു കൈ മാറുന്ന നിശ്ചലബിന്ദുവിലാണ് ഭാവശില്പം ആരംഭിച്ചവസാനിക്കുന്നത്. പുരോഗതിയെ പഴമയുടെ തുടർച്ചയായും തടവിൽപ്പെട്ട നന്മയുടെ ബന്ധമോചനമായും ഇതിൽ ചിത്രീകരിച്ചിരിക്കുന്നു.

*"അസ്മദനശ്വരപൈതൃകമാമീ-*
*യഗ്നി വിടർത്തും സ്കന്ദങ്ങൾ*
*ആകെയുലച്ചീടട്ടെ മന്നിലെ*
*നാകപുരത്തിൻ ബന്ധങ്ങൾ!"*

ഈ നിമിഷത്തിൽ കവി മൃത്യുവിലേക്ക്, പ്രപഞ്ചത്തിന്റെ ഉദരത്തിലേക്ക് മടങ്ങിപ്പോകുകയും ചെയ്യുന്നു.

'പന്തങ്ങ'ളിൽ മാത്രമല്ല, പന്തകൊളുത്തിപ്പട നടത്തുന്ന 'കുടിയൊഴിക്ക'ലിലും വിപ്ലവഘോഷയാത്രയുടെ മുമ്പിലോ ഒപ്പമോ കവിയെ കാണുന്നതേയില്ല. താൻ നൈഷ്കർമ്മ്യത്തിന്റെ ധർമ്മസങ്കടത്തിന്റെ കൂട്ടിൽ അടയ്ക്കപ്പെട്ടിരിക്കുന്നു.

*"ഓട്ടുവാൻ ഞാനെഴുന്നാലുമീയെൻ*
*കൂട്ട നീങ്ങുന്നീലെന്തഭിശാപം."*

ഈ കർമ്മഷണ്ഡത്വം കവിയെ നിന്നിടത്തുതന്നെ കൊന്നിടുവാനേ പ്രയോജനപ്പെടുന്നുള്ളൂ. പക്ഷേ, ഭീരുവാക്കിത്തീർത്ത ജീവിതത്തിനു ബദലായി മരണം തന്നെ ധീരനാക്കിത്തീർത്തു. കാലത്തിനോ മാനുഷ്യകത്തിനോ താൻ കീഴ്പെട്ടിട്ടില്ല. ഉള്ളതാകട്ടെ മറ്റൊരു വിധത്തിലായിരുന്നുതാനും.

*"വീണുഞാൻ പോയിതെന്നെച്ചവിട്ടി*
*മാനുഷ്യവ്യൂഹം കാലപ്രവാഹം....*
*ചേറുമണ്ണായഴിഞ്ഞിതെൻ മാംസം*
*ചോര നീരലിഞ്ഞുറനീരായി....*
*മാറിൽ നിന്നെന്റെ ചുറ്റിലും നിന്നു*
*നൂറുനൂറു ചീവീടുകൾ പാടി."*
*(കുടിയൊഴിക്കൽ)*

അതേ പ്രപഞ്ചരംഗത്തുതന്നെ അതിലും ആഴത്തിൽ പുനർജ്ജനിച്ച തന്റെ രൂക്ഷപശ്ചാത്തലഗാനമാണ് 'കുടിയൊഴിക്ക'ലിലെ അന്തിമഖണ്ഡമായ 'ചീവീടുകളുടെ പാട്ട്.' തന്റെ നാദത്തിൽക്കൂടി നിന്നിടത്തുതന്നെ താൻ അമർത്ത്യനായിരിക്കുന്നു. ഈ അധോലോകകവിത തന്നെയാണ് 'സംസ് കൃത'ത്തിൽ കീർത്തിതമായിട്ടുള്ള അന്തർവാഹിനിയായ സരസ്വതി. ഖയ്യാമിനെപ്പോലെ, അടുത്ത ജന്മത്തിൽ, ഹൃദയരക്തത്തിന്റെ തുടുപ്പുള്ള പനിനീർപ്പൂവായി വിടരുമെന്ന വ്യാമോഹം ഈ ഏനൽക്കവിക്കിപ്പോഴില്ല. ചോരനീര് ഊറ നീരായി ത്തീരുമെന്നറിയുന്ന ക്രൂരമായ സത്യബോധം തന്റേതാണ്. അതുകൊണ്ട്, താനൊരു പൂവായിത്തീരുന്നുവെങ്കിൽത്തന്നെ, അടിക്കിഴങ്ങുകളുള്ളതും വന്യഗജങ്ങളുടെ ആനക്കാലുകൾ ചവിട്ടിത്തേച്ചാലും മരിക്കാത്തതുമായ

ലില്ലിയുടെ പുഷ്പമായി ബോധതലങ്ങളുടെ സാന്ധ്യസംഗമഭൂമികളിൽ വിരിയും. നിന്നിടത്തുനിന്ന് ഏകവർണ്ണത്തിൽ താൻ ചിരിക്കുമ്പോൾ അതു മുഷിപ്പനാണെന്ന് പഴിക്കുന്നവർ സത്യത്തിന്റെ നിറം കണ്ടവരല്ല.

*"എന്തിതിലേകസ്വര-*
*മാണെന്നോ സത്യത്തിന്റെ*
*സുന്ദരകലയ്ക്കൊരേ-*
*യൊരു വർണമേ പോരും" (ഭേരി)*

ജീവിതത്തിന്റെയും കവിതയുടെയും ചിത്രീകരണത്തിനു കവി സ്വീകരിച്ചിട്ടുള്ള സിംബലുകളും സന്ദർഭങ്ങളും പഠിക്കുന്തോറും അവ എത്രമേൽ നിശ്ചലമാണ് എന്നു ബോധ്യമാകാതിരിക്കുകയില്ല.

**ജീവിതത്തിന്റെ കൊയ്ത്തുപാടം**

വൈലോപ്പിള്ളിയുടെ പഴയ ടെസ്റ്റമെന്റായ 'കന്നിക്കൊയ്ത്തി'ൽ ജീവിതമെന്നത്, മറ്റു കവികൾക്കെന്നപോലെ പിന്മടക്കമില്ലാത്ത അതിശയപ്രവാഹമല്ല, നിശ്ചലമായ കൊയ്ത്തുപാടമാകുന്നു. വെള്ളിത്തിരയിലെന്നപോലെ ഇവിടെയും ചലനം ബന്ധപ്പെട്ടിരിക്കുന്നു.

*"കന്നിനാളിലെക്കൊയ്ത്തിനുവേണ്ടി*
*മന്നിലാദിയിൽ നട്ടവിത്തെല്ലാം*
*പൊന്നലയലച്ചെത്തുന്നു നോക്കു*
*പിന്നെയെത്രയോ കൊയ്ത്തുപാടത്തിൽ"*

വരമ്പിൽ ഒരു കവി, വയലിൽ അയാളെ തിരിഞ്ഞുനിന്നു കടാക്ഷിക്കുന്ന കവിത, ചുഴന്ന ജീവിതത്തിന്റെ ചെളിപ്പാടം-- ഇതാണ് *കന്നിക്കൊയ്ത്ത്* എന്ന നിശ്ചലദൃശ്യം. ഇതാണ് വൈലോപ്പിള്ളിയുടെ ജീവിതദർശനവും. ഇന്നലെ കഴിഞ്ഞുപോയ ജീവിതവും നാളെ വരാനിരിക്കുന്ന ജീവിതവും ഇതുതന്നെ.

*"നിങ്ങൾതാനവരിന്നത്തെപ്പാട്ടിൽ*
*നിന്നുഭിന്നമല്ലന്നെഴും ഗാനം."*

നെൽക്കതിരും നെല്ലിപ്പൂക്കളും നിറഞ്ഞ ഈ കൊയ്ത്തുപാടത്ത് താൻ തലമുറകളാൽ ശാശ്വതീകരിക്കപ്പെടുന്നു എന്നതാണ് വൈലോപ്പിള്ളിയുടെ അനേകം ഓണക്കവിതകളുടേയും താളം.

*"നരയുടെ മഞ്ഞുകൾ ചിന്നിയ ഞങ്ങടെ*
*തലകളിൽ മങ്ങിമയങ്ങിയിരിപ്പൂ*
*നിരവധി പുരുഷായുസ്സിന്നപ്പുറ-*
*മാളിയൊരോണപ്പൊൻകിരണങ്ങൾ"*
*(ഓണപ്പാട്ടുകാർ)*

*"പഴയൊരു പുള്ളുവനാണല്ലോ ഞാൻ*
*പായും കുടയും നെയ്യും*
*പലകൈവേലകൾ ചെയ്യും പിന്നെ....*
*അഴകിയ നാടൻ*
*കവിതകൾ പാടിയിരിക്കും ചാരേ"*
*(ഓണമുറ്റത്ത്)*

വൈലോപ്പിള്ളിയുടെ ഈ ഓണമുറ്റവും കർമ്മസ്വപ്നങ്ങൾ സമ്മേളിക്കുന്ന ജീവിതത്തിന്റെ സ്വപ്നങ്ങൾ സമ്മേളിക്കുന്ന ജീവിതത്തിന്റെ നിശ്ചലമായ മണിമുറ്റംതന്നെ. ഇവിടെ പൂഴിവിരിച്ച ഭംഗികളുടെകൂടെ, തലമുറകളിൽക്കൂടി നിത്യയുവത്വം നേടുന്ന കാലവും വന്നുനിൽക്കുന്നു.

*"പഴമയിലിഴയും പല്ലുകൊഴിഞ്ഞൊരു*
*പാട്ടാണെന്നു പഴിക്കാമിന്നു പ-*
*രിഷ്കാരത്തിൻ തിണ്ണയിലുള്ളവർ....*
*ഇവരറിയുന്നീലെന്നഭിമാനം"*

ഇവിടെയിരുന്ന് താൻ പാടുന്നത് അനാദിയായ പൊന്നോണത്തിന്റെ കഥയും ഓണത്തിന്റെ അപദാനങ്ങളുമാണ്. വൈലോപ്പിള്ളിയുടെ ഈ 'ദേവൻ' വാസ്തവത്തിൽ പാതാളത്തിലേയ്ക്ക് ചവിട്ടിത്താഴ്ത്തപ്പെട്ട അസുരചക്രവർത്തിയാകുന്നു. ഭൂമിക്കടിയിൽ മറഞ്ഞു വീണ്ടും ശുഭവാർഷികങ്ങളിൽ പുഞ്ചിരിക്കുന്ന ലില്ലിപ്പൂവിനെപ്പോലെയും മണ്ണായിത്തീർന്ന് കർണ്ണശൂലമായ മണ്ണുട്ടയായി ജനിക്കുന്ന കവിയെപ്പോലെയും ഈ അസുരചക്രവർത്തിയും തന്റെ സുപ്തലോകത്തിൽനിന്ന് ഉണർന്നുയരുകയും വീണ്ടും മടങ്ങിപ്പോവുകയും ചെയ്യുന്നു. നീളത്തിൽ പായുന്ന കാലത്തെ നടുവെ മടക്കി ലംബമാക്കുന്ന ഈ നിശ്ചലരീതി യാഥാസ്ഥിതികത്വത്തിന്റെ ഉദാത്തീകൃതരൂപമാകുന്നു. ഋതുഭേദങ്ങളെപ്പോലെ വട്ടത്തിൽ ചുറ്റുന്ന ജീവിത വസന്തമായ ഓണത്തെ, പരിണാമം എന്ന പിരിയൻ കോണിയുടെ ചുറ്റുകളാക്കിത്തീർത്തു തന്റെ പുരോഗമനസ്വഭാവം സ്ഥാപിക്കുവാൻ വൈലോപ്പിള്ളി ശ്രമിച്ചിട്ടുണ്ട്. (എന്റെ കവിത)

## വേദനയുടെ ലഹരി

കവിതയുടെ സിംബലായി വൈലോപ്പിള്ളി ഒന്നിലധികംതവണ സ്വീകരിച്ചുകാണുന്ന ഒരു വസ്തു, പഴകുംതോറും തെളിയുകയും തെളിയുംതോറും വീര്യമേറുകയും ചെയ്യുന്ന മദ്യമാകുന്നു. യാഥാസ്ഥിതികത്വത്തിനു ചാഞ്ഞുനിൽക്കുവാൻ ഇതിലും മികച്ച ഒരു പ്രതിരൂപമില്ലതന്നെ.

*'എൻ പ്രതിഭകൾ വാറ്റിയൊരുക്കി*
*സംഭൃതമാക്കിയ മദ്യം....*

*അത്രയുമിഹ പഴകിയ മദ്യമ-*
*തെത്ര മനസ്സിനു പഥ്യം*
*നിരയത്തിൻ ചൂരും പാരിൻ*
*നിന്ദകളേറ്റിയ ചുവയും*
*പക്വതയാലൊക്കെയുമതിലെ-*
*ന്നത്ഭുതരുചിയായ് ചമയും' (ഓർമ്മകൾ)*

ജീവിതത്തിലെ നീണ്ട, നിരന്തരമായ, ദുഃഖപരമ്പരയെ ചട്ടുലമായ ഒരന്ത്യലഹരിയാൽ മധുരീകരിക്കുന്ന ഈ ധാരണനിരാസതാളം നമുക്ക് പരിചിതമായിക്കഴിഞ്ഞിട്ടുണ്ട്. വൈലോപ്പിള്ളിയുടെ വേദാന്തസാരവും മറ്റൊന്നല്ല.

*"ആകയാലൊറ്റയൊറ്റയിൽക്കാണു-*
*മാകുലികളെപ്പാടിട്ടും വീണേ*
*നീ കുതുകമോടാലാപിച്ചാലും*
*ഏകജീവിതാനശ്വരഗാനം" (കന്നിക്കൊയ്ത്ത്)*

വേദനയെ ഗാനമാക്കിത്തീർക്കുന്ന ഈ വീക്ഷണവിശേഷം 'ചേറ്റു പുഴ'യിലെ 'ദാരുണ'മായ വൃന്ദമൃത്യുവെപ്പോലും വിനോദമാക്കിത്തീർത്തിരിക്കുന്നു.

*"ജീർണ്ണത ചേറ്റിൽത്താഴുന്നു പുഴ*
*പൂർണ്ണത നോക്കിപ്പായുന്നു."*

മുന്നോട്ടായുന്നു എന്നു തോന്നുന്നത്രതന്നെ പിന്നോട്ടു ചായുന്നതും എന്നാൽ വാസ്തവത്തിൽ കെട്ടിയ കൊമ്പിൽനിന്ന് അണുമാത്രം വ്യതിചലിക്കാതെ നിൽക്കുന്നതുമായ ഊഞ്ഞാലാകുന്നു വൈലോപ്പിള്ളിയുടെ പ്രശസ്തമായ മറ്റൊരു ജീവിതപ്രതീകം. ഫ്രോയ്ഡിയൻ കോണിപ്പടികൾപോലെ ഊഞ്ഞാലും ഒരു സാർവ്വലൗകികരതിപ്രതീകമാണ്. ജഗൽപിതാക്കളുടെ ഛായയുള്ള വൃദ്ധദമ്പതികൾ ഈ ഊഞ്ഞാലിന്റെ തേങ്ങലിൽക്കൂടി മാമ്പൂവിന്റെ മണമുള്ള ആതിരനിലാവിൽക്കൂടി എത്തിച്ചേരുന്നത് അവരുടെ ഗതയൗവനഭൂമികളിൽത്തന്നെ. മുന്നോട്ടുമാത്രം നീങ്ങിക്കൊണ്ടിരിക്കുന്ന കാലത്തെ ഒരു വൃക്ഷക്കൊമ്പിൽ തളച്ച് ഇരുവശത്തേക്കും ആട്ടുകവഴി വൈലോപ്പിള്ളിക്ക് കുട്ടികൃഷ്ണമാരാരുടെ മാത്രമല്ല നവീന നിരൂപകന്മാരുടേയും അഭിനന്ദനം സമ്പാദിക്കുവാൻ കഴിഞ്ഞു.

### കുട്ടിത്തേവാങ്ക്

ഭാവനയുടെ ഈ ഊഞ്ഞാലാട്ടത്തെ, സർക്കസ്സഭ്യാസത്തിലെന്നപോലെ സാഹസികമായി പ്രദർശിപ്പിക്കുകയാണ് 'കുടിയൊഴിക്ക'ലിൽ

കവി ചെയ്യുന്നത്. ഒരു നെട്ടുംകുതിയാൽ വിദ്യുദൈന്ദ്രധനുസ്സുകളുടെ സത്യലോകത്തിലേക്കും മറ്റൊരു മരണക്കുതിയാൽ പാതാളഗർഭത്തിലേക്കും കവിയുടെ ഭാവന എത്തിച്ചേരുന്നു. അവിടെ താൻ ചീവീടായി പുനർജ്ജനിക്കുകയും ഭൂതകാലത്തിന്റെ പശ്ചാത്തലഗീതം ആലപിക്കുകയും ചെയ്യും. കവിയുടെ ഇന്നലത്തെ സ്വപ്നം നിങ്ങളുടെ നാളത്തെ സ്വർഗ്ഗമായിത്തീരും.

*"കെട്ട ഞങ്ങൾതൻ കേവലസ്വപ്ന-*
*ക്കെട്ടെട്ടുത്തു കയറുക നിങ്ങൾ!"*

ചത്താലും നിന്നിടത്തുനിന്നിളകാത്തതും ഒരേ ഇരിപ്പിൽ മുന്നോട്ടും പിന്നോട്ടും ആടിക്കൊണ്ടിരിക്കുന്നതും പിൻവശത്തു സ്ഥാപിച്ച ദിവ്യചക്ഷുസ്സോടുകൂടിയതും ആയ സവിശേഷവ്യക്തിത്വമാണ് സമഗ്രസത്യദർശനത്തിനു വൈലോപ്പിള്ളിയെ സമർത്ഥനാക്കിത്തീർക്കുന്നത്.

സ്വന്തം കാവ്യഭാവനയെ വർണ്ണിക്കുവാൻ കവികൾ, രാപ്പാടിയുടേയും കാറ്റിന്റേയും ഓടക്കുഴലിന്റേയും കുയിലിന്റേയും മേഘത്തിന്റേയും സിംബലുകൾ ഉദാരമായി സ്വീകരിച്ചുകണ്ടിട്ടുണ്ട്. 'വിനീത'നായ വൈലോപ്പിള്ളിയാകട്ടെ തന്നിൽ കണ്ടെത്തിയതു കുയിലിനെയല്ല, കുട്ടിത്തേവാങ്കിനേയാണ്. അസാമാന്യനായ ഈ കവിയുടെ ക്രൂരമായ സത്യസന്ധത മാത്രമല്ല, അത്ഭുതകരമായ വാസനാവൈഭവവും ഞാൻ ഈ സാദൃശ്യത്തിൽ കാണുന്നു. തലകീഴായിക്കിടക്കുകയും തലകീഴായി നടക്കുകയും ലോകത്തിന്റെ നേരെ പിൻപുറം തിരിഞ്ഞിരിക്കുകയും ചെയ്യുന്ന ഈ എതിർപ്പുകാരൻ, ലോകത്തോടു കവിക്കുള്ള ഏനൽപ്രതിഷേധം (ഫ്രോയ്ഡ്) സമർത്ഥമായും പൂർണ്ണമായും ആവിഷ്കരിക്കുന്നു. മറിച്ച്, ജി.ശങ്കരക്കുറുപ്പ് എന്ന സൂര്യകാന്തിപ്പൂവ്, ദൂരെയാണെങ്കിലും തന്റെ സൂര്യനുനേരെത്തന്നെയാണ് നോക്കിനിൽക്കുന്നത്.

*"ആരു നീയനുജത്തീ*
*നിർന്നിമേഷമായെന്തെൻ*
*തേരുപോകവേ നേരേ*
*നോക്കിനിൽക്കുന്നു ദൂരേ."*
*"ഞാനൊരു കുട്ടിത്തേവാ-*
*ങ്കെന്റെ മേൽപ്പതിക്കൊല്ലേ*
*ഭാനുമൽക്കരങ്ങളും*
*നിങ്ങടെ നോട്ടങ്ങളും"*[16] (കുട്ടിത്തേവാങ്ക്)

---

16 The sensitiveness of the person with an anal character to external encroachments of every kind on the actual or supposed field of

തന്റെ സ്വപ്നം തന്റെ ഉള്ളിൽ താൻ സൂക്ഷിച്ചിട്ടുള്ളതാണെന്ന് തേവാങ്കിനറിയാം. നിന്ദാസ്തുതികൾ അവനെ ഉലയ്ക്കുകില്ല. ഇരുളാണ് വെളിച്ചമെന്നും ഉറക്കമാണ് സ്വപ്നമെന്നും അവൻ ഉറപ്പിച്ചിരിക്കുന്നു.

*"നിങ്ങൾ തൻ പ്രബുദ്ധാനു-*
*ഭൂതികളേക്കാൾ നിദ്ര-*
*യിങ്കൽ ഞാൻ കാണും കാവ്യ*
*സ്വപ്നങ്ങളത്യർഘങ്ങൾ"*

വിനീതമായ ഈ ധിക്കാരംതന്നെയാണ് ഉദാത്തഭാഷയിൽ, 'ഓണപ്പാട്ടുകാ'രിലും ഉള്ളത്.

*"അവകൾ കിനാവുകളെന്നാം ശാസ്ത്രം*
*കളവുകളെന്നാം ലോകചരിത്രം*
*ഇവയിലുമേറെ യഥാർത്ഥം ഞങ്ങടെ*
*ഹൃദയനിമന്ത്രിത സുന്ദരതത്വം."*

ഏകാകിയായി, നിദ്രാലുവായി, വെളിച്ചത്തിന്റെ മറുപുറം കാണുന്നവനായി, അക്ഷോഭ്യനും അതേസമയം ശുണ്ഠിക്കാരനുമായി തപസ്സിരിക്കുന്ന തേവാങ്ക് ജീവിലോകത്തിലെ ഒരു ഏനൽ ഹീറോതന്നെയാകുന്നു. ഇവൻ തന്നെയാണ് സ്ഥവിരനും, കർക്കശനും മാനിയും ആയ 'കുടിയൊഴിക്ക'ലിലെ നായകൻ. ഈ സ്ഥിരതയും പശ്ചിമദൃഷ്ടിയും അയാൾക്ക് ചരിത്രത്തിന്റെ അപൂർവ്വദർശനം നൽകുന്നു. ജീവിതത്തെ കാണുവാൻ അയാൾ തിരഞ്ഞെടുക്കുന്ന മർമ്മബിന്ദു മരണംതന്നെയാണ്.

**ഏകാകി**

വൈലോപ്പിള്ളിക്കവിതയുടെ സ്ഥാവരധിക്കാരത്തെ, വിളംബരം ചെയ്യുന്ന മറ്റൊരു പ്രതീകമാണ് 'വിമർശന'ത്തിലെ തെങ്ങ്.

*"ഏതൊരു വിമർശനത്തിങ്കലും വാടാതെ ഞാ-*
*നെന്റെ നാട്ടിലെത്തെങ്ങിൻ സദൃശം വളരാവൂ."*

ഈ പ്രതീകം ഒരാകസ്മികത്വമല്ല എന്നു മറ്റു കവിതകളിലെ പ്രസ്താവനകൾ തെളിയിക്കുന്നുണ്ട്.

*"ഒരൊറ്റത്തെങ്ങു കണ്ടിടത്തിലൊക്കെയും*
*സ്മരിച്ചു ഞങ്ങളിപ്പിറന്ന നാടിനെ" (ആസ്സാം പണിക്കാർ)*
*"തുംഗമീയഭിമാനത്തിങ്കലുമധോമുഖൻ*
*തെങ്ങുകളുടെ നാട്ടിൽ പിറന്ന നിർഭാഗ്യൻ ഞാൻ"*
*(ഒരു കൊടി)*

---

power is well known. Abraham.

മേലെ ശാഖകളോ താഴെ അടിക്കന്നുകളോ ഇല്ലാത്തതും ഒറ്റത്തടിയായി വളരുന്നതും ആയ ഈ വൃക്ഷം തന്നിൽത്തന്നെ അഭിരമിക്കുന്ന, തലയെടുപ്പുള്ള ഏകാകിയെ ഉദാഹരിക്കുന്നു. പടർച്ചില്ലകളില്ലെങ്കിലും തലപ്പൊക്കം തനിക്കുതന്നെയാണ്. ഈ തലപ്പൊക്കവും ഏകാകിതയും ആണ് സഹ്യന്റെ മകനുള്ള സവിശേഷതയും.

വിക്രമോർവ്വശീയത്തിലെ ഉന്മത്തഗജത്തെ അനുസ്മരിപ്പിക്കുന്നതും വൈലോപ്പിള്ളിക്കവിതയുടെ നെറ്റിപ്പട്ടമെന്നു വിശേഷിപ്പിക്കാവുന്നതുമായ 'സഹ്യന്റെ മകൻ', സഹ്യന്റെ മറ്റൊരു മകനായ വൈലോപ്പിള്ളിതന്നെയാണെന്ന് മുമ്പ് പ്രസ്താവിച്ചിട്ടുണ്ട്. അമ്പലമുറ്റത്ത്, പുരുഷാരത്തിന്റെ മുമ്പിൽ എഴുന്നള്ളിച്ചു നിർത്തിയിരിക്കുന്ന ഇവൻ കാലപ്രവാഹത്തിൽ ചവിട്ടിയരക്കപ്പെടുന്ന 'പ്രോബെസീഡിയാ' വംശത്തിൽ ഇന്നവശേഷിച്ചിട്ടുള്ള, ക്ഷമാമൂർത്തിയായ ഏകമൃഗമാകുന്നു. ഏറെക്കാലം സ്വന്തംകാലിൽ ഇളകാതെ നിൽക്കാൻ കഴിയുന്നു എന്നുള്ളതാണ് ഈ മൃഗത്തിന്റെ അത്ഭുതകരമായ ഒരു സ്വഭാവവിശേഷം. വളയ്ക്കാൻ കഴിയാത്തതും നീങ്ങാൻ വിഷമമായതുമായ പ്രകൃതിയാണ്, 'കുടിയൊഴിക്ക'ലിലെ നായകന്റെയെന്നപോലെ ഇതിന്റെയും പതനകാരണം. നിന്നിടത്തുനിന്നു വലുതാവുന്ന മഹത്വം ഇതിന്റെ ശക്തിയും ഭാരവുമാകുന്നു. മറ്റൊരു യുഗത്തിന്റേതായ ഈ മഹത്വവും ദൃഢമന്ദചലനവും ധീരനിത്യപ്രതിഷേധവും അനാദിസ്മൃതിസൗരഭവും മറ്റെവിടെനിന്നു കിട്ടും എന്നെനിക്കറിയില്ല.

1970

# മാമ്പഴം

വൈലോപ്പിള്ളിയുടെ 'മാമ്പഴം' അദ്ദേഹത്തിന്റെ മഹത്തായ കൃതിയല്ലെന്നുവന്നാൽത്തന്നെയും, ഏറ്റവും പ്രസിദ്ധമായ, ആസ്വാദിതമായ, ഏറ്റവും അഭിനന്ദിതമായ കൃതിയാകുന്നു. കഴിഞ്ഞ നാലു പതിറ്റാണ്ടുകൾക്കിടയിൽ ഉണ്ടായ ലഘുകാവ്യങ്ങളിൽ ഒരുപക്ഷേ, ചങ്ങമ്പുഴയുടെ 'വാഴക്കുല'ക്കു മാത്രം ഇത്രയും പ്രസിദ്ധിയുണ്ടായിട്ടുണ്ട്. മലയാളകവിതയുടെ നവോത്ഥാനപ്രതീകമെന്ന് ഇതിനെ ശ്രീ. എസ്സ്. ആർ. രംഗനാഥൻ വാഴ്ത്തുകയും ശ്രീ മാരാർ കൊണ്ടാടുകയും ചെയ്തു. കേരളക്കര എമ്പാടും ഇടറിയ തൊണ്ടയോടെ അമ്മമാർ ഈ പാട്ടുപാടി, അധീരവുമാക്കിത്തീർത്തു. നിരൂപകന്മാർ അറിയാത്തത്ര അഗാധങ്ങളായ മാനസതലങ്ങളിൽ 'മാമ്പഴ'ത്തിന്റെ രസം ആഴ്ന്നാഴ്ന്നിറങ്ങി.

ഇത്രയെല്ലാം നടന്നത് യുവസാഹിത്യകാരന്മാരുടെ പാളയത്തിൽ ജീവത്സാഹിത്യത്തിന്റെ കൊടി പാറിനിൽക്കുമ്പോഴായിരുന്നു; സാഹിത്യവും ജീവിതവും തമ്മിലുണ്ടായിരിക്കേണ്ട ബന്ധത്തെക്കുറിച്ചും കലകളുടെ ഉദ്ദേശ്യത്തെക്കുറിച്ചും കലശലായ ചർച്ചകൾ നടന്നുകൊണ്ടിരിക്കുന്ന കാലത്തായിരുന്നു.

'മാമ്പഴം' ഒരനുരാഗഗീതിയല്ല; അതിൽ സാമൂഹ്യമായ സജീവപ്രശ്നങ്ങളില്ല; ഗംഭീരമെന്നു വിശേഷിപ്പിക്കാവുന്ന വിഷയമോ അനുപമമെന്നു വിളിക്കാവുന്ന ആവിഷ്കരണരീതിയോ ഇല്ല. വൃത്തത്തിൽ, ശില്പത്തിൽ, കല്പനകളിൽ, കഥാവസ്തുവിൽ ഒന്നിലും കണ്ണഞ്ചിപ്പിക്കുന്ന പുതുമയുടെ ധാരാളിത്തങ്ങളില്ല. എന്നിട്ടും നാല്പത്തെട്ടുവരിക്കവിതയോളം ഹൃദയാവർജ്ജകമായി മറ്റൊരു നാല്പത്തെട്ടുവരി പിൽക്കാലത്ത് മലയാളത്തിൽ എഴുതപ്പെട്ടിട്ടുമില്ല.

എന്തായിരിക്കാം ഈ ഹൃദയാവർജ്ജകതയ്ക്കു കാരണം? മാരാരിങ്ങനെ പറയുന്നു: "കവികൾ വാക്കുകൊണ്ടേല്പിക്കുന്ന അനുഭൂതിക്ക് ഒരിക്കലും മറക്കരുതാത്ത ദാർഢ്യം കിട്ടുന്നത് അവയുടെ കാലാത്മകതകൊണ്ടാണ്...മറ്റൊന്നല്ലാ പ്രസ്തുത കൃതിയിലെ വരികൾക്കുള്ള മേന്മയും."

എന്നിട്ടദ്ദേഹം 'തന്മകനമൃതേകാൻ' എന്നു തുടങ്ങായ എട്ടുവരി ക്കവിത ഉദ്ധരിക്കുന്നു. 'കാലാത്മകത' എന്ന മാരാരുടെ പദത്തിൽ 'മഹത്തായ സത്യ'മടങ്ങിയിരിക്കാമെങ്കിലും, അതെന്തെങ്കിലുമൊരാശയം സുസ്പഷ്ടമായി വിവരിക്കുന്നില്ല. സാഹിത്യ നിരൂപണമാണത്.

മറ്റുചില വാക്യങ്ങളിൽ ഈ കാര്യത്തിന്റേതെന്നു താൻ കരുതുന്ന സാമൂഹ്യപ്രയോജനം മാരാർ സൂചിപ്പിക്കുകകൂടി ചെയ്യുന്നുണ്ട്.

"തന്റെ ഓമനമകൻ വെറും കൗതുകവശാൽ ഒരപരാധം ചെയ്തതിൽ താൻ അപ്രിയം പറഞ്ഞതിനെച്ചൊല്ലി ഒരമ്മയ്ക്ക് ആജീവനാന്തം വ്യസനിക്കാനിടയായതാണല്ലോ അതിലെ പ്രമേയം. കുട്ടികളുടെ ഈ വക നിരപരാധങ്ങളായ അപരാധങ്ങളുടെ നേർക്ക് അച്ഛനമ്മമാർ ക്രൂരമായി പെരുമാറുന്നത് സാധാരണയാണ്... ഒരു നിമിഷനേരത്തേയ്ക്ക് ഈ ബോധം അമ്മയുടെ മനസ്സിൽ ഉദിച്ചു എന്നിരിക്കട്ടെ, ആ തീരാത്ത പശ്ചാത്താപം അവരുടെ കത്തിപ്പടരുന്ന കോപാഗ്നിയിൽ വെള്ളം തളിച്ചേക്കും... ആ അമ്മ രണ്ടാമതൊരുണ്ണിയോട് ആ വിധം പരുഷത പറയാൻ പുറപ്പെട്ടാൽത്തന്നെ, വാക്യം മുഴുമിക്കാതെ ഉണ്ണിയെ എടുത്ത് ലാളിക്കുകയേ ചെയ്യൂ."

മാമ്പഴത്തിലെ ഉണ്ണി ചെയ്ത തെറ്റ് തെറ്റല്ലെന്നാണോ ഇതിനർത്ഥം? 'മാങ്കനി വീഴുന്നേരമോടിച്ചെന്നെടുക്കേണ്ടോൻ പൂങ്കുല തല്ലുന്നത്' ആശാസ്യമായ ഒരു ജീവിതസിദ്ധാന്തമാണെന്നാണോ മാരാരുദ്ദേശിക്കുന്നത്? കുട്ടികളെ ഒരിക്കലും നിയന്ത്രിച്ചുകൂടെന്നും ജീവിതത്തിന്റെ മാമ്പൂക്കുല അവരൊടിച്ചു നിലത്തടിച്ചുകൊള്ളട്ടെ എന്നുമായിരിക്കുമോ കവി ഉപദേശിക്കുന്നത്? കുഞ്ഞുങ്ങൾക്കനുകൂലമായ പുതിയ ബാലവിജ്ഞാനീയം പോലും ഈ അഭിപ്രായം ആദരിക്കുന്നില്ല.

മറിച്ച് മാമ്പഴത്തിനു പകരം മാമ്പൂവൊടിച്ചു കളിക്കുവാനുള്ള ഉണ്ണിയുടെ അഭിലാഷം യുക്തിവിരുദ്ധവും ജീവിതവിരുദ്ധവുമാകുന്നു. അത്യന്തബാലിശമാണത്. ഈ ബാലിശതയേയും അബുദ്ധതയേയും അതിജീവിക്കുകയത്രേ സംസ്ക്കാരത്തിന്റെ ലക്ഷ്യവും ആത്മാവും.

എങ്കിലും, ഒരു തെറ്റും ചെയ്യാത്ത അമ്മയെ കവിയും കൂട്ടുകാരും കൂടി കുറ്റക്കാരിയാക്കുന്നു. കുറുമ്പനായ കുട്ടിയെ രക്തസാക്ഷിയാക്കി ആരാധിക്കുകയും ചെയ്യുന്നു. ജനങ്ങളെല്ലാം ഗദ്ഗദത്തോടെ പാടുന്ന കാവ്യത്തിന്റെ വിഷയം ഇതത്രേ.

അതുകൊണ്ടുതന്നെ കാവ്യത്തിലെ ഇതിവൃത്തത്തിനു സാമൂഹ്യമായും സദാചാരപരമായും അർത്ഥഗർഭമായ പ്രയോജനമൊന്നും ഇല്ലെന്നും ഇതിന്റെ അത്ഭുതാവഹമായ പ്രചാരത്തിനു കാരണം (അതുല്യമായ ആ ശില്പചാതുരിയെ ആദരിച്ചുകൊണ്ടുതന്നെ) മനഃശാസ്ത്രപരമാണെന്നും ഈ ലേഖകൻ കരുതുന്നു.

## II

മുറ്റത്തു കടിഞ്ഞൂൽ പൂത്തുനിൽക്കുന്ന തൈമാവിന്റെ പൂങ്കുലയൊടിച്ചു കളിക്കുന്ന കുട്ടിയെ, വാത്സല്യനിധിയെങ്കിലും കോപാവിഷ്ടയായ മാതാവു ശാസിക്കവേ, പിണങ്ങിപ്പോയ അവൻ മാമ്പഴക്കാലമാവുന്നതിന്നു മുമ്പു മൺമറയുന്നതും പശ്ചാത്താപഭരിതയായ അമ്മ മുറ്റത്തുവീണ ആദ്യത്തെ മാമ്പഴമെടുത്തു അവൻ കിടക്കുന്ന മണ്ണിൽ നൈവേദ്യമായർപ്പിക്കുന്നതുമാണല്ലോ ഈ ലഘുകാവ്യത്തിലെ കഥ.

ഒറ്റനോട്ടത്തിൽ അമ്മയാണിതിലെ മുഖ്യകഥാപാത്രം. എങ്കിലും സൂക്ഷിച്ചാൽ ആ അമ്മയുടെ ഹൃദയത്തെ മഥിച്ചാനന്ദിക്കുന്ന, മരിച്ചാലും മരിക്കാത്ത ബാലനാണ് കവിതയിലാകെ നിറഞ്ഞുനിൽക്കുന്ന ശക്തി എന്നു കാണാൻ കഴിയും. അവൻ ദൈവജ്ഞൻ മാത്രമല്ല, ദൈവംതന്നെയാകുന്നു. അവനെ അവസ്ഥാവസ്ഥമായി അശാസ്ത്രീയമായി കവി പുകഴ്ത്തുന്നതിങ്ങനെയാണ്.

*"വാക്കുകൾ കൂട്ടിച്ചൊല്ലാൻ*
*വയ്യാത്ത കിടാങ്ങളേ,*
*ദീർഘദർശനം ചെയ്യും*
*ദൈവജ്ഞരല്ലോ നിങ്ങൾ"*

ഈ കിടാവിനെ നിങ്ങൾ റൂസ്സോവിന്റേയും വേഡ്സ്വർത്തന്റേയും തോളത്തു കണ്ടിട്ടുണ്ടാകും. അവൻ ഭൂമിയുടേയും സത്യത്തിന്റേയും കിടാവല്ല, സ്വർഗ്ഗത്തിന്റേയും മിഥ്യയുടേയും സന്തതിയാകുന്നു.

ഈ നൂലാമാലകൾക്കിടയിൽനിന്നു 'മാമ്പഴ'ത്തിന്റെ ജനസമ്മതിക്കു കാരണം കണ്ടെത്തണമെങ്കിൽ, നാം മറ്റൊരു കാഴ്ചപ്പാടിൽനിന്ന് അതിനെ നോക്കിക്കാണേണ്ടിയിരിക്കുന്നു.

'മാമ്പഴം' ഒരമ്മയേയും ഉണ്ണിയേയും വിഷയമാക്കി കവി എഴുതുന്ന വാക്യങ്ങളല്ല, അമ്മയെക്കുറിച്ചുള്ള ഉണ്ണിയുടെ ചിന്തയാണ്; അതൊരാദർശത്തിന്റെ വ്യാഖ്യാനമല്ല, അഭിലാഷത്തിന്റെ പൂരണമാകുന്നു (Wish fulfillment). തന്റെ ആഗ്രഹത്തിനു വിപരീതമായി നിൽക്കുന്ന അമ്മ, തന്റെ മരണത്താൽ പശ്ചാത്താപതപ്തയായി മുമ്പിൽ എന്ന് അവൻ

സങ്കല്പിക്കുന്നു. മുട്ടുകുത്തുന്നു. ഈ സങ്കല്പമാണ് അവന്റെ നിർവൃതി; ഈ സങ്കല്പമാണ് അവന്റെ വിജയവും. ഈ ബാലഭാവനയുടെ രൂപവൽക്കരണമായി 'മാമ്പഴ'ത്തെ വീക്ഷിക്കേണ്ടിയിരിക്കുന്നു.

ആത്മഹത്യ ചെയ്ത കാര്യം നേടുന്ന രീതി മുതിർന്നവർക്ക് പുത്തനായി തോന്നാം. പക്ഷേ, ഒരു കുഞ്ഞിന്നതിൽ പുതുമയൊന്നുമില്ല. അവന്നു മരണം വെറുമൊരു യാത്രയാണ്, അനിശ്ചിതമായ ഒരു യാത്ര. അവന്റെ ആവനാഴിയിലെ സർവ്വപ്രധാനമായ ആയുധമാകുന്നു അത്. നമ്മുടെ കവി മരണത്തെക്കുറിച്ചുള്ള ഈ സങ്കല്പം മധുരമായി ആവിഷ്കരിച്ചിരിക്കുന്നു:

*"മാങ്കനിവീഴാൻ കാത്തു-*
*നിൽക്കാതെ മാതാവിന്റെ*
*പൂങ്കുയിൽ കൂടുംവിട്ടു*
*പരലോകത്തെപ്പൂകി*
*വാനവർക്കാരോമലായ്,*
*പാരിനെക്കുറിച്ചുദാ-*
*സീനനായ്, ക്രീഡാരസ-*
*ലീനനായവൻ വാഴ്കെ..."*

മരണം സ്വർഗ്ഗത്തിലേക്കുള്ള യാത്ര മാത്രമാണ്. അമ്മയെക്കാൾ നല്ല അമ്മയും അച്ഛനേക്കാൾ നല്ല അച്ഛനും അവിടെയുണ്ട്. അല്ലെങ്കിലിതാ മറ്റൊരു ഭാവന:

*"പിണങ്ങിപ്പോയീടിലും*
*പിന്നെ ഞാൻ വിളിക്കുമ്പോൾ*
*കുണുങ്ങിക്കുണുങ്ങി നീ*
*ഉണ്ണുവാൻ വരാറില്ലേ?*
*വരിക കണ്ണാൽ കാണാൻ*
*വയ്യാത്തൊരെൻ കണ്ണനേ,*
*തരസാ നുകർന്നാലും*
*തായതൻ നൈവേദ്യം നീ!"*

ഈ പിണങ്ങിപ്പോയ മകനും ഒളിച്ചുകളിക്കുന്ന ഉണ്ണിക്കൃഷ്ണനും മരിച്ചുകിടക്കുന്ന ഉണ്ണിയും കുട്ടികളെ സംബന്ധിച്ചിടത്തോളം ഒന്നു തന്നെയാണ്. അവൻ അപ്രത്യക്ഷനാകുന്നു. സനാതനനായ ഈ ബാലൻതന്നെയാണ് പണ്ടൊരിക്കൽ, കഠോപനിഷത്തിൽ അച്ഛനെ വിട്ട് യമന്റെ അരികിൽപോയി തിരിച്ചുവന്നത്. ('മരണം കനിഞ്ഞോതി' എന്ന മറ്റൊരു കവിതയിലും വൈലോപ്പിള്ളി മരണത്തെ ഒരു ദീർഘയാത്രയായി ഉൽപ്രേക്ഷിച്ചിരിക്കുന്നു.)

മരണംകൊണ്ടു തൻകാര്യം നേടുന്ന ഈ ബാലൻ വാസ്തവത്തിൽ നേടുന്നതുതന്നെ എന്താണ്? വാശികൊണ്ടും സാഹസംകൊണ്ടും അവൻ അമ്മയെ ജയിച്ചു എന്നു പറയാം. അതു സാമാന്യഭാഷ. അവനാവശ്യപ്പെട്ടതും പക്ഷേ, നിഷേധിക്കപ്പെട്ടതും പൂങ്കുലയും, കിട്ടിയത് മാമ്പഴവുമായിരുന്നു. ഈ നേട്ടത്തിന്റെ അബുദ്ധമായ അർത്ഥം ആരായുകയാകുന്നു ഈ ലേഖനത്തിന്റെ ഉദ്ദേശ്യം.

ഒരമ്മയും മകനുമായുള്ള ബന്ധമാണ് 'മാമ്പഴ'ത്തിന്റെ വിഷയമെന്നു നാം കണ്ടു. ഈ ബന്ധത്തെക്കുറിച്ച്, തന്റെ ഭീതികളേയും ഉൽക്കണ്ഠകളെയും അഭിലാഷങ്ങളെയും കുറിച്ചുള്ള ഒരു ശൈശവസങ്കല്പവുമാണത്. ഇതൊരു കുഞ്ഞിന്റെ കവിതയാണ്, ഒരമ്മയുടേതല്ല.

പ്രസവസമയത്താണല്ലോ ആദ്യമായി ശിശുവിനു അമ്മയിൽനിന്നു വ്യതിരിക്തവും സ്വന്തവുമായ ജീവിതമാരംഭിക്കുന്നത്. അന്നോളമവൻ അമ്മയുടെ ഒരു ഭാഗമാണ്; അമ്മ തന്നെയാണ്. ജനനസമയം മുതൽ മുലകുടിക്കുമ്പോൾ മാത്രമേ അവന് അമ്മയുമായി ബന്ധമുള്ളൂ. അവന്റെ ഭക്ഷണവും ജീവിതവും അവിടെയാണ്. മുല നഷ്ടപ്പെടുകയും നിഷേധിക്കപ്പെടുകയും ചെയ്യുന്ന ചിന്ത ഒരു ശിശുവിന്റെ സർവ്വപ്രധാനമായ ഉൽക്കണ്ഠയായിത്തീരുന്നു. അതൊരു 'ജീവന്മരണപ്രശ്ന'മത്രെ! മുലകുടി മാറുന്ന കാലത്ത് നമ്മുടെ നാട്ടിലാണെങ്കിൽ രണ്ടാമത്തേയോ മൂന്നാമത്തേയോ വയസ്സിൽ ഈ ഉൽക്കണ്ഠ പുതിയ രൂപങ്ങൾ കൈക്കൊള്ളുന്നു. കുഞ്ഞ് അമ്മയോട് കൂടുതൽക്കൂടുതൽ ഒട്ടിച്ചേരുകയും വിട്ടുവിക്കാൻ ശ്രമിക്കേ കുതറുകയും ചെയ്യുന്നു. തന്നിൽനിന്നു ബലാൽമറച്ചുവെയ്ക്കപ്പെടുന്ന, തേടിച്ചെല്ലുമ്പോൾ ശകാരപ്രഹരങ്ങൾക്കൊണ്ടു മറുപടി കൊടുക്കുന്ന വസ്തു അവനെ അപരിചിതവും കഠിനവുമായ വേദനകൾക്ക് ഊണാക്കുന്നു. പിണങ്ങിയും തായയേയും തന്നെയും പീഡിപ്പിച്ചും ആത്മഹത്യചൂണ്ടി ഭീഷണിപ്പെടുത്തുകയും നഷ്ടഭീതിയിൽനിന്ന് അവൻ രക്ഷപ്പെടാൻ ശ്രമിക്കുന്നു. വാസ്തവത്തിൽ ജയിച്ചാലും തോറ്റാലും ഭാവനയിൽ അവൻ എന്നും ജയിക്കുകയേയുള്ളൂ.

ഇങ്ങനെ ഭാവനയിൽ ജയിച്ച ബാലനത്രേ 'മാമ്പഴ'ത്തിലെ നായകൻ!

കുട്ടികളുടേയും കവികളുടേയും കാടന്മാരുടേയും സ്വപ്നാടകന്മാരുടേയും കിറുക്കന്മാരുടേയും ഭാഷ പ്രതീകാത്മകമാണ് എന്ന് തെരുവിലെ മനുഷ്യനുമറിയും. സമാനധർമ്മങ്ങളായ പരിചിതവസ്തുക്കളെ തെറ്റിദ്ധരിക്കുകയും മാറ്റിപ്പറയുകയും ഇവരുടെ സ്വഭാവമാകുന്നു. മാങ്കുലയും മാമ്പഴവും സ്വപ്നപുരാണകാവ്യമണ്ഡലങ്ങളിൽ വിപുലമായി പ്രത്യക്ഷപ്പെടുന്ന സ്തനപ്രതീകങ്ങളാണ്. 'മാമ്പഴ'ത്തിന്റെ അർത്ഥം ഈ കോടിയിൽനിന്നു

നോക്കുമ്പോൾ അധികമധികം സ്പഷ്ടമായിത്തീരുന്നു.

വൈലോപ്പിള്ളിയുടെതന്നെ ഇതരകൃതികളിൽ പഴം മുലയുടെ ചിഹ്നമായി ഉപയോഗിച്ചുകാണുന്നുണ്ട്. 'ആസ്സാം പണിക്കാരിൽ' മക്കളെ പട്ടിണിക്കിട്ടുകൊല്ലുന്ന കേരളമാതാവാണിത്:

*'അതിഥികൾക്കെല്ലാമമരലോകമി-*
*ക്കിതവി ഞങ്ങൾക്കു നരകദേശവും*
*മദിപ്പിക്കും, കനിക്കിനാവുകൾ കാട്ടി-*
*ക്കൊതിപ്പിക്കും പക്ഷേ, കൊടുക്കുകില്ലവൾ'*

ഇവിടെ കനിക്കിനാവുകാട്ടിക്കൊതിപ്പിച്ചു കൊടുക്കാതിരിക്കുന്ന കേരളമാതാവ്, കൈയിലുള്ള കനി, മുല, കൊടുക്കാത്ത അമ്മതന്നെയാണ്. പാകമാകാത്ത കനിക്കുവേണ്ടി (പൂങ്കുല) ഓടിച്ചെന്ന ബാലനെ ശാസിച്ച അതേ അമ്മ! നഖക്ഷതങ്ങളേറ്റ മുലകളേയും മുൾക്കോറലേറ്റ വില്വഫലങ്ങളേയും സമാനമായിക്കണ്ട ശ്രീഹർഷനും മുലകളെ ആധുനികരീതിയിൽ ശീമച്ചക്കയോടുപമിച്ചു കൃതാർത്ഥനായ ഉള്ളൂർ മഹാകവിയും, 'രാധയുടെ കൃതാത്ഥത'യിൽ നായകനെക്കൊണ്ട് സാകൂതസ്മിതനായി രാധയുടെ മാറത്തുനോക്കി നാരങ്ങ മർദ്ദിച്ച വള്ളത്തോളും ഇതേ സാദൃശ്യം കണ്ടവരാണ്. പൂങ്കുലയെക്കുറിച്ചാണെങ്കിൽ ഇതാ കാളിദാസൻതന്നെ:

*"നൽപൂങ്കുലക്കൊങ്കകളുന്നിമേന്മേൽ*
*ചേലോടുചേർത്തും നവപല്ലവോഷ്ഠം*
*ശാഖാഭുജം വീശി ലതാവധുക്കൾ*

പുണർന്നുപോൽ വൃക്ഷമണാളരേയും"

പൂങ്കുലയും മാമ്പഴവും ഒരേ വസ്തുവിന്റെ, മുലയുടെ, സിംബലാണെന്നു സൂചിപ്പിക്കുകയത്രേ ഇവിടെ ഉദ്ദേശിക്കുന്നത്. കവിതയിലും ലോകത്തിലും ഇത് രണ്ടാണെങ്കിലും അബോധമനസ്സിൽ ഒന്നുതന്നെയാണ്. 'ഏകം സദ് വിപ്രാഃ ബഹുധാ വദന്തി.'

പൗരാണിക കഥകളിൽ, പഴത്തിനു മുലയുടെ സിംബോളിക് അർത്ഥം നൽകിയിട്ടുള്ള അനേകം സന്ദർഭങ്ങളിൽ ഒന്നാണ് 'ഉല്പത്തി' കഥയിലെ 'വീഴ്ച' ('ഉല്പത്തി'- 3,6). ചെകുത്താന്റെ പ്രേരണയാൽ ഹവ്വ വിലക്കപ്പെട്ട പഴം പറിച്ചെടുത്ത് ആദാമിനെ തീറ്റിയതായി അതിൽ വിവരിച്ചിരിക്കുന്നു. ഈ പഴത്തിന്റെ സിംബോളിക് സ്വഭാവം സൈക്കോ അനലിസ്റ്റുകൾ (ഫ്രാൻസ് അലക്സാണ്ടറും മറ്റും) പണ്ടേ ചൂണ്ടിക്കാട്ടിയിട്ടുണ്ട്. മനുഷ്യന് ലജ്ജയും വിവേകവും അന്ന് ആദ്യമായി ഉണ്ടായി.

'സുന്ദരകാണ്ഡം' അറുപത്തേഴാം സർഗ്ഗത്തിൽ ഹനുമാൻ രാമനെ സീതയുടെ അടയാളവാക്യമറിയിക്കുന്നതിങ്ങനെയാണ്:

*"മുമ്പെണീറ്റാൾ സുഖം നീയൊ-*
*ന്നിച്ചുറങ്ങിയ ജാനകി*
*കാക്കയൊന്നഞ്ജസാകേറി-*
*ക്കൊത്തീ കൊങ്കത്തടത്തിലായ്*
*ഉറങ്ങി ഊഴമിട്ടങ്ങും*
*ദേവ്യങ്കേ ഭാരതാഗ്രജ!*
*നൊമ്പൽപ്പെട്ടുത്തിപ്പോന്നാൽ പോൽ*
*വീണ്ടുമപ്പക്ഷി ദേവിയെ*
*വീണ്ടും വീണ്ടും പറന്നെത്തി-*
*പ്പാരം മാന്തിപ്പൊളിച്ചപോൽ*
*ഉണർന്നപോയ് ഭവാൻ മെയ്യി-*
*ലവൾതൻ ചോര കാൺകയാൽ."*

കാകരൂപത്തിൽ വന്ന ഇന്ദ്രപുത്രന് സീതയുടെ കൊങ്കത്തടം കണ്ട് എന്തൊരു ഭ്രാന്തിയാണുണ്ടായിരിക്കുകയെന്ന വ്യക്തമാണല്ലോ. കാക്ക കണ്ടു പഴമാണെന്ന തെറ്റിദ്ധരിച്ച സീതയുടെ മുലകൾ രാമന്റെ കണ്ണുകൾക്ക് എത്രമാത്രം ആകർഷകമായിരുന്നിരിക്കണം! ജയന്തകഥ വിസ്തൃതമായ ഒരു ഭ്രാന്തിമദലങ്കാരമാകുന്നു.

മാനസികാപഗ്രഥനം വിശകലനം ചെയ്തവയും ഇവിടെ ഉദ്ധരിക്കേണ്ടതില്ലാത്തവയുമായ അനേകമനേകം സ്വപ്നങ്ങളിൽ ഏതാണ്ടു സാർവത്രികമായിത്തന്നെ ഇരുണ്ട പഴങ്ങൾ (ആപ്പിളും മറ്റും) സ്തനപ്രതീകങ്ങളാകുന്നു. ഇവിടെ എഴുതാൻ വയ്യാത്ത ഗ്രാമ്യശൈലികളിലും അശ്ലീലപ്രയോഗങ്ങളിലും ഇതുപോലെതന്നെ പഴം മുലയുടെ ചിഹ്നമായി പ്രയോഗിക്കുക പതിവുണ്ടെന്ന്, ആരും പറയുകയില്ലെങ്കിലും, എല്ലാവർക്കും അറിയാം.

ഭാഷാശാസ്ത്രപരമായി, മലയാളത്തിലെ 'അമ്മിഞ്ഞ' എന്ന പദത്തിന് അമ്മയുടെ കായ എന്നല്ലേ അർത്ഥമെന്ന് ഊഹിക്കേണ്ടിയിരിക്കുന്നു. കുട്ടികൾക്ക് തേങ്ങ 'തേഞ്ഞ'യും മാങ്ങ 'മാഞ്ഞ'യുമാണല്ലോ.

നമ്മുടെ അഭ്യൂഹത്തെ സഹായിക്കുന്നതിനായി കവിതയിൽ ആഭ്യന്തരമായി ഇത്രയും തെളിവുകളുണ്ട്:

1. മാമ്പഴം എന്ന പദത്തിന് ശബ്ദസാരൂപ്യംകൊണ്ട് അമ്മയുടെ പഴം എന്ന അർത്ഥം ധ്വനിക്കുന്നു. (മാ എന്ന ശബ്ദമാണ് ലോകഭാഷകളിലധികവും അമ്മയെക്കുറിക്കുന്നത്).

2. അങ്കണത്തൈമാവ്, ആദ്യത്തെ പഴം, ബാലമാകന്ദം എന്നിവ സൂചിപ്പിക്കുന്ന കടിഞ്ഞൂൽപ്രസവകാര്യം.

3. 'ഉണ്ണികൾ' എന്ന ശബ്ദത്തിലെ ശ്ലേഷത്തിൽനിന്നും മാവും മാതാവും തമ്മിൽ ഉറന്നുവരുന്ന സാദൃശ്യം.

4. സൗഗന്ധികസ്വർണ്ണം, പൊൻപഴം എന്നീ പദങ്ങളാൽ സൂചിതമാകുന്ന മുലയുടെ വർണ്ണവും മുലപ്പാലിന്റെ വർണ്ണവും.

5. 'തന്മകന്നമൃതേകാൻ താഴോട്ടു നിപതിച്ച പൊൻപഴം മുറ്റത്താർക്കും വേണ്ടാതെ കിടക്കവേ' എന്ന വരികൾ അമ്മയുടെ മാറിടത്തിൽ അനാഥമായി, ശൂന്യമായി കിടക്കുന്ന മുലകളെയാണോർമ്മിപ്പിക്കുന്നത്.

*"ഉണ്ണിക്കൈക്കെട്ടുക്കുവാ-*
*നുണ്ണിവായ്ക്കുണ്ണാൻവേണ്ടി*
*വന്നതാണീ മാമ്പഴം*
*വാസ്തവമറിയാതെ*
*നീരസം ഭാവിച്ചു നീ*
*പോയിതെങ്കിലും കുഞ്ഞേ,*
*നീയിതു നുകർന്നാലേ-*
*യമ്മയ്ക്കു സുഖമാവൂ!"*

എന്നിങ്ങനെ, പിന്നീട് ഈ ആശയം ഏറ്റവും സ്പഷ്ടമായിത്തീരുന്നു. ഉണ്ണിവായ്ക്കുണ്ണാൻവേണ്ടി വരുന്ന ഒരേയൊരു പഴം അമ്മയുടെ തടിയിൽ കായ്ക്കുന്നതാണല്ലോ.

മാമ്പഴത്തിന്റെ കഥ നടന്നതല്ലെന്നും അതൊരു മുലകുടിമാറലിന്റെ പദ്യചരിത്രമാണെന്നും ഇപ്പറയുന്നതിന്നർത്ഥമില്ല. അതിലെ കഥയും കവിതയും നമ്മുടെ വിശകലനത്തിനു ശേഷവും അതേപടിയിരിക്കും. 'മാമ്പഴം' നമ്മുടെ ഹൃദയവുമായി സംവദിക്കുന്നതെവിടെയാണെന്നാണ് നാം അന്വേഷിച്ചത്. നമ്മുടെ അബോധതലത്തിലെ ഏതജ്ഞാതാംശങ്ങളോടാണ് അതു കുശലപ്രശ്നം ചെയ്യുന്നത് എന്ന്, അമ്മയുടെ മാറിടത്തിന്റെ ഇളംചൂടിൽനിന്നും സുരക്ഷിതത്വത്തിൽനിന്നും വിട്ടുപോരാൻ കൂട്ടാക്കാത്ത-- മീശ മുളച്ചാലും മനസ്സിന്നു മുലകുടി മാറാത്ത --നമ്മെ രഹസ്യമായി സമാശ്വസിപ്പിക്കുന്ന ഈ കാവ്യത്തിൽ പ്രാഥമിക നാർസിസവും (ആത്മരതി) മാതൃരതിയും (ഈഡിപ്പസ് കോംപ്ലക്സ്) സമ്മേളിക്കുന്നു.

1957

# ഓണപ്പാട്ടുകാരുടെ അവതാരിക[1]

ഇക്കഴിഞ്ഞ പത്തിരുപതു വർഷത്തിനിടയ്ക്ക് നമ്മുടെ സാഹിത്യത്തിന് എന്തൊക്കെയോ സംഭവിച്ചിട്ടുണ്ട്. ഈ സംഭവങ്ങളുടെ അർത്ഥവും പ്രാധാന്യവും മനസ്സിലാക്കാൻ കഴിയാത്തവിധം നിരൂപകന്മാർപോലും വേഗമേറിയ ഈ ഒഴുക്കിൽപ്പെട്ടിരിക്കുകയാണ്. പാശ്ചാത്യസാഹിത്യങ്ങളിൽ ഒരിരുപതുവർഷംകൂടി മുമ്പു തുടങ്ങിയ മാറ്റങ്ങളാണിവ. മാറ്റങ്ങളെന്നല്ല, വിപ്ലവം എന്നു പൊതുവിൽ പറയുക. സ്വപ്നാടനപ്രവണമായ റൊമാന്റിക് ഭാവനയുടെ അസ്തമയവും നഗ്നസത്യപ്രണയിയായ റിയലിസ്റ്റു രീതിയുടെ ഉദയവുമാണ് ഈ വിപ്ലവം മുഖ്യമായി എവിടെയും സാധിച്ചത്.

റൊമാന്റിക് ഭാവനയുടെ പുനരുത്ഥാനം സൗന്ദര്യത്തിന്റെ സാമ്രാജ്യം വിസ്തൃതതരമാക്കുകയുണ്ടായി. അതു പുതിയ കുറെ സ്വർഗ്ഗങ്ങൾ, പുതിയ കുറെ മേച്ചിൽസ്ഥലങ്ങൾ കണ്ടെത്തി. ആവേശദായകങ്ങളായിരുന്നു, ആദർശോജ്ജ്വലങ്ങളായിരുന്നു അവ. ആശാന്റെ പ്രേമം പ്രേമത്തേയും, വള്ളത്തോളിന്റെ ദേശാഭിമാനം ദേശാഭിമാനത്തേയും വല്ലാതെ ഒരളവോളം ആദർശവൽക്കരിച്ചു. അവരും, ചങ്ങമ്പുഴയടക്കം അവരുടെ അണിയിൽപ്പെട്ട എല്ലാപ്പേരും ചേർന്നു മലയാളത്തിൽ മിഥ്യാരൂപമായ ഒരു ലോകം വിരചിച്ചു. സത്യത്തിൽനിന്ന്, മണ്ണിൽനിന്ന്, അകന്നു കേവലഭാവനയുടെ നേർത്തു നേർത്ത ചില്ലകളിൽ ആ കിളികൾ അവയുടെ കൂട്ടുകൾ കൊരുത്തു. പുരാണകഥാചർവ്വണത്തോട്ടും രൂപസാദൃശ്യത്തോട്ടുമുള്ള പ്രതിഷേധമെന്ന നിലയിൽ, മിഥ്യാടനവും ഭാവപരതയും നല്ലതുതന്നെ. പക്ഷേ, അതുതന്നെ ജീവിതപരാങ്മുഖത്വത്തോളം എത്തുമ്പോഴോ? അപ്പോളതു കവിതയെ വഴിതെറ്റിക്കലായി പരിണമിക്കുന്നു.

---

1 ഓണപ്പാട്ടുകാർ, വൈലോപ്പിള്ളിൽ ശ്രീധരമേനോൻ, എസ്.പി.സി.എസ്, കോട്ടയം, 1952

ഇങ്ങനെ കവിതയെ വഴിതെറ്റിക്കുന്നതിനോടുള്ള എതിർപ്പും, എല്ലായിടത്തും ആദർശങ്ങൾ പരാജയപ്പെട്ടു കണ്ടതുകൊണ്ടുള്ള കുണ്ഠിതവും ആധുനിക കവിതയുടെ മുഖ്യസ്വഭാവങ്ങളത്രേ. അതുകൊണ്ടുതന്നെ അത് മോഹഭംഗത്തിന്റെ കവിത എന്ന് ശരിയായി വിവരിക്കപ്പെട്ടുകയും ചെയ്യുന്നു. ഒന്നാംലോകമഹായുദ്ധം ലക്ഷ്യമാക്കിയ ആദർശങ്ങളുടെ തകർച്ചയാണ് പാശ്ചാത്യരാജ്യങ്ങളിൽ ഈ മോഹഭംഗത്തിനു കാരണമായത്. എങ്കിലും പരതന്ത്രരായ ഇന്ത്യക്കാരുടെ മിഥ്യാടനം സ്വാതന്ത്ര്യപ്രസ്ഥാനത്തിന്റെ ഊഷ്മാവിൽ കുറെക്കാലംകൂടി സംഭവിച്ചുകൊണ്ടിരുന്നു. മലയാളത്തിൽ വള്ളത്തോൾക്കവിത ഈ പതനം കുറിക്കുന്നു. സ്വാതന്ത്ര്യപ്രാപ്തിക്കു മുമ്പുതന്നെ കുറഞ്ഞ തോതിലെങ്കിലും സാഹിത്യം ജീവിതത്തെച്ചൂഴുന്ന നഗ്നസത്യങ്ങളിലേക്ക് കണ്ണുതുറക്കുവാൻ ആരംഭിച്ചു കഴിഞ്ഞിരുന്നു.

നാല്പത്തേഴിനുശേഷം അതു മുഴുവനാവുകയും ചെയ്തു. ഒരേ ഒരടിയിൽ ജീർണ്ണിച്ചുനിന്നിരുന്ന പഴയ റൊമാന്റിക് സൗധം തകർന്നുവീണു. സാഹിത്യത്തിലെ നൂതനയുഗം അതോടെ ശക്തവും ത്വരിതവുമായിത്തീരുകയും ചെയ്തു. മലയാളകവിതയിൽ വൈലോപ്പിള്ളിയുടെ കുടിയൊഴിക്കൽ ഈ മാനസപ്രത്യാഘാതം തീവ്രമായി പ്രതിഫലിപ്പിക്കുന്നു.

ജീവിതത്തിലുണ്ടായ മിഥ്യാഭംഗം കവിതയെ ഏതെല്ലാംവിധത്തിൽ ബാധിച്ചു എന്നാണ് നമുക്കന്വേഷിക്കാനുള്ളത്. ഒന്നാമതായി കവിതകൾ മുന്തിരിത്തോപ്പുകളിൽനിന്നു നെൽവയലുകളിലേക്ക് മടങ്ങിയത് നാം കാണുകയുണ്ടായി. എൻ.വി.യും ഇടശ്ശേരിയും അക്കിത്തവും ഒളപ്പമണ്ണയും കെടാമംഗലവും ഈ സമാഹാരത്തിന്റെ കവിയും ഈ മടക്കം വ്യക്തമാക്കിത്തരുന്നു. കാല്പനിക ലോകത്തോടു കവിത വിടവാങ്ങി എന്നു പറയുമ്പോൾ ഭാവന ഉപേക്ഷിക്കപ്പെട്ടു എന്നർത്ഥമാക്കരുത്. മായാസൗധങ്ങൾ പടുത്തുയർത്തുന്നതിന് ഉപയോഗിക്കപ്പെട്ടിരുന്ന ഭാവന വാസ്തവപ്രപഞ്ചത്തിന്റെ അത്ഭുതസൗന്ദര്യങ്ങൾ കിളച്ചെടുക്കുന്നതിന് നിയോഗിക്കപ്പെട്ടു. ഒരാനക്കാരന്റെ ജീവിതത്തിൽ എന്തെല്ലാം കണ്ടെത്താൻ എൻ.വി.ക്കു കഴിഞ്ഞു! സത്യത്തിന്റെ സൗന്ദര്യത്തിനു എന്തൊരു തിളക്കമാണെന്നോ! കൂടുതൽ ഈടുറ്റതുമാണ് ആ തിളക്കം.

റിയലിസം വന്നു. പക്ഷേ, പഴയ റിയലിസത്തിന്റെ മടുപ്പിക്കുന്ന വർണ്ണനാത്മകതയുമായി അതിന് വളരെ അകൽച്ചയുണ്ടായിരുന്നു. വിവരണമല്ല കവിത എന്നു പുത്തൻ കൂറ്റുകാർ മനസ്സിലാക്കി. കവിത സത്യപ്രതിപാദകമായിരിക്കണം; എല്ലാ സത്യപ്രതിപാദനവും കവിതയാവില്ല. അതു സൂക്ഷ്മമായ സത്യം ഇന്ദ്രിയങ്ങൾക്കു പുറകിലുള്ള സത്യം, അന്വേഷിക്കുന്നു. ഈ അന്വേഷണത്തിന്റെ ഫലം സർ റിയലിസത്തിലും അതിനോടു ബന്ധപ്പെട്ട മറ്റു പാശ്ചാത്യപ്രസ്ഥാനങ്ങളിലും കാണാൻ

കഴിയും. പുതിയ പേരുകൾ നമ്മെ വഴിപിഴപ്പിക്കേണ്ടതില്ല. കവിതയെ കവിതയോടും കാവ്യസത്യത്തെ സൂക്ഷ്മസത്യത്തോടും അധികമധികം അടുപ്പിക്കുവാനുള്ള ശ്രമമാണ് ഇന്നു നടക്കുന്നതെന്നോർത്താൽ ധാരാളം മതിയാകും.

കവിതയിൽ ഇത്ര വമ്പിച്ച പരിവർത്തനങ്ങൾ നടക്കുന്ന ഈ കാലഘട്ടത്തെ പരീക്ഷണങ്ങളുടെ കാലഘട്ടമെന്നു വിളിക്കുന്നത് തെറ്റാവില്ല. ഈ പരീക്ഷണങ്ങൾ ഭാവത്തെയെന്നപോലെ ഒരുപക്ഷേ അതിലധികം-രൂപത്തെ ബാധിക്കുന്നവയാണ്. മലയാളത്തിലെന്നല്ല മറ്റൊരു സാഹിത്യത്തിലും പുതിയ കവികൾ ഭാവത്തിനുവേണ്ടി, വസ്തു വിനുവേണ്ടി രൂപസൗഭാഗ്യം ബലികൊടുക്കുകയുണ്ടായില്ല. മറിച്ച്, ഒരു 'അനിരുദ്ധ'നേക്കാളും ഒരു നളിനിയേക്കാളും രൂപലയം 'പഴയപാട്ടി'നും 'സഹ്യന്റെ മകനു'മുണ്ട്. എന്നിട്ടും, രൂപഭദ്രതാവാദമെന്ന മുഷിപ്പൻ സ്വരം നമ്മുടെ അന്തരീക്ഷത്തെ അലോസരപ്പെടുത്തി!

രൂപഭദ്രതയ്ക്കുവേണ്ടി വാദിക്കുന്നവരോട് ആ വാദകോലാഹലത്തിൽ നിന്നു അല്പനേരം തലയൂരിയിട്ട് പഴയതും പുതിയതുമായ സാഹിത്യകൃ തികൾ ഈ ഉദ്ദേശ്യത്തോടുകൂടി ഒന്നു താരതമ്യം ചെയ്തുനോക്കുവാൻ ഞാനഭ്യർത്ഥിക്കുന്നു. സുകുമാരനും പൊറ്റുവാളും ഒട്ടവിലും എഴുതിയ കഥകൾ വായിച്ചിട്ട് ഇന്നത്തെ ചെറുപ്പക്കാരുടെ (ഒരു ഗ്രന്ഥം പ്രസി ദ്ധീകരിച്ച് നിരൂപകന്മാരുടെ കണ്ണിൽപ്പെടാൻപോലും ഭാഗ്യം ചെയ്തി ട്ടില്ലാത്ത ചില കാഥികന്മാരുടെ) കഥകൾ ഒന്നു മറിച്ചു നോക്കുക. തങ്ങളുടെ കൃതികൾക്കു ഏറ്റവുമധികം ഇഫക്റ്റുണ്ടാക്കുവാനായി രൂപ ശില്പത്തിന്മേൽ അവരെത്രത്തോളം മെനക്കെടുന്നുവെന്ന് അറിയാൻ ശ്രമിക്കുക. അത്ഭുതാവഹമാണ് ഈ ചെറുപ്പക്കാരിൽ പലരുടേയും ക്ഷമാശീലം എന്നു നിങ്ങൾക്കപ്പോൾ ബോധപ്പെടും. ചെറുകഥയെക്കു റിച്ച് പറഞ്ഞത് കവിതയേയും നാടകങ്ങളേയും കൂടി ഉള്ളിൽവെച്ചുകൊ ണ്ടാണ്. വൃത്തത്തിലും ശില്പത്തിലും കവിത ഈ രണ്ടു ദശാബ്ദംകൊണ്ട് ആശാവഹമായ ഓജസ്സും വൈചിത്ര്യവും പ്രാപിച്ചിരിക്കുന്നു. ആർക്കും മറക്കവയ്യാത്ത ഒരു പരാമർത്ഥമാണിത്.

ആധുനിക സാഹിത്യകാരന്മാർ രൂപബന്ധത്തിൽ ഇത്രയധികം ശ്രദ്ധാലുക്കളാണെങ്കിൽ —വീണ്ടും പഴയ ചോദ്യം ഉയരുന്നു— രൂപഭ ദ്രതാവാദത്തിനു പിറവിയെടുക്കാൻപോലും ഇടം എവിടെനിന്നു കിട്ടി? ഇതിനു ഒരേ ഒരു ഉത്തരമേയുള്ളു. രൂപഭദ്രതാവാദം തനിക്കപരിചിതങ്ങ ളായ കലാമാതൃകകളുടെ നേരെ നിരൂപകന്റെ പ്രതിഷേധമായിരുന്നു. ഏതർത്ഥത്തിലും ഈ വാദത്തെ പിന്തിരിപ്പനെന്ന് ന്യായമായി വിശേ ഷിപ്പിക്കുകയും ചെയ്യാം. കാരണം, നല്ല കലയുടെ പേരിൽ നിരൂപകൻ സാഹിത്യത്തെ തന്റെ സാങ്കേതികജ്ഞാനത്തിന്റേയും പരിമിതമായ

വിപ്ലവബോധത്തിന്റേയും പരിധിയിൽ തളച്ചുനിർത്തുവാൻ അറിഞ്ഞോ അറിയാതെയോ നടത്തുന്ന പരിശ്രമമാണത്. കലാകാരന്റെ ആത്മാവും അയാൾ ആത്മാവിഷ്കരണത്തിനുപയോഗിക്കുന്ന ഉപാധിയും തമ്മിലുള്ള സങ്കീർണ്ണബന്ധമാണ് കലയിലെ രൂപമെന്ന് വ്യവഹരിക്കപ്പെടുന്നത്. രൂപത്തോടു കൂറുണ്ടായിരിക്കുക എന്നാണ് ഒരു കലാകാരനെക്കുറിച്ചർത്ഥം. ഒരു കലാനിർമ്മിതി രൂപഭദ്രമാണോ എന്നത് അതിന്റെ നിർമ്മാതാവിന്റെ നൈപുണ്യത്തെ മാത്രമാണ് ആശ്രയിച്ചിരിക്കുന്നത്. ആരാണ് ചീത്തകുട്ടിയുടെ അച്ഛനാവാനാഗ്രഹിക്കുക?

എല്ലാ ആധുനിക കവികളും രൂപബോധമുള്ളവരാണ് എന്നാണ് നാം പറഞ്ഞുവന്നത്. അവരിൽവെച്ചേറ്റവും രൂപബോധമുള്ള കവി ഈ സമാഹാരത്തിന്റെ കവിയുമാണ്. 'സഹ്യന്റെ മക'നിൽ 'മേഘസന്ദേശ'ത്തിലെ അത്ഭുതകലാസൗഭഗത്തിന്റെ ഒരംശം ഉപസ്കരിച്ചിരിക്കുന്നു' എന്നെഴുതിയപ്പോൾ (കന്നിക്കൊയ്ത്തിന്റെ അവതാരികയിൽ) ശ്രീ മാരാരുടെ തൂലിക ഒരുജ്ജ്വലസത്യത്തിന്റെ കരളിലാണ് വ്യാപരിച്ചതെന്നു ഞാൻ കരുതുന്നു. ഇതുകൊണ്ട് മേഘസന്ദേശത്തിന്റെ ശില്പമാണ് 'സഹ്യന്റെ മക'നിൽ എന്നർത്ഥമാകുന്നില്ല. അതൊരു തനതു രൂപമാണ്. ആത്മീയാനുഭൂതിയുടേയും ആവിഷ്കരണോപാധിയുടേയും സമ്യക് യോഗത്തിൽനിന്നു താളംപൂണ്ടുയരുന്ന ഒരു തനതുരൂപം. ഒരു മനുഷ്യന്റെ ആകാരഭംഗിപോലെ കാവ്യശരീരത്തിലെ ജീവത്തായ ഘടകങ്ങളുടെ അന്യോന്യബന്ധംകൊണ്ട് സ്വയം സൃഷ്ടമാകുന്ന രൂപത്തെ ഒരാംഗലനിരൂപകൻ സ്വീയരൂപം (Organic form) എന്നു വിളിക്കുകയുണ്ടായി. മറിച്ച്, രൂപം ആദ്യവും കാവ്യശരീരം പിന്നീടുമുണ്ടാകുന്ന കൃതികളുടെ രൂപത്തെ പരകീയരൂപ (Abstract form) എന്നും.*[2]

വൈലോപ്പിള്ളിയെപ്പോലെയുള്ള കവികൾ അരങ്ങത്തെത്തുമ്പോൾ ആ അരങ്ങെങ്ങനെയായിരുന്നു എന്ന കാര്യം മറക്കവയ്യ. റൊമാന്റിസിസത്തിന്റെ ധാരകൾ മൃദുലസ്വഭാവങ്ങളായ അനവധി പദങ്ങളുടേയും ആശയങ്ങളുടേയും സൗന്ദര്യം പെയ്തു തീർത്തിരുന്നു അപ്പോൾ. കാവ്യരൂപങ്ങളെക്കുറിച്ചും ഏറെക്കുറെ ഇതാണ് പരമാർത്ഥം. ഉപയോഗിച്ചുപയോഗിച്ച് വായ്മുടങ്ങിയ കരുക്കളുപയോഗിച്ച് പുത്തൻകൂറ്റുകാർക്ക് അവരുടെ മൂർച്ചയേറിയ അനുഭവങ്ങൾ ആവിഷ്കരിക്കുക സാധ്യമല്ലാതായി. മൂന്നു നാലു മഹാകവികളുടെ പൈതൃകം അവരുടെ ചുമലുകളിൽ വിടാതെ തൂങ്ങിക്കിടന്നു. അതവരെ പിടിച്ചു പാതാളംവരെ താഴ്ത്തി. അതവരെ നൂതനസംരംഭങ്ങളിലേക്ക് കുതിക്കുവാൻ പ്രേരിപ്പിക്കുകയും ചെയ്തു.

2* Herbert Read - Collected Essay

മലയാള കവിതയിൽ വീണ്ടും പരീക്ഷണങ്ങളുടെ ഘട്ടം ആരംഭിക്കുകയായി. 'ഫോക് പോയട്രി' എന്ന പാശ്ചാത്യ മാതൃക അതിവേഗം പുതുവേഷത്തിൽ ഇവിടെ വന്നു. എൻ.വി.യുടെ കഥയുള്ള കവിതകൾ വന്നു. നാട്ടുപാട്ടുകളിലേക്കും പച്ച മലയാളപദങ്ങളിലേക്കും കവികൾ ചികഞ്ഞിറങ്ങി. കവിതയെ ഗാനത്തോടടുപ്പിച്ച് ജനകീയമാക്കുവാനും അവർ പരിശ്രമിച്ചു. ഇവയ്ക്കെല്ലാം മുമ്പുണ്ടായ സിംബോളിക് പ്രസ്ഥാനത്തിലെ ഏകപുഷ്പം തന്റെ സുഗന്ധംകൊണ്ട് കേരളത്തെ വാസിതമാക്കി. ഇതെല്ലാം ഉണ്ടായി. എങ്കിലും ഇക്കൂട്ടത്തിൽ മലയാളഭാഷയെക്കൊണ്ട് കവിതയെ എത്രത്തോളം എങ്ങനെയെല്ലാം ശക്തവും വിചിത്രവുമാക്കിത്തീർക്കാമെന്ന് ഏറ്റവും ബോധപൂർവ്വം പരീക്ഷിച്ച കവി വൈലോപ്പിള്ളിയായിരുന്നു.

ഈ പരീക്ഷണം ഇടുങ്ങിയ ഭിത്തികളുള്ള മലയാളത്തിൽ ശ്രമാവഹമാണ്. അതിരുകൾ അനാവശ്യമായി ലംഘിക്കാതെ മലയാളകവിതയുടെ ആഖ്യാനഭംഗി ഏറ്റുവാനും ആഖ്യാനരീതിക്കു വൈചിത്ര്യാധാനം ചെയ്യുവാനും വൈലോപ്പിള്ളി പണിപ്പെട്ടു. അതുകൊണ്ട് അദ്ദേഹത്തെ സംബന്ധിച്ചിടത്തോളമെങ്കിലും ഓരോ കവിതയും ഓരോ പരീക്ഷണമായിരുന്നു. ഈ പരീക്ഷണങ്ങളുടെ വിജയവും മഹത്വവും വൈലോപ്പിള്ളിയുടെതന്നെ വിജയവും മഹത്വവുമാണെന്നു ഞാൻ കരുതുന്നു.

കവിത, കാലത്തിൽക്കൂടി ഇങ്ങോട്ടിങ്ങോട്ടു വരുംതോറും വിസ്തുനിഷ്ഠമായ പ്രതിപാദനത്തിൽനിന്നു മടങ്ങി വ്യക്തിഗതമായ അനുഭൂതികളുടെ ആവിഷ്കരണമാകുവാൻ തിരക്കുന്നതു കാണാം. പ്രേമത്തെപ്പോലുള്ള മാനുഷവികാരങ്ങളുടെ കവിതമാത്രമല്ല, സാമൂഹ്യസംഭവങ്ങൾ പ്രതിപാദിക്കുന്ന കവിതപോലും ഒരുവിധത്തിൽ ഈ പരിണാമത്തിനു വിധേയമായിത്തീരുന്നു. ഇന്നു മഹാഭാരതയുദ്ധത്തെക്കുറിച്ച് കവിതയല്ല, പക്ഷേ, ഒന്നാംലോകമഹായുദ്ധം കലാകാരന്റെ അന്തസ്സത്തയെ ഛിന്നഭിന്നമാക്കിയതിന്റെ ചിത്രം നൽകുന്ന കവിതയുണ്ട്. ആത്മാവിന്റെ ഈ അന്തഃഛിദ്രവും മോഹഭംഗവും ഈ യുഗത്തിൽ ജീവിക്കേണ്ടിവന്ന എല്ലാവർക്കുമുള്ളതാണെന്നതു ശരിതന്നെ. കലാകാരനാകട്ടെ, ഈ സാമൂഹ്യസംഭവത്തെ ആത്മഫലകത്തിലേയ്ക്കാവാഹിച്ചിട്ട് സ്വയം വേദനിപ്പിക്കുകയും ആ വേദന കലാരൂപത്തിൽ പ്രതിഫലിപ്പിക്കുകയും ചെയ്യുന്നു. അങ്ങനെ ഒറ്റത്തിരിച്ചിലിൽ സമുദായജീവിതത്തിന്റെ സംഭവബഹുലതയും യുക്തിരാഹിത്യവും കലാപസ്വഭാവവും, മൃദുലഹൃദയനായ കലാകാരന്റെ ആത്മാസ്വാസ്ഥ്യമായി പുതുരൂപംകൊള്ളുന്നു. സമ്പദ്വ്യവസ്ഥയിൽ ഒരു മഹാപരിണാമത്തിനുവേണ്ടി നടക്കുന്ന സംഘട്ടനങ്ങളുടെ ആന്തരവൈരുദ്ധ്യങ്ങളും ആദർശതീവ്രതയും പ്രതിഫലിപ്പിക്കുന്ന കുടിയൊഴിക്കൽ ഈ വഴിയിൽ മലയാളത്തിലെ മികച്ച സംരംഭമാണ്.

ഇന്നത്തെ കവിത പണ്ടത്തേതിലുമെത്രയോ അധികം കവിസത്തയുടെ ഒരംശമായിത്തീർന്നിരിക്കുന്നു! കവിയും കവിതയും തമ്മിൽ വളർന്നുകൊണ്ടിരിക്കുന്ന ഈ അഭിന്നത രൂപത്തേയും ബാധിക്കാതെ വയ്യ. ആദ്യം സൂചിപ്പിച്ചതുപോലെ കവികൾ അവരുടെ മാനസാസ്വാസ്ഥ്യം കൃത്യമായി പ്രകാശിപ്പിക്കുന്ന വാക്കുകളും ബിംബങ്ങളും തേടിപ്പോയി. പഴയ അലങ്കാരങ്ങളിൽ മിക്കതും ഉപേക്ഷിക്കപ്പെട്ടു. അവയുടെ സ്ഥാനത്തു നൂതനരീതികൾ സ്വീകൃതങ്ങളായി. കവിതയിൽ ഈ നൂതനത്വത്തിന്റെ സാന്നദ്ധ്യത്തെക്കുറിച്ച് നാം ഏറെക്കുറെ ബോധമുള്ളവരാണ്. എങ്കിലും എന്താണീ പുതുമയുടെ സൂക്ഷ്മരൂപം? ഈ വരികൾ ശ്രദ്ധിക്കുക:

*പോവുകക്കഥ; കിനാവിന്റെ പൊൻകസവിട്ട*
*പാവുനെയ്താലിന്നത്തെ നഗ്നതയ്ക്കുടുക്കാമോ?*

('അഴിമുഖത്ത്')

ഇവിടെ കിനാവിന്റെ പൊൻകസവെന്നു പറയുന്നേടത്ത് രൂപകം. ഈ അലങ്കാരത്തിന്റെ സ്വഭാവംകൊണ്ടുതന്നെ കിനാവും പൊൻകസവും രണ്ടായിത്തീരുന്നു. കവിയുടെ അനുഭൂതിയും അലങ്കാരവും വിഭിന്നമാണിവിടെ. അതു വിട്ടിട്ടു ഈ സമാഹാരത്തിലെ 'ഓണക്കളിക്കാരി'ൽ വരുന്ന അതേ ചിത്രം ക്ഷണനേരം കാണുക:

*'ഓമൽക്കൈരളി ചാർത്തട്ടേ, ഞാ-*
*നോണക്കവിതയ്ക്കിഴനെയ്കെ,*
*നന്നോ ദുർഘട,മെന്നയൽവക്കിൽ*
*പൊന്നോണക്കളിയാരംഭം....*
*പൊൻകസവിഴയും പൊട്ടിച്ചങ്ങോ-*
*ട്ടെൻകരളോടീ, തെമ്മാടി!'*
*എന്നതോ, അല്ലെങ്കിൽ കുടിയൊഴിക്കലിൽ*
*'കുങ്കുമപ്പൂവിറുക്കുവാൻ താൻ താ-*
*നെൻ കരളിൽ കയറിനിന്നോളേ' യോ,*
*'ഇന്നുതൽച്ചെറുനിന്ദനമെന്നിൽ*
*ച്ചെന്നിനായകം ചേർത്തിരി'*

ക്കുന്ന ചേർക്കലോ അനുഭവത്തിൽനിന്നറിയാൻ ശ്രമിക്കുക. അപ്പോൾ മനസ്സിലാകും അനുഭൂതി ഒരു ചിത്രംകൊണ്ട് വ്യക്തമാക്കാനല്ല, രക്തത്തോടുകൂടി അത് പറിച്ചെടുത്ത് നിങ്ങളുടെ മുമ്പിൽ വയ്ക്കാനാണ് കവി സാഹസപ്പെടുന്നതെന്ന്.

### കാച്ചിക്കുറുക്കിയ കവിത:

നമ്മുടെ സാഹിത്യത്തിൽ 'വെള്ളംപോലെ' കവിതയെഴുതുന്നവരുടെ ഒരു കാലമുണ്ടായിരുന്നു. കുഞ്ഞിക്കുട്ടൻ തമ്പുരാന്റേയും വെണ്മണി നമ്പൂതിരിപ്പാടന്മാരുടേയും കാലം. മലയാളത്തിൽ ഇങ്ങനെയും സാധിക്കുമോ എന്നു തോന്നിക്കുമാറ് അവർ എഴുതി. ആ പ്രസ്ഥാനംകൊണ്ടുണ്ടായ നന്മകളെന്തെങ്കിലുമാകട്ടെ, അതിന്റെ നായകന്മാർ കവിതയെ വഴി തെറ്റിച്ചു എന്നു പറയാതിരിക്കാൻ വയ്യ. കവിതയും പദ്യവും തമ്മിൽ അവർക്ക് മാറിപ്പോയി. 'എന്താണ്, തേങ്ങാക്കുലയാണെനിക്ക്' എന്ന മട്ടിൽ വെണ്മണിപ്രസ്ഥാനം പുരോഗമിച്ചപ്പോൾ കാലത്തോടെതിരിടാവുന്ന ഒരൊറ്റ കൃതിപോലും അതിൽനിന്നുണ്ടായില്ല.

അവർ പോയി. വള്ളത്തോളും ആശാനും വന്നു. മലയാളത്തിൽ പാലുപോലുള്ള കവിതയുടെ കാലഘട്ടമായി. ചിലരതിനെ കാല്പനിക കാലമെന്നു വിളിച്ചു. നമ്മുടെ കവിയാകട്ടെ അതിനെ പാല്പായസമുണ്ണിന്റെ കാലമാക്കി. കവിതയുടെ നീളത്തെക്കാളും വീതിയെക്കാളും അതിന്റെ അഴകിനു ഗണനയുണ്ടായി. എത്ര മിനിറ്റുകൊണ്ടെഴുതി എന്നതല്ല, എങ്ങനെ എഴുതിയെന്നതായിത്തീർന്നു പ്രധാനം. മലയാള കവിതയിലെ സൗന്ദര്യയുഗം ആയിരുന്നു അത്. ചെറുതല്ലാത്ത വൈജാത്യമുണ്ടെങ്കിലും ആശാനും വള്ളത്തോളും ചെറുതല്ലാത്ത സാജാത്യമുള്ളവരുമാണ്. കാളിദാസന്റെ സൗന്ദര്യം എന്നോ മറ്റോ വിളിക്കാവുന്ന ഒരുതരം സൗന്ദര്യത്തോടു കൂറുള്ളവരായിരുന്നു രണ്ടുപേരും. ഒരാൾ ബുദ്ധനെപ്പറ്റിയും ഒരാൾ ക്രിസ്തുവിനെപ്പറ്റിയും എഴുതി എന്നത് കാവ്യനിരൂപണത്തിൽ പ്രധാനമല്ല.

ജി. വരുന്നു. 'ജി.'യ്ക്കു സ്വാഭാവിക ഒരു വളർച്ചയുണ്ടായിട്ടുണ്ടെന്നും അതിനു മൂന്ന്, അഞ്ച്, എന്നൊക്കെ പതനം തിരിക്കാമെന്നും നല്ല നിരൂപകന്മാർ അഭിപ്രായപ്പെട്ടിട്ടുണ്ട്. അതെന്തോ! സാധാരണ കവികൾ അസാധാരണമായ മനുഷ്യരാണ്. 'ജി'യാകട്ടെ അസാധാരണനായ ഒരു കവിയുമാണ്. വെറും കവിയല്ല; കവികളുടെ കവി. അദ്ദേഹം എഴുതിയതിൽ പലതും കവിതയുടെ കവിതയും (Super Poetry).

വൈലോപ്പിള്ളിയോ? അദ്ദേഹത്തിന്റെ കവിതയെ അതിമാനുഷമെന്നൊന്നും വിശേഷിപ്പിക്കവയ്യ. അത്യധികം മാനുഷമാണത്. എങ്കിലും എന്തോ വ്യത്യാസമുണ്ട് ആ കവിതയ്ക്ക് വെറും പാലുപോലുള്ള കവിതയല്ല, കാച്ചിക്കുറുക്കിയ കവിത. കോൺസെൻട്രേറ്റഡ് പോയട്രി എന്ന് ഇംഗ്ലീഷിൽ ഭംഗിയായി പറയാം. മറ്റെല്ലാറ്റിലുമുപരിയായി ഈ ഒരു സ്വഭാവമാണ് വൈലോപ്പിള്ളിക്കവിതയെക്കുറിച്ചാലോചിക്കുമ്പോൾ എന്റെ മനസ്സിലുയരുന്നത്. എത്രയും ചുരുങ്ങിയ വാക്കുകളിൽ തനിക്കു

പറയാനുള്ളത് പറയുക എന്ന 'ജി.'യുടെ നയമല്ല, താൻ പറയുന്ന വാക്കുകളിൽ കഴിയുന്നത്ര കവിത ഉൾക്കൊള്ളിക്കുക എന്നതാണ് വൈലോപ്പിള്ളിയുടെ ആദർശമെന്നു തോന്നുന്നു. അതുകൊണ്ടുതന്നെ ആ കൊള്ളിവാക്കിലും വാസ്തവമുണ്ടെന്നു പറയുന്നതിനു പകരം 'അക്കൊള്ളിവാക്കിലില്ലയോ വാസ്തവനാളം' എന്നു കൊള്ളിയും നാളവുമായി ബന്ധിപ്പിച്ച് അദ്ദേഹം കവിതകൊളുത്തുന്നു. ഓരോ വരിയും കാവ്യത്തിനാകെയുള്ള അർത്ഥത്തിൽ ഒരു പങ്കുകൊടുക്കുന്നതു കൂടാതെ തനതായി ചില ബിംബങ്ങൾ വാർക്കുന്നു. വള്ളത്തോൾക്കവിത അനേകം വാക്കുകളാൽ കൊരുത്ത ഒരു ചിത്രമാണ്; വൈലോപ്പിള്ളിക്കവിത അനേകം ചിത്രങ്ങൾകൊരുത്ത മറ്റൊരു ചിത്രവും. അതുകൊണ്ട് രണ്ടാമത്തേതിനു ഒരു തെന്നിന്ത്യൻഗോപുരത്തിന്റെ ഛായയുണ്ട്. ഓരോ വരിയിലും ശില്പമാതൃകകൾ; എല്ലാംകൂടി ഒരു മഹാശില്പവും.

കവിതയെ കവിതകൊണ്ട് ഇടതൂർന്നതാക്കുന്ന ഈ പദ്ധതി 'പുല്ലുകൾ', 'മഴത്തുള്ളികൾ, എന്നീ കൃതികൾ വ്യക്തമാക്കിത്തരുന്നു.

തന്റെ കവിതയെ പ്രതിപദം കാവ്യമയമാക്കിത്തീർക്കുവാൻ ശ്രമിക്കുന്ന മറ്റധികം മലയാളകവികളെ എനിക്കു പരിചയമില്ല. ഈ പരിശ്രമത്തിനുള്ള ഫലം തനിക്കു വേണ്ടുവണ്ണം ലഭിക്കുന്നില്ലെന്നോർത്തുകൊണ്ടാവാം, അദ്ദേഹം ഒരിക്കൽ എഴുതി, "ഉദാസീനമായി വായിക്കുമ്പോൾ അവരുടെ തലച്ചോറിനെ ഇക്കിളിയാക്കാത്ത കൃതികളൊക്കെ മനസ്സിലാവാത്ത കവിത എന്ന വകുപ്പിൽ അവർ തള്ളിക്കളയുന്നു. നല്ല കവിത ഒറ്റയ്ക്കോ, സഹൃദയനായ ഒരു സ്നേഹിതന്റെകൂടെയോ ഇരുന്നു മനസ്സിരുത്തി ധ്യാനിച്ചു വായിക്കേണ്ടതാണ്.'' ഓരോ ഈരടിയിലും തെല്ലുനേരം നിർത്തി നുണഞ്ഞറിഞ്ഞുപോകേണ്ടതാണ് വൈലോപ്പിള്ളിക്കവിത. എന്തുകൊണ്ടെന്നാൽ അത്രത്തോളം ആത്മാർത്ഥമായി ആസ്വദിക്കാനുദ്ദേശിച്ചു രചിച്ചിട്ടുള്ളതാണത്; അത്രത്തോളം കാച്ചിക്കുറുക്കിയതാണത്. അധികമധികം ആസ്വദിക്കാൻ ഓരോ വരിയിലും അധികമധികം തങ്ങേണ്ടിവരും വായനക്കാരന്റെ ചേതന. പക്ഷേ, ഒരിക്കലും നഷ്ടമായെന്നു തോന്നാനിടവരില്ല ആ തങ്ങൽ.

അതുകൊണ്ട് ഈ പുസ്തകത്തിലെ കവിതകൾ, വായിക്കാൻ തുടങ്ങുന്നതിനുമുമ്പായി അഭ്യർത്ഥിക്കുന്നു; പ്രിയപ്പെട്ട വായനക്കാരാ, താങ്കൾ ഓരോ ഈരടിയുടേയും അർത്ഥത്തിലേക്ക്, അതുൾക്കൊള്ളുന്ന ചിത്രത്തിന്റെ ഭംഗിയിലേക്ക്, വീണ്ടും വീണ്ടും മടങ്ങിവരിക. 'വിഹഗവീക്ഷണ'ത്തിനുവേണ്ടി എഴുതപ്പെട്ടവയല്ല അവ.

IV

## ഏതു ചേരിയിൽ?

നിൽക്കട്ടെ! എങ്ങനെ എഴുതുന്നു എന്നതല്ല, എന്തിനെപ്പറ്റി എഴുതുന്നു എന്നതാണ് പ്രധാനം എന്ന് വാദിക്കുന്ന ചിലരുണ്ട്. രാഷ്ട്രീയരംഗത്തുനിന്ന് മേൽവിലാസം മാറ്റി കയറിവന്ന ചിലർ. അവരുടെ വാദങ്ങൾക്ക് മറുപടിപറയാൻ ഇവിടത്തെ പാവപ്പെട്ട സാഹിത്യകാരന്മാരിൽ പലരും ഒരു നല്ല സമയം പാട് തുലച്ചു. ഇന്നു ആ സാഹിത്യകാരന്മാർതന്നെ ഈ പാഴ്‌വേലയെക്കുറിച്ചു പശ്ചാത്തപിക്കുന്നുണ്ടാവണം. അവർ പശ്ചാത്തപിക്കട്ടെ.

പക്ഷേ, ഒരുകാര്യം മറന്നുകൂട, കവി ജനകീയ ജനാധിപത്യത്തിന്റെ ചേരിയിലോ വെറും ജനാധിപത്യത്തിന്റെ ചേരിയിലോ നിൽക്കുന്നതെന്ന കാര്യം തീരുമാനിക്കപ്പെട്ടില്ലെങ്കിലും, തന്റെ കാവ്യത്തിൽ അദ്ദേഹം പ്രതിഫലിപ്പിക്കുന്ന ആദർശവിശ്വാസങ്ങളുടെ അന്വേഷണം സാഹിത്യനിരൂപണത്തിന്റെ പരിധിയിൽപ്പെടുന്നു എന്നാണ് ഞാൻ കരുതുന്നത്. ആദ്യത്തേത് ഒരു കവിയെ സ്വീകരിക്കുവാനോ തിരസ്കരിക്കാനോ നമ്മെ പ്രേരിപ്പിക്കുകയും കാവ്യാസ്വാദനത്തിന്റെ അതിരുകൾ വലിച്ചു ചുരുക്കുകയും ചെയ്യുമ്പോൾ രണ്ടാമത്തേത് കവിതയുടെ മുഴുവൻ സത്യത്തോടു നമ്മെ അടുപ്പിക്കുന്നു; അതുവഴി ആസ്വാദനമണ്ഡലം വിപുലതരമാക്കുകയും ചെയ്യുന്നു.

പണ്ടൊരിക്കൽ വൈലോപ്പിള്ളിക്കവിതയെക്കുറിച്ച് എഴുതേണ്ടിവന്നപ്പോൾ ഈ ലേഖകൻ അഭിപ്രായപ്പെട്ടു, ആധുനികസംസ്കാരത്തിന്റെ രണ്ടു സവിശേഷതകളായ ശാസ്ത്രീയവീക്ഷണവും മനുഷ്യവർഗ്ഗപ്രേമവും വൈലോപ്പിള്ളിയുടേയും സവിശേഷതകളാണ് എന്ന്. അറിവിന്റെ നന്മയിലും മനുഷ്യപുരോഗതിയിലും അത്തരമൊരു കവി വിശ്വസിക്കുന്നു. ഈ സമാഹാരത്തിലെ ചില കവിതകൾ വിരുദ്ധമായ ശബ്ദം ധ്വനിപ്പിക്കുന്നവയാണ്. ആദ്യത്തെ കവിത തന്നെ ഒരു പെൺകിടാവിന്റെ നൈസർഗ്ഗികമായ വളർച്ചയിൽ കളങ്കം ഏറ്റുന്നതായി കാണുന്നു. ഈ വേഡ്സ്‌വർത്തിയൻ മനോഗതി ശാസ്ത്രസമ്മതമല്ല. താനിന്നു വിശ്വസിക്കാത്ത ഒന്നാണതിലെ പ്രമേയമെന്നു കവിതന്നെ ഒരിക്കൽ സമ്മതിച്ചിട്ടുണ്ട്. വീണ്ടും, പുല്ലുകൾ എന്ന കവിതയിലും മേല്പറഞ്ഞ മനോഗതിയുടെ തേട്ടൽ കാണാൻ കഴിയും.

*'പക്ഷേ പരിഷ്കാരമെത്രവേഗം*
*പച്ചയെദ്ധൂസരമാക്കിവിട്ടു!*
*കല്യമാം പട്ടണം തന്മനസ്സിൽ*
*പുല്ലണിച്ചോലയിൽക്കല്ലുപാവി....*

*പതിതൻ പരിഷ്കാരപാംസുലൻ ഞാൻ*
*ഹൃദയം വരണ്ടവൻ, ഗാനഹീനൻ'*

ഈ വൈരുദ്ധ്യത്തിനെവിടെ സമാധാനം കണ്ടെത്തും എന്ന ചോദ്യം പ്രസക്തമാണ്. ഒരേ കവി എന്തുകൊണ്ട് രണ്ടു സ്വരത്തിൽ പാടുന്നു? ഈ ചോദ്യം സൂക്ഷ്മങ്ങളായ മനഃശാസ്ത്രവീഥികളിലേക്ക് അപനയിക്കുന്നവയായതുകൊണ്ട് വിട്ടുകളയുക. ഒന്നു മാത്രം നമുക്ക് മറന്നുകൂടാ. കവികളിൽ ഏറിയകൂറും ഇങ്ങനെ വിഭക്താത്മാക്കളായിരുന്നു. രണ്ടും മൂന്നും സ്വരങ്ങളിൽ അവർ പാടി. എങ്കിലും അവയിലേതെങ്കിലുമൊരു സ്വരം ഉയർന്നു കേൾക്കാമായിരുന്നു. ആ സ്വരം കവിയുടെ ഏകശബ്ദമായി ജനങ്ങളംഗീകരിച്ചുവന്നു. വൈലോപ്പിള്ളിയിലാകട്ടെ ഏറ്റവും ഉയർന്നുകേൾക്കുന്ന സ്വരം മനുഷ്യസ്നേഹിയായ ഒരു ശാസ്ത്രജ്ഞന്റേതാണ്. ഈ തിരുത്തോടുകൂടി ഞാൻ പഴയ പല്ലവി ആവർത്തിക്കട്ടെ. "വൈലോപ്പിള്ളിക്കവിതയുടെ ഏറ്റവും വലിയ സവിശേഷത അതിലുടനീളം തുടിക്കുന്ന മനുഷ്യപ്രേമാത്മകമായ ശാസ്ത്രബോധമാണ്. അതദ്ദേഹത്തിന്റെ വ്യക്തിമുദ്രയുമാണ്. ഈ സമാഹാരത്തിലാവട്ടെ ഓണപ്പാട്ടുകാരും പഴയപള്ളിയും ഈ സവിശേഷത ഉറക്കെ ഉൽഘോഷിക്കുകയും ചെയ്യുന്നു.''

ഈ ഗ്രന്ഥത്തിനു ഓണപ്പാട്ടുകാർ എന്നു പേരിട്ടത് എന്തുകൊണ്ടായാലും, ഇതിൽവെച്ച് ഏറ്റവും മഹത്തായി എനിക്കു തോന്നിയത് ആ പേരുള്ള കവിത തന്നെയാണ്. ഏറ്റവും നല്ലതെന്നല്ല ഏറ്റവും മഹത്തെന്നുതന്നെയാണ് പറയേണ്ടത്. കാരണം, ഓണപ്പാട്ടുകാർ ഒരു ചെറിയ മഹാകാവ്യമാണ്. ഒരു മഹാകാവ്യത്തിനു വിഷയമാവേണ്ട കാര്യം അതിൽ ഒതുക്കിക്കളഞ്ഞിരിക്കുന്നു. ഓണപ്പാട്ടുകാരുടെ ഓർമ്മയിൽക്കൂടി കവി ഭൂതകാലവിഭൂതികളിലേക്ക്, ആദിജീവിതത്തിന്റെ കെട്ടുറപ്പിലേക്ക് തീർത്ഥയാത്ര നടത്തുന്നു. ഓർമ്മയുടെ വിദൂരതലങ്ങളിൽ രാഷ്ട്രവിഭാഗങ്ങൾ ഇല്ലാതാകുന്നു. കേവലനായ മനുഷ്യനെ മതവർഗ്ഗങ്ങളുടെ ഉടുപ്പൂരിക്കാണുന്ന കവി കൗതുകകരമായവിധം മനുഷ്യൈക്യത്തിന്റെ സന്ദേശം രചിക്കുന്നു. പ്രാകൃത സാമൂഹ്യനീതിയിൽനിന്നു പുരോഹിതന്റേയും ജന്മിയുടേയും മുതലാളിയുടേയും ആധിപത്യത്തിലേക്ക് മനുഷ്യവർഗ്ഗം അധഃപതിക്കുന്നതിന്റെ ചിത്രം അനുപമസൗന്ദര്യത്തോടുകൂടി-തന്റെ കാച്ചിക്കുറുക്കിയരീതിയിൽത്തന്നെ-വിരചിച്ചിരിക്കുന്നു. വാമനചരിതത്തിന്റെ വ്യാഖ്യാനമാണ് ഇതിലേറ്റവും തന്മയത്വമുള്ള ഭാഗം.

*"പൃഥ്വിയിലന്നു മനുഷ്യർ നടന്ന പ-*
*ദങ്ങളിലിപ്പൊഴധോമുഖവാമനർ*
*ഇത്തിരിവട്ടംമാത്രം കാണ്മവ,-*
*രിത്തിരിവട്ടം ചിന്തിക്കുന്നവർ;*

*മൂവടിമണ്ണിനിരന്നു, കവർന്നു, വ-*
*ധിച്ചനശിപ്പോ,രൽപ്പസുഖത്തിൻ*
*പാവകളി,ച്ചള തല്ലിയുടച്ച, ക-*
*രഞ്ഞു മയങ്ങിയുറങ്ങീട്ടന്നോർ,*
*സൽഗുണമഹിമ ചവിട്ടിയമർത്തി*
*വസുന്ധരയൊക്കെയസുന്ദരമാക്കി*
*സ്വർഗപഥത്തിൽനയിപ്പാനന്ധ-*
*വിരക്തിയെനിന്നവിളിച്ചീട്ടന്നോർ"*

ഭംഗ്യന്തരേണ, സ്വകാര്യസ്വത്തിന്റെ ഉദയവും അതുവഴി ലോകത്തിലെ ആദിമസ്വർഗത്തിനു (മഹാബലിയുടെ സ്വർഗ്ഗത്തിനു) വന്ന അഴിവും ചിത്രീകൃതമായിരിക്കുന്നു. പുരോഹിതന്മാർ ഈ അധഃപ തനത്തിൽ വഹിച്ച പങ്ക് അവസാനത്തെ വരിയിൽ സൂചിതമായിട്ടുണ്ട്.

അസങ്കീർണ്ണമായ പ്രാകൃതജീവിതത്തിന്റെ കെട്ടുറപ്പും നാളെ നമുക്കു വേണ്ട ജീവിതഭദ്രതയും തമ്മിൽ ഏറെ ദൂരമുണ്ടെന്നു പലവുരു ചിന്തകർ ചൂണ്ടിക്കാണിച്ചിട്ടുണ്ട്. ഈ വാസ്തവം അറിയാതെയല്ല കവി പഴമയുടെ അപദാനങ്ങൾ കീർത്തിക്കുന്നതും. കേൾക്കുക:

*'അവകൾ കനാവുകളെന്നാം ശാസ്ത്രം,*
*കളവുകളെന്നാം ലോകചരിത്രം;*
*ഇവയില്ലമേറെ യഥാർത്ഥം ഞങ്ങടെ*
*ഹൃദയനിമന്ത്രിതസുന്ദരതത്വം'*

മനുഷ്യവർഗ്ഗത്തിന്റേ ഓർമ്മയിൽ, എന്നോ നിലനിന്നിരിക്കാവുന്ന ഒരു സ്വർഗ്ഗയുഗത്തിന്റെ നിഴലുകൾ തങ്ങിനിൽക്കുന്നുവെന്നും മറ്റൊരു തെളിവിന്റേയും സഹായംകൂടാതെ അവ അവയിൽത്തന്നെ സത്യമാണെന്നുമുള്ള ഈ പ്രഖ്യാപനം പ്രസിദ്ധ മനശ്ശാസ്ത്രജ്ഞനായ യുങ്ങിന്റെ വർഗ്ഗസ്മൃതി സിദ്ധാന്തവുമായി പൊരുത്തമുള്ളതാണ്. തലമുറകളിൽക്കൂടി പകർന്നുകിട്ടുന്ന ഈ ഓർമ്മ മനുഷ്യനെ തന്റെ പൊയ്പോയ സ്വർഗ്ഗം പുനർവിരചിക്കാൻ പ്രേരിപ്പിക്കുന്നുവെന്നു കവി കരുതുന്നു. ഈ പൊയ്പോയ സ്വർഗം കേരളീയരുടെ ഭാഷയിൽ ഓണവുമത്രെ!

അങ്ങനെ, ലോകചരിത്രത്തിന്റെ ഒരു സംഗ്രഹവും വ്യാഖ്യാനവുമാണ് ഓണപ്പാട്ടുകാർ. പോരാ, അതൊരഭിലാഷപ്രകടനത്തിൽ, കർമ്മമാർഗ്ഗോപദേശത്തിൽ അവസാനിക്കുകയും ചെയ്യുന്നു. ഒരു തനി മലയാളിയുടെ ബോധാവസ്ഥക്കു പിറകിലുള്ള ഏതോ ഒരസ്വാസ്ഥ്യം അതിലെ ഓരോ വരിയിലും സ്പന്ദിക്കുന്നു.

## കേരളീയത്വം

വൈലോപ്പിള്ളിയുടെ കവിതയിൽ കേരളീയമായ എന്തോ ചിലതിന്റെ അടിയൊഴുക്കുകൾ കാണുന്നു എന്ന വാസ്തവത്തിലേക്ക് നാമെത്തിച്ചേരുന്നു. ഈ അടിയൊഴുക്കുകളെ ഭാരതീയമെന്നു വിളിച്ചുകൂടാ; അവ കേരളീയം മാത്രമാണ്. വള്ളത്തോളിനേയും ജി. യേയും കേരളം ആകർഷിച്ചില്ലേ എന്നു നിങ്ങൾ കടന്നുചോദിച്ചേക്കാം. വാസ്തവമാണ്. കേരളത്തിന്റെ പ്രകൃതി അവരെ ആകർഷിക്കുകയും അവരുടെ കവിതക്ക് പ്രചോദനവും വസ്തുവും പ്രദാനം ചെയ്യുകയും ചെയ്തു. ആഴിവീചികളനുവേലം വെൺനുരകളാൽ വെള്ളിച്ചിലമ്പണിയിച്ച് അഴിക്കുന്ന കേരളമഹിള വള്ളത്തോളിനെ പുളകം കൊള്ളിച്ചു. ഇവിടത്തെ പച്ചകൾ, ഇവിടത്തെ സന്ധ്യകൾ, ഇവിടത്തെ താരാഛന്നമായ ആകാശം ജീയ്ക്കു നിർവൃതിയുളവാക്കി. നല്ലതുതന്നെ. കേരളത്തിന്റെ പ്രകൃതിയേക്കാൾ കേരളത്തിന്റെ സംസ്കാരം വൈലോപ്പിള്ളിയിൽ സ്വാധീനത ചെലുത്തി. പാരമ്പര്യംകൊണ്ടോ പൂർവ്വപരിചയംകൊണ്ടോ ആവാമത്. എങ്കിലും അതുണ്ടായി. ഇവിടത്തെ ഉത്സവവും കുറുമ്പനായ കൊമ്പനും തേക്കുപാട്ടുകാരും കന്നിക്കൊയ്ത്തുകാരും വെള്ളികെട്ടിയ ചൂരലും തിരുവാതിരയും ഓണപ്പാട്ടുകാരും ഓണക്കളിക്കാരും തുയിലുണർത്തുന്ന കുറവന്മാരും കുടുംബുടികളും നൈസർഗ്ഗിക നർമ്മബോധവും അദ്ദേഹത്തിന്റെ കവിതയിൽ കടന്നുകൂടി. മനഃപൂർവ്വമായല്ല, നൈസർഗ്ഗികമായി, സ്വാഭാവികമായി. മറ്റൊരു മഹാസത്യം ആവിഷ്കരിക്കാൻ ശ്രമിക്കുമ്പോൾ കേരളത്തിന്റെ സംസ്കാരത്തിൽനിന്നു അതിനുവേണ്ട ശസ്ത്രങ്ങൾ അദ്ദേഹത്തിന്റെ ആവനാഴിയിൽ നിറയുന്നു. ('ഓണപ്പാട്ടുകാർ', 'കുടിയൊഴിക്കൽ', 'കന്നിക്കൊയ്ത്ത്', 'ഓണക്കളിക്കാർ') കേരള സംസ്കാരത്തോട്, കരുതിക്കൂട്ടിയല്ലാതെതന്നെ, ഇത്രയും കൂറു ഞാൻ മറ്റൊരു മലയാള കവിയിലും കണ്ടിട്ടില്ല.

ഇതോടൊപ്പംതന്നെ, ഒന്നുകൂടി എനിക്കെടുത്തു കാണിക്കണമെന്നുണ്ട്. പൗരസ്ത്യസാഹിത്യങ്ങളിലെല്ലാംതന്നെ മുഖ്യമായ പ്രമേയങ്ങൾ രതിയും ഭക്തിയും വീരവുമായിരുന്നു. പാശ്ചാത്യരും ഈ ഭാവങ്ങൾ അംഗീകരിച്ചെങ്കിലും മാതൃത്വത്തിന്റെ ആവിഷ്കരണം, വാത്സല്യത്തിന്റെ പ്രകാശനം കൂടി അവരുടെ കലയുടെ വലിയ ഒരംശം കരസ്ഥമാക്കിയിരുന്നു. ഇതിനുകാരണം കന്യാമറിയമോ മറ്റാരെങ്കിലുമോ ആവട്ടെ, യൂറോപ്യൻ ശില്പചിത്രകാവ്യകലകളെക്കുറിച്ച് ഇതൊരു പരമാർത്ഥമാണ്. പാശ്ചാത്യചിത്രണകലയുമായുള്ള പരിചയംകൊണ്ടോ, കേരളീയ സംസ്കാരത്തിനദ്ദേഹത്തിലുള്ള വേരുറപ്പുകൊണ്ടോ, വ്യക്തിജീവിതത്തിലെ ഏതെങ്കിലും പ്രത്യേകാനുഭവംകൊണ്ടോ, വൈലോപ്പിള്ളിയുടെ കവിതകളിൽ മാതൃത്വഭാവം ഇടയ്ക്കിടക്കു

പ്രത്യക്ഷപ്പെടുന്നതുകാണാം. 'മാമ്പഴം'കൊണ്ടു പ്രസിദ്ധനായിത്തീർന്ന ഒരു കവിയെക്കുറിച്ച് ഇതെടുത്തുപറയേണ്ടതില്ല.

മലയാള സാഹിത്യത്തിൽ ഇരയിമ്മൻതമ്പിയുടെ താരാട്ടുപോലെ ചിലതൊഴിച്ചാൽ മാതൃത്വവും വാത്സല്യവും വിഷയമാക്കിയിട്ടുള്ള കവിതകൾ എത്രയോ ചുരുക്കം! കഥകളിയിലെ വീരവും പുരാണങ്ങളിലെ ഭക്തിയും എങ്ങും എവിടെയും നിറയുന്ന രതിയും മലയാളികളെ മട്ടുപ്പിക്കുകതന്നെ ചെയ്യുന്നുണ്ട്. ഈ മടുപ്പിൽനിന്ന് ക്ഷണനേരത്തേക്കെങ്കിലും ഒരു മോചനം നേടിക്കൊടുത്ത മാമ്പഴത്തെ അവർ കൊണ്ടാടിയതിലെന്താശ്ചര്യം? അമ്മയും നമ്മളും, (ശ്രീരേഖ), 'ഒരു താരാട്ട്', ആശുപത്രിയിൽ (ഈ സമാഹാരത്തിൽ) എന്നീ കവിതകൾ മാതൃസത്യത്തെക്കൂടി വിഷയമാക്കിയിരിക്കുന്നു. ഈ വ്യതിയാനം അപൂർവ്വമായ ഒരു സൗകുമാര്യവും നൈർമ്മല്യവും ഭാവസാന്ദ്രതയും വൈലോപ്പിള്ളിക്കവിതയ്ക്ക് നൽകുന്നു. എല്ലാ സംഗീതത്തേയും അധഃകരിക്കുന്ന താരാട്ടിന്റെ ആത്മവിസ്മാരകത്വവും, മുലപ്പാലിൽ മുക്കിയ വെള്ളശ്ശീലപോലുള്ള ശുശ്രൂഷികയുടെ കൈപ്പടത്തിന്റെ ശാന്തിദായകത്വവും നമ്മെ അനുഭൂതിയുടെ പുതിയ മണ്ഡലങ്ങളിലേയ്ക്ക് എത്തിക്കുന്നു. ഇതൊരു മഹത്തായ നേട്ടമല്ലേ?

## പ്രേമം! പ്രേമം!

നമുക്ക് പ്രേമഗാനങ്ങൾ വേണ്ടുവോളമുണ്ട്, വേണ്ടതിലധികമുണ്ട് എന്നുകൂടി പറഞ്ഞാൽ തെറ്റാവാത്ത വിധത്തിൽ! അവയിൽ വലിയൊരു ഭാഗം അനുകരണങ്ങളാണ്. ആരുടെയൊക്കെയോ മധുരിക്കുന്ന വേദനകളുടെ ഛായകൾ. ഇനിയുമൊരംശം രോഗാവസ്ഥയോടടുത്തു നിൽക്കുന്ന മനസ്സുകളുടെ പ്രകടനങ്ങളും. ഇവയൊക്കെക്കഴിച്ചാലും മലയാളിക്കു നല്ല പ്രേമഗാനങ്ങൾ വേറെയുമുണ്ട്.

വൈലോപ്പിള്ളിയുടെ ഗാനങ്ങളിൽ കാണുന്ന പ്രേമത്തിന്റെ നന്മതിന്മ കൾ (അങ്ങനെയൊന്നുണ്ടെങ്കിൽ) എന്തുമാവട്ടെ! അതിന്റെ ആവർത്തനസ്വഭാവം ആണ് ശ്രദ്ധേയം. കന്നിക്കൊയ്ത്തു മുതൽക്കിങ്ങോട്ടു ശ്രദ്ധിച്ചുപോന്നിട്ടുള്ളവർക്കു ഇത് വ്യക്തമായിരിക്കും. നഷ്ടപ്പെട്ട എന്തോ ഒന്നിന്റെ തിക്തവും മധുരവുമായ ഓർമ്മയിൽ അവയിൽ തങ്ങിനിൽക്കുന്നു. കന്യക, മരണം, കനിഞ്ഞോതി, ഒരു ഗാനം (ശ്രീരേഖ), 'കന്നിക്കൊയ്ത്ത്', 'ഓർമ്മകൾ', 'കുടിയൊഴിക്കൽ' (മാതൃഭൂമി) എന്നീ കാവ്യങ്ങളിൽ ആവർത്തിക്കുന്ന ചില നിഴലുകൾ കണ്ടെത്താൻ കഴിയും. ആ നഷ്ടത്തിലുള്ള ദുഃഖം, ആ ദുഃഖം പണിപ്പെട്ടടക്കി അതിന്റെ നേരെ ചിരിയ്ക്കു ചിരി, അവ്യക്തമായ ഒരപരാധബോധവും തജ്ജന്യമായ അകാലവാർധക്യബോധവും, ഇവ വൈലോപ്പിള്ളി എന്ന കവിയുടെ ആത്മാവിലെ ഒരു വലിയ പങ്കത്രേ. നിരൂപകൻ ഇവിടെ നിർത്തേണ്ടിയിരിക്കുന്നു.

## V

അവസാനമായി മലയാള കവിതയുടെ കൂമ്പടഞ്ഞുപോയി എന്നു ഒരു നിരൂപകൻ വിലപിക്കുകയുണ്ടായല്ലോ. അദ്ദേഹമിപ്പൊഴും തന്റെ പഴയ ആശയത്തിൽ ഉറച്ചുനിൽക്കുന്നുണ്ടോ എന്തോ! എങ്ങനെയായാലും ഈ കൂമ്പടയലിനെതിരായി ധീരമായ പരീക്ഷണങ്ങൾ നടത്തിയ അദ്ദേഹത്തെ ഞാൻ ആദരപൂർവ്വം സ്മരിക്കുന്നു.

കാല്പനിക പ്രസ്ഥാനത്തിന്റെ പ്രതികരണമായ ഒരു ക്ഷീണഭാവം നമ്മുടെ കവിതയെ പിടിച്ചുതാഴ്ത്തിയതു വാസ്തവമാണ്. ഒരു വിപ്ലവകാരിയെന്നു തെറ്റായി വിളിക്കപ്പെട്ട ചങ്ങമ്പുഴയാകട്ടെ നമ്മെ സ്വപ്നത്തിലേക്ക് നയിക്കുകയാണുണ്ടായത്. ഇന്നത്തെ ചെറുപ്പക്കാരിൽത്തന്നെ പലരും പഴയ മധുരത്തോട് വിടവാങ്ങാൻ മടിക്കുന്നവരായുണ്ട്. ഈ നില മാറിയേ തീരൂ. മുമ്പു പോയ പശുക്കളെ പിന്തുടർന്ന് ഇനിയാരും വൈകുണ്ഠത്തിലെത്താൻ പോകുന്നില്ല. നമുക്ക് കവിതയിൽ നൂതനസംരംഭങ്ങൾ ഇനിയും വേണ്ടിയിരിക്കുന്നു. നമ്മുടെ ഭാഷയുടെ പ്രത്യേകതകൾ മറക്കാത്ത സംരംഭങ്ങൾ! പ്രായംചെന്ന കവികൾ ഇതിനായി മുന്നോട്ടു വരുമെന്നാരും കാത്തുനിൽക്കേണ്ടതില്ല. കൂമ്പിയ പുഷ്പങ്ങൾ വീണ്ടും വിടരുക പതിവില്ലല്ലോ. നവജീവനുള്ള പുത്തൻ പ്രരോഹങ്ങൾ ഉണ്ടാവട്ടെ. നമുക്കാശിക്കുക.

ഇനിയുള്ള ഇതളുകൾ വായിച്ചാസ്വദിക്കുമ്പോൾ കൂമ്പടയാത്ത ഒരു കവിയെ കണ്ടെത്താൻ കഴിയുമെന്നെനിക്കുറപ്പുണ്ട്.

1952.

കുറിപ്പ്: കവിയുടെ അഭിമുഖമായി ഈ അവതാരികയിൽ ഉദ്ധരിച്ചിരിക്കുന്ന വരികൾ ഈ സമാഹാരത്തെ ഇനിയുമെത്രയോ അധികം മനോഹരമായി അലങ്കരിക്കുകയായിരുന്ന ഒരു ലേഖനത്തിൽ നിന്നെടുത്തിട്ടുള്ളതാണ്.

www.ingramcontent.com/pod-product-compliance
Lightning Source LLC
LaVergne TN
LVHW100308051026
849517LV00006B/2226
*9789390535026*